தவத்திரு குன்றக்குடி அடிகளார்

தமிழகத்தின் ஆன்மிக வழிகாட்டி

பொன்னீலன்

நியூ செஞ்சுரி புக் ஹவுஸ் (பி) லிட்
41-B, சிட்கோ இண்டஸ்டிரியல் எஸ்டேட்,
அம்பத்தூர், சென்னை – 600 098.
☎: 26359906, 26251968

Language : Tamil
Thavathiru Kundrakudi Adigalar
Thamizhagathin Aanmiga Vazhikaatti
Author : *Ponneelan*
First Edition : December, 1991
Second Edition : September, 1997
Third Edition : November, 2009
Copyright : Author
No. of pages : xvi + 220 = 236
Publisher:
New Century Book House Pvt. Ltd.,
Chennai - 600 098.
Tamilnadu State, India.
Email : ncbhbook@yahoo.co.in

ISBN 978-81-234-0031-4
Code No.A570

Rs. 70.00

Branches
Chennai 044-2852 8351, 044-26359906, 044-24404873
Trichy 0431-2700885 **Madurai** 0452-2344106, 2350271
Tirunelveli 0462-2323990 **Coimbatore** 0422-2380554
Salem 0427-2450817 **Vellore** 0416-2234495 **Tanjore** 04362-231371 **Pondicherry** 0413-2357403 **Hosur** 04344-245726
Ooty 0423-2441743.

தவத்திரு குன்றக்குடி அடிகளார்
தமிழகத்தின் ஆன்மிக வழிகாட்டி
ஆசிரியர் : பொன்னீலன்
மூன்றாம் அச்சு : நவம்பர், 2009
வெளியீடு: நியூ செஞ்சுரி புக் ஹவுஸ் (பி) லிமிடெட்.

தமிழினத்தின் தன்னேரில்லாப் போராளி பெரியார்
ஈ.வெ.ரா.அவர்களின் நினைவுக்கு இந்நூல் சமர்ப்பணம்.

— **பொன்னீலன்**

முதற்பதிப்புக்கான முன்னுரை

தவத்திரு குன்றக்குடி அடிகளார் அவர்களை நான் முதன் முதலில் பார்த்தது 1959–ல் என்று கருதுகிறேன். நான் அப்போது படித்துக் கொண்டிருந்த நாகர்கோவில் கிறிஸ்தவக்கல்லூரியின் தமிழ் மன்றத்துக்குச் சிறப்புரையாற்ற வந்திருந்தார். கிறிஸ்தவக் கல்லூரியின் சூழ்நிலையோ அல்லது அப்போது அங்கு பணியாற்றிய பேராசிரியர்களின் சாமர்த்தியமோ தெரியவில்லை. ஆங்கில இலக்கியமே தமிழிலக்கியத்தை விட உயர்ந்தது என்ற எண்ணம் அன்று எனக்கு இருந்தது.

அது மட்டுமல்ல, சமூகத்தில் உயர்வானது என்று கருதப் படுகின்ற எல்லாமே பொய்யானவை, அவற்றை எதிர்க்க வேண்டும். இயலாவிட்டால் அலட்சியப்படுத்தவாவது வேண்டும் என்ற மனோபாவமும் எப்படியோ என்னுள் அன்று வளர்ந்திருந்தது. திராவிட முன்னேற்றக் கழகம் வேகமாக வளர்ந்து கொண்டிருந்த காலம். அதன் தாக்கத்தால் கடவுள் எதிர்ப்புக் கருத்துக்களும் என்னிடம் இருந்தன. பொதுவாகக் கல்லூரி இலக்கிய மன்றக் கூட்டங்களில் கலாட்டா பண்ணு வதற்காகவே கடைசி வரிசைகளில் உட்கார்ந்திருக்கும் கும்பலில் இடம் பிடித்துக் கொள்ளுவது என் வழக்கம்.

அடிகளார் கூட்டத்துக்கும் இதே மனோபாவத்துடன்தான் நான் போனேன். மேடையில் நான் பார்த்த உருவம் என்னைச் சலனப்படுத்திற்று. தலைப்பாகைக்கூடக் காவிதான். ஆனால் பளபளப்பான பட்டல்ல. எளிய முரட்டுத் துணி. உழைப்பிலிருந்து வெகுதூரம் அன்னியப்பட்டுப்போன மெல்லுடம்பல்ல. கருத்த திடகாத்திரமான உடம்பு. முகத்திலும்

எடுப்பான கருந்தாடி. கம்பீரமான பார்வை. தாடிவைத்த தமிழ் விவேகானந்தர் போல் தோன்றினார். எழுந்து நின்று கணீரென்ற குரலில் அவர் பேசத் தொடங்கியதுமே நான் வந்த வேலையை மறந்து அவருக்கு வசப்பட்டுபோனேன்.

திருக்குறள் உலகப் பொதுமறை என்ற தலைப்பில் அடிகளார் பேசியதாக நினைவு. கிட்டத்தட்ட இரண்டு மணி நேரம் அவர் பேசினார். கூட்டம் மெய்மறந்து கேட்டுக் கொண்டிருந்தது. எனக்கு பிரமிப்பு. பள்ளிக்கூட மற்றும் கல்லூரி ஆசிரியர்கள் வாயிலாக நான் அதுவரை தெரிந்து கொண்டிருந்த குறள் வேறு, இப்போது அடிகளார் அறிமுகப்படுத்திய குறள் வேறு. என் பெரியப்பாவுக்குக் குறள் மீது ஆழ்ந்த பற்று. குறள் ஒன்று மனப்பாடம் செய்து ஒப்பித்தால் காலணா தருவார்கள். சினிமா பார்ப்பதற்கும் மிட்டாய் வாங்குவதற்கும் சில்லரைச் செலவு களுக்கும் குறள் எனக்கு இந்த வழியில் கைகொடுத்திருக்கிறது. இதனால் பல பாடல்கள் மனப்பாடம். ஆனால் ஒவ்வொன்றுக் குள்ளும் இவ்வளவு பொருளும் சமூகச் சாரமும் இருக்கிறது என்பதை அடிகளார் பேச்சே எனக்கு உணர்த்திற்று.

மனிதன் வாழ்வாங்கு வாழ வழிகாட்டும் உன்னத நூல் திருக்குறளே என்பதை அடிகளார் என் மனதில் அன்று அழுத்தமாகப் பதித்து விட்டார்.

என்றாலும் அடிகளாரை நான் ஒரு பேச்சாளராகத்தான் அப்போது பார்த்தேன். ஒரு சமண சார்பான இலக்கியத்தை சைவ அடிகளார் இந்த அளவுக்கு ஆழ்ந்து கற்றிருக்கிறாரே, மனம் திறந்து பாராட்டுகிறாரே என்ற வியப்பும் ஏற்படாமல் இல்லை.

திருக்குறள் ஒரு சைவநூல் என்று ஒரு சாரார் வாதிடுகிறார்களே, அந்த அடிப்படையிலே இருக்குமோ என்றது உள் மனம்.

படிப்பு முடித்து வேலைக்கு வந்த பிறகு 1967-ல் அடிகளாரை ஒரு பாரதி விழாவில் பட்டிமன்ற நடுவராய்ப் பார்த்தேன்.

இறுக்கமான ஆத்திகச் சூழலில் வளர்ந்த நான், நாத்திகத் தாக்கத்தால் ஊர்ச்சாமிகள் பலவற்றை உடைத்துப் புரட்சி செய்து, ஏமாற்றமடைந்து திரும்பவும் ஆன்மிகத்துக்குத் திரும்பி, ஆன்மிக நூல்களைத் தேடிப் படித்து, அந்தப் படிப்பின் வழியாகவே மார்க்சியக் கருத்துக்களுடன் பரிச்சயப்பட்டுக் கொண்டிருந்த காலம். மனித குலத்துக்கு விடுதலையளிப்பது மார்க்சியமா, காந்தியமா? என்ற தலைப்பில் பட்டிமன்றம். தலைப்பை அடிகளார் அறிமுகப்படுத்திய முறையும், இரு அணிகளும் நடத்திய காரசாரமான விவாதங்களை அவர் நெறிப்படுத்திய விதமும், இறுதியில் விவாதங்களைத் தொகுத்துத் தீர்ப்பு வழங்கிய நேர்த்தியும் என்னை பிரமிப்புக்கு உள்ளாக்கின. துறவு பூண்ட ஒருவர்-பழுத்த ஆத்திகர்-மார்க்சியத்தை இத்தனை ஈடுபாட்டுடன் விளக்குகிறாரே, இவ்வளவு கருத்துத் தெளிவுடன் பேசுகிறாரே, இத்தனை ஆயிரம் பேர் மத்தியில் எந்தத் தயக்கமும் இல்லாமல்-சுற்றி வளைக்காமல்-நேராகப் பேசுகிறாரே-என்ற பிரமிப்பு ரொம்ப நாளுக்கு என்னை விட்டு அகலவில்லை. ஆனாலும் அவரைப் பற்றி எழுத வேண்டும் என்ற எண்ணம் அப்போது எனக்குத் தோன்றவில்லை.

என் இலக்கிய ஆர்வங்களும் மனச்சார்புகளும், வாழ்க்கை அனுபவங்களும் தொடர்புகளும் என்னை இலக்கியப் பேராசான் ஜீவா தோற்றுவித்து வளர்த்த தமிழ்நாடு கலை இலக்கியப் பெரு மன்றத்தில் கொண்டு சேர்த்தன. அடிகளாரிடம் அறிமுகமாகும் அரிய வாய்ப்பு எனக்குக் கிடைத்தது. அவர் தலைமையில் பாரதி பற்றிப் பேசினேன். ஜீவா பாணியிலேயே அவரும், தன் முடிவுரையில் என் கருத்துக்களையும் குறிப்பிட்டு, அவற்றின் நிறைகுறைகளையும் சொல்லி, என்னை உற்சாகப்படுத்தினார்.

மிகப் பெரும்பேறு கிடைத்த மகிழ்ச்சி எனக்கு. ஆனாலும் அப்போதுகூட அவரைப் பற்றி எழுத வேண்டும் என்ற எண்ணம் எனக்கு ஏற்படவில்லை.

சிறந்த மனிதாபிமானியும் மார்க்சீய அறிஞரும், தமிழ் ஆய்வினை மக்களை நோக்கித் திருப்பிய சமூக விஞ்ஞானியும், "ஆராய்ச்சி" என்னும் இதழின் மூலம் தமிழறிஞர் உலகில் சிந்தனை மாற்றத்தை ஏற்படுத்தியவரும், என் ஆசானுமான பேராசிரியர் நா.வானமாமலை அவர்களின் மணிவிழாவை நாங்கள் 1977-ல் நெல்லையில் நடத்தியபோது விழாவுக்குத் தலைமை தாங்கப் பொருத்தமான பெரியார் அடிகளாரே என்று ஒருமனதாக முடிவு செய்தோம். எங்கள் வேண்டுகோளை ஏற்று அடிகளார் தன் செலவிலேயே வந்து, தான் வாங்கிவந்த பொன்னாடைகளையே நா.வா. தம்பதியினருக்கு அணிவித்து அருமையான மணிவிழாச் சிறப்புரையும் நிகழ்த்தினார். நான் ஓடியாடி வேலைகளைக் கவனித்துக் கொண்டு திரிந்தேன். என் நாட்குறிப்பு மேசை மீது கிடந்தது. அதில் முதல் பக்கத்தில் நான், "பொன்னீலா காலத்தை வீணாக்காதே", என்று எனக்கே எச்சரிக்கை விட்டிருந்தேன். டைரியை அடிகளார் திறந்து இந்த வாசகத்தைப் படித்திருக்க வேண்டும். என்னைப் பார்த்ததும் "பொன்னீலா காலத்தை வீணாக்காதே", என்று சொல்லி, கருந்தாடியினுள் முத்துப் பற்கள் மின்னக் கனிந்து சிரித்தார். அன்றைய பேச்சும் அடிகளார் நடந்து கொண்ட முறைகளும், கடைசியில் என்னிடம் அவர் இப்படிச் சொன்னதும் என்னை அவரிடம் மன அளவில் மிகவும் நெருக்கம்கொள்ள வைத்தன. ஆயினும் அப்போதும்கூட அடிகளாரைப் பற்றி எழுத எண்ணம் தோன்றவில்லை.

1982 பெப்ருவரி-மார்ச் மாதங்களில் குமரி மாவட்ட மக்கள் வெட்கித் தலைகுனியும்படி ஒரு சம்பவம் நடந்தது. ஒரே மண்ணில் பிறந்து, காலங்காலமாக ஒரே வாழ்வு வாழ்ந்து வரும்

குமரி மக்கள் யாரோ தூண்டிவிட்ட மத வெறிக்குப் பலியாகி, -பகையாகி, -பயங்கர ஆயுதங்களால் ஒருவரையொருவர் தாக்கினர். பலர் உயிரிழந்தனர். வீடுகள் தீக்கிரை ஆக்கப்பட்டன. கோயில்கள் உடைக்கப்பட்டன. தென்னங்தோப்புகளும். வாழைத் தோட்டங்களும் வெட்டி அழிக்கப்பட்டன. போக்குவரத்து முற்றாக நின்று போயிற்று, விவரிக்க முடியாத பயங்கரம் ஊர்களைச் சூழ்ந்தது. மதச் சார்பின்மை பேசும் அரசியல் கட்சிகள்கூட மத ரீதியாகப் பிளந்து மத வெறியைத் தூண்டின.

நெருப்பை அணைக்க வேண்டும். பிளவுகளை நிரப்பி, இணக்கத்தை ஏற்படுத்த வேண்டும். எரிந்தும் கரிந்தும் போன இடங்களில் ஆறுதலை விதைத்து, அன்பை வளர்க்க வேண்டும். எப்படிச் செய்வது? சிறிய சிறிய குழுக்கள் கருத்தரங்குகள் நடத்தின. பாதிக்கப்பட்டோருக்கு சிறு சிறு உதவிகள் செய்தன. காடே பற்றி எரியும்போது இம்மாதிரி குவளைத் தண்ணீரைக் கொண்டு என்ன பண்ணுவது?

நிலைமையை அறிந்த அடிகளார் குமரி மாவட்டத்துக்கு ஓடோடி வந்தார். திருக்கயிலாயப் பரம்பரை—சிவபெருமானின் மறு அவதாரம்—என மக்களால் நம்பி வழிபடப்படுகின்றவர்—லட்சக்கணக்கான மக்கள் காலில் விழுந்து வணங்கி அருள் பெறக் காத்துக் கிடக்கின்ற பீடாதிபதி – அப்படிப்பட்ட அடிகளார் நல்லிணக்கத்துக்காக, தானே சென்று பிற மதத் தலைவர்களையும், பெரியவர்களையும் சந்தித்துப் பேசினார். கிராமங்களுக்குள் அன்னியர் நுழைய முடியாத நிலை. அடிதடி, வெட்டுக்குத்து, தீவைப்பு, குண்டுவீச்சு, துப்பாக்கிச் சூடு! இத்தகைய பயங்கரமான சூழ்நிலையில் அடிகளார் தன் தொண்டர்களுடன் கிராமங் கிராமமாகப் போனார். சாதி வித்தியாசம், மத வித்தியாசம் பார்க்காமல் எல்லா ஜனங்களையும் சந்தித்தார். அவர்களை ஆறுதல் படுத்தினார். அன்பைப் பேசினார். வெறி கொண்டவர்களை நிதானப்படுத்தினார்.

அஞ்சிக் கிடந்தவருக்கு தைரியம் ஊட்டினார். அவர் போன பாதை யெல்லாம் பூக்களும் புன்சிரிப்புகளும் மலர்ந்தன. பகை ஒழிந்து, முகங்களில் அன்பு ததும்பத் தொடங்கிற்று. இது பொறாத சகோதரர்கள் சிலர் "இந்துக்களின் துரோகியே வெளியே போ" என்றுகூட எதிர்ப்புக் குரல் எழுப்பிப் பார்த்தார்கள். குண்டு வைத்து அவரைக் கொல்லக்கூட முயற்சி நடந்ததாகப் பேச்சு அடிபட்டது. என்றாலும் அடிகளார் அஞ்சவில்லை. தன் உயிரைத் துரும்பென மதித்து, ஊர் ஊராகச் சுற்றி மக்களுக்கு ஆறுதல் அளித்தார்.

அந்த அடிகளாரைப் பார்த்தபோதுதான் நான் என்றுமில்லாத பரவசம் அடைந்தேன். சமயம் என்றால் என்ன? ஆன்மிகவாதி என்பவர் யார்? ஆன்மிகவாதியின் கடமை என்ன? என்றெல்லாம் புரிந்துகொள்ளத் தொடங்கினேன். நாட்கள் செல்லச் செல்ல இந்தப்புரிதல் மேலும் மேலும் அதிகமாயிற்று. அவருடைய பன்முகப் பிரகாசங்களை **அறியும்** ஆர்வம் அதிகரித்தது. அவருடைய செயல்களை – எண்ணங்களை – ஆசைகளை – அவருடைய ஆன்மாவின் வண்ணத்தை–மேலும் மேலும் கூர்ந்து கவனிக்கத் தொடங்கினேன்.

இப்படிப்பட்ட மாமுனிவர்கள் மாநிலத்துக்கு ஒருவர் இருந்தால் போதுமே, மதப் பகை ஒழிந்து மக்களிடையே நல்லிணக்கம் வளருமே எல்லா வேற்றுமைகளோடும் மக்கள் சகோதரர்களாக–ஒரு குடும்பமாக–வாழ்வார்களே, என்ற ஏக்கம் எனக்கு ஏற்பட்டது. அடிகளார் பற்றிய என் மதிப்பீட்டைத் தமிழகத்துக்குச் சொல்ல வேண்டும் என்ற பெரு விருப்பமும் ஏற்பட்டது.

அந்த ஆண்டு கடைசியில் மதுரையில் கூடிய தமிழ்நாடு கலை இலக்கியப் பெருமன்றத்தின் மத்தியக்குழு அடிகளார் மணிவிழாவைச் சிறப்பாகக் கொண்டாடுவது என்று முடிவு

செய்தது. ஆனால் திட்டமிட்டபடி அந்த விழா நடைபெறவில்லை. இக்குறையை எப்படிப் போக்குவது? ஏற்கெனவே அடிகளார் பற்றி நூல் எழுத வேண்டும் என என் மனதில் இருந்த எண்ணம் இந்த உறுத்துதலால் வளரத் தொடங்கிற்று.

பெரியபுராணத்தில் அடியாருக்குச் சோதனை வருவது போல எனக்கும் ஒரு சோதனை திடீரென்று ஏற்பட்டது. 1984–என்று நினைக்கிறேன். ஒருநாள் தூத்துக்குடி கைலாசமூர்த்தி என்னைத் தேடிக்கொண்டு வந்தார். ஒயிலாட்டம் என்னும் நாட்டுப்புறக் கலைக்குப் புத்துயிர் ஊட்டி வளர்க்கும் சிறந்த கலைஞர் இவர். நாட்டார் இசை மேதை கே.ஏ.ஜி.யின் மாணவர். இஸ்கஸ், கலை இலக்கியப் பெருமன்றம் ஆகியவற்றில் மிகுந்த ஈடுபாடு கொண்டவர். அரசுப் பணியாளர் இயக்கத்திலும் ஆர்வமுடையவர். சிக்கலான ஒரு பிரச்சனையை என்னிடம் அவர் சொல்லி, தீர்வுக்காக என் உதவியை வேண்டினார்.

களக்காட்டில் அருள் நெறி நடுநிலைப் பள்ளி, ஸ்ரீ கோமதி மகளிர் உயர்நிலைப் பள்ளி என இரண்டு பள்ளிகள் இயங்கி வந்தன. இரண்டுமே குன்றக்குடித் திருமடத்தின் கண்காணிப்பில் உள்ளவை. இவற்றின் நிர்வாகி தூத்துக்குடியைச் சார்ந்த பேராசிரியர் சாம்பசிவம். இப்பள்ளிகளின் திருமணமாகாத தலைமையாசிரியர்கள் இருவரும் ஒருவரையொருவர் காதலித்துத் திருமணம் செய்து கொண்டனர். கலப்புத் திருமணம் இது.

திடீரென இந்த ஆசிரியர்கள் இருவரும் நிர்வாகியால் பணி நீக்கம் செய்யப்பட்டார்கள். இவர்கள் கலப்புத்திருமணம் செய்து கொண்டதால்தான் பணி நீக்கம் செய்யப்பட்டார்கள் என்பது பரவலான கருத்து. இந்தப் பணி நீக்கத்துக்கு எதிராக ஆசிரியர்கள், அரசுப் பணியாளர்கள், அரசியல் கட்சிகள் அனைவரும் கூட்டுச் சேர்ந்து போராட்டம் நடத்தினர். கண்டன

நோட்டீசு, ஆர்ப்பாட்டம், சத்தியாக்கிரகம், உண்ணாவிரதம் என போராட்டம் பல கட்டங்களைத் தாண்டிவிட்டது. கைலாசமூர்த்தியின் ஒயிலாட்டக்குழு கலை இலக்கியப் பெருமன்றத்தின் ஒத்துழைப்போடு பேராசிரியர் சாம்பசிவத்துக்கு எதிராக ஒரு இயக்கமே நடத்திக் கொண்டிருந்தது. இந்தச் சூழ்நிலையில்தான் கைலாசமூர்த்தி என்னிடம் வந்தார். "நிலைமை சிக்கலாகிக் கொண்டிருக்கிறது அண்ணாச்சி, நீங்கள் இதில் உதவ வேண்டும். அடிகளாருக்கு நிலைமையை விளக்கிக் கடிதம் எழுதி, ஆசிரியர்கள் இருவரையும் திரும்ப வேலையில் எடுத்துக்கொள்ள ஏற்பாடு செய்யவேண்டும்" என்றார்.

எனக்கு மிகுந்த மனக்குழப்பம். கைலாசமூர்த்தி சொல்லுவதுதான் பிரச்சனையின் உண்மையான காரணமா? வேறு காரணம் இருக்குமா? காதலையும், கலப்புத் திருமணத்தையும் ஆதரிக்கும் அடிகளாராச்சே, அவர் ஆளுகைக்கு உட்பட்ட ஒரு பள்ளியில் இப்படி ஒரு நிலை ஏன் ஏற்பட்டது? இப்பிரச்சனை அடிகளாருக்குத் தெரிந்திருக்குமா? தெரிந்திருக்குமானால் நிலைமை இந்த அளவுக்கு முற்றிப்போக விட்டிருப்பாரா? அல்லது அடிகளாரே இந்தப் பணிநீக்கத்தை அங்கீகரிக்கிறாரா? அப்படியென்றால் சொல்லுக்கும் செயலுக்கும் தொடர்பு இல்லாத போலியா அடிகளார்?

உடனேயே உட்கார்ந்து அடிகளாருக்கு ஒரு நீண்ட கடிதம் எழுதினேன். அடிகளார் மீது எனக்கிருக்கும் ஆழ்ந்த மதிப்பையும், நம்பிக்கையையும் எடுத்துக்கூறி, இவ்வளவு உயர்வான உள்ளமுடைய தங்கள் நிர்வாகத்தில் இப்படி ஒரு சம்பவம் நடக்க நியாயமில்லை. இச்சம்பவம்பற்றி தங்களுக்குத் தகவல்கள் சரியாகக் கிடைத்திருக்காது ; கிடைத்திருந்தால் போராடத் தேவை இருந்திருக்காது. தாங்கள் தயவு செய்து விசாரணை செய்து நீதி வழங்க வேண்டும் என்று வேண்டினேன்.

ஆனாலும் அடிகளார் என் கருத்துக்கு மதிப்பளிப்பாரோ என்ற தயக்கம் எனக்கிருந்தது.

நான் கருதியது தவறு என்பது அந்த வார முடிவிலேயே தெரிந்து விட்டது. அடிகளாரிடம், இருந்து உடனேயே பதில் வந்தது. இப்படி ஒரு பிரச்சனை ஏற்பட்டு விட்டதில் வருந்துவதாகவும், பிரச்சனையை ஆராய்ந்து நல்ல தீர்ப்பு வழங்க விரைவில் ஏற்பாடு செய்வதாகவும் அடிகளார் அன்போடு குறிப்பிட்டிருந்தார். எனக்கு மிகுந்த மன நிறைவு, அதன் எதிரொலிபோலக் கைலாசமூர்த்தியிடமிருந்தும் கடிதம் வந்தது – இரு ஆசிரியர்களையும் பணியில் திரும்பச் சேர்த்துக் கொண்டார்கள் என்ற இனிப்பான செய்தியோடு.

அடிகளார் என்னுள் வளர்ந்து, மேலும் வியாபித்தார்.

அடிகளாரைப்பற்றி எழுதவேண்டும் என்ற எண்ணம் மேலும் உறுதிப்பட்டது.

இந்த நிலையில், தமிழ்நாடு கலை இலக்கியப் பெரு மன்றத்துக்கு இந்த ஆண்டு முப்பது வயது நிறைவதை ஒட்டி, ஏற்பாடு செய்யப்பட்டு வருகின்ற 6-வது மாநில மாநாட்டில், அதன் தலைவர்களில் ஒருவரான அடிகளார் பற்றி, ஒரு நூல் வெளியிட்டு அவரைச் சிறப்பிப்பது என்று முடிவு செய்தோம். எனக்கு இரட்டிப்பு மகிழ்ச்சி. அந்தப் பணியை நானே செய்திடத் தோழர்களிடம் அனுமதி பெற்றேன். இதோ உங்கள் கையிலிருக்கும் இச்சிறிய நூல் உருவாயிற்று.

அடிகளாரின் பொதுவாழ்க்கையையும், அவரின் பல தரப் பட்ட முயற்சிகளையும், நோக்கங்களையும், இச் சிறுநூலில் சுருக்கமாகச் சொல்ல முயன்றிருக்கிறேன். நம் ஆன்மிக வாதிகளிடையே அடிகளாரின் சிந்தனைகள் செல்வாக்குச்

செலுத்தவேண்டும், அது ஒரு பெரும் சக்தியாக வளர்ந்து, தமிழகத்தின் ஆன்மாவை ஒருமைப்படுத்தி, ராமானுஜரும், வள்ளலாரும், விவேகானந்தரும், வைகுண்டசாமியும், நாராயணகுருவும், பாரதியும், பாரதிதாசனும் கனவு கண்ட, புதிய மனிதனை உருவாக்க வேண்டும் என்ற பேராசையில், இதைத் தமிழ் மக்களுக்குச் சமர்ப்பிக்கிறேன்.

இந்த நூலை எழுத உதவியவர் பலர். அவர்களுள் முதன்மையானவர் அடிகளாரின் உதவியாளர் திரு.மரு.பரமகுரு அவர்கள். ஆழமான தமிழறிவும், சைவ சித்தாந்தத் தேர்ச்சியும், உலகஞானமும் உள்ள, அடக்கமான பெரியார் அவர். அடிகளாரின் கருத்துக்களையும், வாழ்க்கைச் சம்பவங்களையும் திரட்டுவதற்கு வசதியாக, ஏராளமான நூல்கள், பிரசுரங்கள், பத்திரிகை நறுக்குகள், திருமட ஆவணங்கள் தந்துதவியதோடு, அடிகளார் பற்றிய பல அரிய செய்திகளையும் சொன்னார். இவர் உதவி இல்லாவிட்டால், இவ்வளவு குறுகிய-ஆறுமாத காலத்துக்குள் இந்த நூலை நான் எழுதி முடித்திருக்க முடியாது. திருமடத்து நூலகர் திரு.ஆர்.நடராஜன் அவர்களும், குன்றக்குடித் திட்டக்குழுப் பொறுப்பாளர் திரு.சு.செல்வராஜ் அவர்களும் கூட மிகுந்த ஒத்துழைப்பு நல்கினார்கள்.

கலை இலக்கியப் பெருமன்றம் பசும்பொன் மாவட்டத் தலைவர், பேராசிரியர் இலக்குமி நடராசன் அவர்களின் உதவியும் முக்கியமானது. திருமடத்தில் அடிகளாரைப் பற்றித் தகவல்கள் திரட்டுவதற்கு எனக்கு உதவியதோடு, அடிகளார் கல்வி கற்ற ஸ்ரீ பூமீஸ்வரர் இலவச உயர்நிலைப் பள்ளி இருக்கும் கடியாப்பட்டி சென்று, பள்ளிக்குழுத் தலைவர் திரு.மு.சொக்கலிங்கம் அவர்களையும், செயலாளர் திரு இராம.சொக்கலிங்கம் அவர்களையும், தலைமை ஆசிரியர் திருமதி.சிவகாமி அருணாசலம் அவர்களையும் சந்தித்து, அரிய பல தகவல்கள் திரட்ட உதவினார்.

சென்னை பெரியார் திடலிலுள்ள பெரியார் பகுத்தறிவு நூலக ஆய்வகமும் எனக்கு நிரம்பப் பயன்பட்டது. சிறிய நூலகம். ஆனால் சென்னையிலுள்ள பல பெரிய நூலகங்களைவிட அருமையாகப் பேணப்படுகின்றது. தேடும் நூ்ல்கள் கிடைக்கின்றன. பத்திரிகைத் தொகுப்புகள் கால வரிசையில் உள்ளன. நூலகர் திருமதி சி.சி.சியாமளா அவர்களும், உதவி யாளர் திரு.எம்.வெற்றிச்செல்வன் அவர்களும், முக மலர்ச்சியோடு உதவுகிறார்கள்.

இந்த நூலின் சிக்கலான பகுதி "அடிகளாரின் சார்பு" என்ற பகுதி. நுட்பமான தத்துவப் பிரச்சனைகள் சம்பந்தப்பட்டது இது. இதை எழுதுவதற்குப் பெரிதும் உதவியவர் தமிழ்நாடு கலை இலக்கியப் பெருமன்றம் கோவை மாவட்டத் தலைவர் டாக்டர் தி.முப்பால்மணி அவர்கள்.

அடிகளாரின் இளமைச் சூழலை விளக்குவதற்கு உதவியாக "தஞ்சைத் தரணியில் கம்யூனிஸ்ட் கட்சி" என்ற நூலைத் தேடிப் பிடித்து, எனக்குக் கொண்டு தந்தவர் தஞ்சை மாவட்டக் கலை இலக்கியப் பெருமன்றச் செயலாளர் கவிஞர் காமராசு அவர்கள்.

நூலகங்களில் தகவல் திரட்ட எனக்கு உதவியவர்கள் என் தம்பிகள் தாமரைக்குளம் தா.கிருஷ்ணன், சென்னை செ.சுகுமாரன் ஆகியோர். இந்த நூலின் பக்கங்களை நான் எழுத எழுத நகல் எடுத்துத் தந்தவர் என் உதவியாளர் செல்வி சு.பூங்கொடி. எளிதில் திருப்தியடையாத நான், திரும்பத் திரும்பத் திருத்திப்போடும் பக்கங்களையெல்லாம், பொறுமையோடு மீண்டும் மீண்டும் தட்டச்சு செய்து, எனக்கு மிகுந்த ஒத்துழைப்பு நல்கினார்.

நூல் அச்சுக்குப் போகும் நிலையில், ஒரு நல்ல சேதி காதில் விழுகிறது. தமிழக அரசு வேதாகமக் கல்லூரி திறக்கப்

போவதாகவும், அதில் ஆதிதிராவிட மாணவர்களையும் சேர்த்துக் கொள்ளப் போவதாகவும், அவர்களுக்கும் பயிற்சியளித்துத், தமிழகப் பெருங் கோயில்களின் அர்ச்சகர்களாக அவர்களையும் நியமிக்கப் போவதாகவும், தமிழக முதல்வர் செல்வி.ஜெயலலிதா அவர்கள் அறிவித்திருக்கிறார். தமிழ் வேதங்களும் அக்கல்லூரியில் கற்பிக்கப்பட்டு, எந்த வேறுபாடுமின்றி—எல்லாச் சாதி மாணவர்களுக்கும் பயிற்சியளிக்கப்படுமானால், இந்தக் கல்லூரி ராமானுஜரின் கனவை நனவாக்கும். தமிழ்ப் பண்பாட்டு வரலாற்றில் மிகப் பெரிய முன்னேற்றங்களை ஏற்படுத்தும். முதல்வருக்குத் தமிழ்ப் பண்பாட்டுலகம் என்றென்றும் நன்றி கூறும். எதிர்ப்புகளை மீறி, இந்த நல்ல திட்டம் முழுமையாக நிறைவேற்றப்பட வேண்டும்.

இறுதியாக, இந்த நூலைச் சிறப்பாக அச்சிட்டு வெளியிடும் தமிழகத்தின் மார்க்சிய ஞானரதமாம் நியூ செஞ்சுரி புத்தக நிறுவனம்...

அனைவருக்கும் என் நெஞ்சார்ந்த நன்றிகள்.

மணிகட்டிப்பொட்டல்,
குமரி மாவட்டம்—629501
25-10-1991

அன்புடன்,
பொன்னீலன்

பொருளடக்கம்

		பக்கம்
	முன்னுரை	iv - xv
1.	பிறப்பும் வளர்ப்பும்	1
2.	ஆரம்பத் தொண்டுகள்	16
3.	அடிகளாரும் நாத்திகமும்	20
4.	கலைமகள் வணக்கம்	26
5	இருட்டறைக்கு விளக்கு	34
6.	இறைவனின் மொழி	51
7.	எல்லாருக்கும் இறைவன்	61
8.	தெய்வீகப் பேரவை	72
9.	இன நலம்	93
10.	அன்னை மொழி	109
11.	சமயம் சார்ந்த சமூகம்	126
12.	அடிகளாரின் சார்பு	142
13.	புதிய பாரதத்துக்கான புதுமை விதைப் பண்ணை	172
	முடிவுரை	190
	பின்னுரை	194
	அடிக்குறிப்புகள்	206

1. பிறப்பும் வளர்ப்பும்

நடுத்திட்டு தஞ்சை மாவட்டத்தின் வட பகுதியில் மயிலாடு துறை அருகேயுள்ள ஒரு சின்னஞ் சிறிய ஊர். பச்சைக் கடல் போல் அலையடிக்கும் செழிப்பான வயல் வெளியின் நடுவே, மூங்கில் புத்துகள் அடர்ந்த திட்டு. இதன் தாய்க்கிராமம் திருவாள் ஒளிப்புத்தூர். வனவாச காலத்தில் பஞ்ச பாண்டவர்கள் இந்த ஊருக்கும் வந்ததாக அய்திகம். அப்போது அவர்களுக்குத் தண்ணீர்த் தாகம் வந்ததாம். ஈசன் பிராமண வடிவத்தில் எதிரே வந்தாராம். பஞ்சவர்கள் தாகம் தீர்க்க அவர் ஒரு இடம் காட்டினாராம். அர்ச்சுனன் கையிலிருந்த வாளை வாங்கிக் கொண்டு, அவர்களைத் தண்ணீர் குடிக்க அனுப்பினாராம். நெடுநேரம் ஆகியும் அவர்கள் திரும்பி வராததால், பக்கத்தில் நின்ற வாகை மரத்தடியிலிருந்த கரையான் புற்றில் வாளை மறைத்து, அடையாளத்துக்காகச் சுற்றிலும் வாகை இலைகளைத் தூவி விட்டு, மறைந்துவிட்டாராம். அதனால் திருவாள் ஒளிப்புத்தூர் என்ற பெயர் உண்டாயிற்றாம்.

இது மட்டுமல்ல, பக்கத்து ஊரில் இருக்கும் நீல கண்டேஸ்வர சுவாமி தேவஸ்தானத்தில் இருக்கும் ஐந்து லிங்கங்களும் வனவாச காலத்தில் பாண்டவர்கள் வழிபட்ட லிங்கங்களே என்ற நம்பிக்கையும் மக்களிடம் இருக்கிறது.

கவிச்சக்கரவர்த்தி கம்பன் பிறந்த கவித்தலம் தேரழுந்தூர் சில கிலோ மீட்டர் தூரத்திலேயே உள்ளது.

நடுத்திட்டில் சுமார் 150 குடும்பங்கள் உள்ளன. ஆதிக்கச் சாதியான சைவ வேளாளர் குடும்பங்கள் ஒன்றிரண்டு. படையாச்சிக் குடும்பங்கள் பத்துப் பதினைந்து. மிச்சமெல்லாம் சமூகத்தைத் தோள் கொடுத்துத் தாங்கும் ஆதிதிராவிடக் குடும்பங்கள்.

இந்த நூற்றாண்டின் தொடக்கத்தில் நடுத்திட்டில் மிகவும் பிரபலமாயிருந்த குடும்பம் ராமகிருஷ்ண பிள்ளை குடும்பம். ராமகிருஷ்ண பிள்ளை பல வேலி நிலங்களுக்குச் சொந்தக் காரராயிருந்திருக்கிறார். மாயவரம், கும்பகோணம், சிதம்பரம் ஆகிய நகரங்களுக்கிடைப்பட்ட இடத்தில் இவரே பெருத்த வியாபாரி. அக்கால வழக்கப்படி தான தருமங்கள் அதிகம் செய்தவர். நடுத்திட்டின் நுழைவாயிலுள்ள பிள்ளையார் கோயிலைக் கட்டியவரும் இவரே.

சைவராயினும் ராமகிருஷ்ண பிள்ளை சிறந்த பெருமாள் பக்தர். கருட தரிசனம் இல்லாமல் சாப்பிடமாட்டாராம். சைவ வைணவ ஆற்றல் மண்டிக்கிடந்த தேரழுந்தூரின் தாக்கம் இங்கும் பல நூற்றாண்டுகளாக இருந்திருக்கும் எனத் தோன்றுகிறது.[1]

சமயச் சமரச உணர்வில் மட்டுமல்ல, சாதீயச் சமரச உணர்விலும் கூட ராமகிருஷ்ண பிள்ளை குடும்பம் சிறந் தோங்கியிருந்தது. 1914-ல் ஒரு முறை பெரும்புயலும் மழையும் அடித்து, சிப்பாலூருக்கு மேற்கே கொள்ளிடம் உடைத்துக் கொண்டது. நடுத்திட்டை வெள்ளம் சூழ்ந்தது. தெருவெங்கும் இடுப்பளவு வெள்ளம். ஆதிதிராவிடர் வாழும் குடிசைப்பகுதி நீரில் மூழ்கிற்று. ராமகிருஷ்ணபிள்ளை குடும்பத்தினர் பன்னிரண்டு பனைகளைச் சேர்த்துக் கட்டி தெப்பம் அமைத்து. அதில் ஆதி திராவிடர்களை மீட்டு, தன் வீட்டுக்குக் கொண்டு வந்து, உணவளித்துக் காப்பாற்றினார். அப்போது அந்த வீட்டுத் திண்ணையிலேயே ஒரு ஆதிதிராவிடப் பெண் பிரசவித்தார்.[2]

ராமகிருஷ்ண பிள்ளையின் மகன் சீனிவாசம்பிள்ளை காலத்தில் குடும்பத்தின் பொருளாதார நிலை வீழ்ச்சியடைந்தது. வியாபாரம் நொடித்து முடிந்தது. நிலங்கள் கைமாறிப்போயின. குடும்பத்தை வறுமை சூழ்ந்தது. ஆயினும் சீனிவாசம் பிள்ளையும் அவருடைய துணைவியார் சொர்ணத்து ஆச்சியும் பழைய பெருந்தன்மையான மனித நேய மரபுகளைக் கைவிடவில்லை.

அம்மா பசி என்று யார் வந்தாலும் இல்லை யென்று சொல்லாமல் இருப்பதை வழங்கும் உயர் பண்பில் சொர்ணத்து ஆச்சி சிறந்து விளங்கினார்.

ஒரு நாள் இரவு சுமார் 8 மணிக்கு ஒரு முஸ்லிம் வயோதிகர் பசி என்று அந்த வீட்டுக்கு வந்தாராம். குழந்தைகள் ஏற்கெனவே சாப்பிட்டு விட்டார்கள். துணைவர் சீனிவாசம் பிள்ளை மட்டும் இன்னும் சாப்பிடவில்லை. வெளியே எங்கேயோ போயிருந்த அவர் இன்னும் திரும்பவில்லை. துணைவருக்கும் தனக்கும் உள்ள உணவை அந்த அம்மையார் அந்த முஸ்லிம் வயோதிகருக்கு அளித்து உபசரித்தார். அந்த நேரம் சீனிவாசம் பிள்ளை வீட்டுக்குத் திரும்பினார். அம்மையாருக்குக் கலக்கம். துணைவருக்குக் கொடுக்க உணவு இல்லை. சமைக்கவும் எதுவும் இல்லை. இதை உணர்ந்து கொண்ட சீனிவாசம் பிள்ளை பசிக்கவில்லையென்று சொல்லி நிலைமையைச் சமாளித்தார்.

இப்படிப்பட்ட உயர்பண்புள்ள சீனிவாசம் பிள்ளை சொர்ணத்தம்மாள் தம்பதியரின் கடைசி மகன்தான் தமிழகத்தின் ஆன்மிக ஒளிவிளக்காக இன்று திகழும் வணக்கத்திற்குரிய தவத்திரு குன்றக்குடி அடிகளார். அவர் இயற்பெயர் அரங்கநாதன். பிறந்தநாள் 1925, ஆகஸ்ட் 11. அரங்கநாதனுடன் பிறந்தவர்கள் அண்ணன்மார்கள் கோபாலகிருஷ்ணபிள்ளை, பாண்டுரங்கம் பிள்ளை ஆகியோரும், அக்காள் சிவானந்தம் அம்மையாரும்.

சிறுவன் அரங்கநாதன் பிறந்த காலம் தஞ்சை மண்டல வரலாற்றில் ஒரு மாபெரும் புரட்சியின் தொடக்க காலம். இந்தப் புரட்சியின் ஊற்றுக்கண்ணாக இருந்தது நாகை என்று செல்லமாக அழைக்கப்படும் நாகப்பட்டினமாகும்.

சிப்பாய்க் கலகம் என்று வெள்ளையர்களால் கொச்சைப் படுத்தப்பட்ட முதல் சுதந்திரப் போர் முடிந்ததும் 1857 ல் மார்க்ஸ் இவ்வாறு எழுதினார்: "இந்தியாவை நிரந்தரமாக அடக்கி வைத்துக் கொள்ளலாம் என்று வெள்ளையர்கள் நம்பிக் கொண்டிருக்கின்றனர். ஆனால் அது ஒரு நாளும் நடக்காது.

வெள்ளைக்காரன் நாடெங்கும் போட்டுள்ள ரயில்வே உருவாக்கி வளர்க்கப்போகும் தொழிலாளி வர்க்கம் விடுதலையைப் பெற்றே தீரும்!".

இந்த தீர்க்க தரிசனம் மிக்க வாக்கியத்தின் நிலைக்களனாக நாகை விளங்கியது. நாகை கிழக்குக் கடற்கரையிலுள்ள ஒரு முக்கியமான துறைமுகப்பட்டினம். தென்னிந்திய மூலப்பொருள்களை பிற நாடுகளுக்கு ஏற்றுமதி செய்யவும், ஆங்கில ஏகாதிபத்தியம் இத்துறைமுகத்தை நன்கு பயன்படுத்தியது. 1861 ல் நாகை தஞ்சை ரயில்வேயும், 1862ல் நாகை திருச்சி ரயில்வேயும் போடப்பட்டன. (இந்தியாவில் முதன் முதலாக ரயில்வே போடப்பட்டதே 1853ல் தான்) நாகையில் மிக பிரமாண்டமான ரயில்வே பணிமனை ஒன்றும் அமைக்கப்பட்டது. அங்கு சுமார் பத்தாயிரம் தொழிலாளர்களுக்கு மேல் மிகக் குறைவான ஊதியத்தில் உழைத்துக் கொண்டிருந்தனர்.

நாகை ரயில் தொழிலாளர்களின் அவலநிலையைப் போக்கிட, தென்னிந்திய ரயில்வே தொழிலாளர் சங்கம் 1919 ல் நாகையில் தோற்றுவிக்கப்பட்டது. இந்தத் தொழிற்சங்கத்தை காங்கிரஸ் இயக்கம், காங்கிரஸ் சோஷலிஸ்ட் இயக்கம் (கம்யூனிஸ்ட் இயக்கத்தின் முன்னோடி), சுயமரியாதை இயக்கம் ஆகிய அப்போதைய வலுவான இயக்கங்கள் ஆதரித்து வளர்த்தன. தொடர்ந்து தென்னாடெங்கும் இச்சங்கத்தின் கிளைகள் நிறுவப்பட்டன.

விடுதலை இயக்கத்தின் பிரதிபலிப்பாக நாகையில் இக்காலக் கட்டத்தில், தேசபக்த சமாஜம் அமைக்கப்பட்டது. இச்சமாஜத்தில் பாரதியார். வ.உ.சி, திரு. வி.க., ஈ.வெ.ரா. போன்ற பெருந்தலைவர்கள் பேசியுள்ளனர். காந்திஜியும் நாகைக்கு வருகை தந்திருக்கிறார். தாரா அச்சகம் என்ற ஒரு அச்சகம், முற்போக்கான பிரசுரங்களை வெளியிட்டுப் பெரும் பணியாற்றியது. நாகை தஞ்சைத் தரணியின் புரட்சிகர ஜனநாயக மையமாக மாறிக்கொண்டிருந்தது.

தஞ்சை என்றாலே காவிரியாறும், பசிய வயல் வெளிகளிடையே அடர்ந்த சோலைகளை ஊடுருவி, வானளாவி நிற்கும் கம்பீரமான கோபுரங்களும், அந்தக் கோபுர நிழல்களில் வளர்ந்த கவின்கலைகளும், மாமன்னர்களும், மகான்களும், மேதைகளுமே பளிச்சென்று நினைவுக்கு வருவர். ஆனால் இதுமட்டுமா தஞ்சை?

இந்த மொத்தத்தையுமே பல்லாயிரம் ஆண்டுகள் தன் முதுகில் சுமந்து கொண்டு, தன் அளப்பரிய உழைப்பாற்றலால் இவற்றை உயிர்ப்பித்துக் கொண்டு, செழிப்பபாக்கிக் கொண்டு, ஏரிக்கரைகளிலும் வாய்க்காற் கரைகளிலும், ஊரின் அருவருப்பான ஒதுக்குப் புறங்களிலும் குருவிக் கூடுகளைவிட கேவலமான குடிசைகளில் ஜீவனம் பண்ணுகிறார்களே அந்த அற்புதமான உழைக்கும் மக்களும் தான் தஞ்சை. இன்று எவ்வளவோ மாற்றங்கள் ஏற்பட்டு வருகின்றன - அன்று?

நில உடைமையாளர்களான மேல்சாதிக்காரர்கள் மனம் திருப்தியடையும்படி ஒரு ஆதிதிராவிட உழைப்பாளி உழைக்கவில்லையென்றால் அவனுக்கு அந்த மேல்சாதி நிலப்பிரபு கொடுத்த தண்டனை என்ன? சாணியைக் கரைத்துக் குடிக்க வைப்பது, மனைவியை தோளில் சுமந்து கொண்டு ஊரார் வேடிக்கை பார்க்க தன் குடிசையைச் சுற்றி ஓடவைப்பது. எல்லோரும் காண மனைவியின் மூத்திரத்தைப் பிடித்துக் குடிக்க வைப்பபது, மரத்தில் கட்டி வைத்து சவுக்காலும், திருக்கை வாலாலும் அடித்து நொறுக்குவது, இதிலும் திருப்தி ஏற்படாவிட்டால் வைக்கோல் புரியையே அவன் மீது சுற்றி நெருப்பு வைப்பது, பொய் வழக்குப் போட்டு போலீசில் சேர்ப்பது. இந்த விதமான அரக்கக் கொடுமைகளை அனுபவித்துக் குமுறிக் கொண்டிருந்த ஆதிதிராவிட விவசாயத் தொழிலாளிக்கு சுதந்திரம் என்ற சொல் வேறு என்ன பொருளைத் தந்திருக்க

முடியும் - நிலப்பிரபுத்துவ மேற்சாதிக் கொடுமைகளிலிருந்து விடுதலை என்ற - பொருளைத்தவிர? இந்த மிகப்பரந்த வெடிமருந்துக்கிடங்கின் நடுவில்தான் ரயில்வே தொழிலாளர் இயக்கம் என்னும் நெருப்புப் பொறி வளர்ந்து கொண்டிருந்தது. இந்த நெருப்புப்பொறி வளர்ந்தால் தஞ்சையின் நில உடைமை -மேல்சாதி ஆதிக்கச் சுரண்டல் கொடுமையே -வெடித்துச் சிதறிச் சின்னா பின்னமாகி, ஜனநாயகம் மலருமென்று முன்கூட்டியே யூகித்த ரயில்வே கம்பெனி, நாகப்பட்டினம் பணிமனையை திருச்சி பொன்மலைக்கு மாற்றவும், வர்க்க பேதத்துடன் செயல் பட்டு வந்த சுமார் 4500, தொழிலாளர்களை வேலை நீக்கம் செய்து பழிவாங்கவும் அதன் மூலம் புரட்சிகரத்தொழிலாளர் இயக்ககத்தை நசுக்கவும் திட்டமிட்டது. காரியத்திலும் இறங்கிற்று.

இந்த படுபாதகச் செயலுக்கு எதிராக பத்தாயிரம் தொழிலாளர்களும் வேலை நிறுத்தப் போராட்டத்துக்குப் பேராதரவு தந்தார்கள். போராட்டம் தமிழகத்தையே குலுக்கியது. சிங்கார வேலனார், பெரியார் உட்பட 18 பேர் மீது சதிவழக்குப் போடப்பபட்டது. கடுந்தண்டனை வழங்கப்பபட்டது. 500 தோழர்கள் வேலை நீக்கம் செய்யப்பட்டுப் பழிவாங்கப்பட்டார்கள்,

மார்க்சின் முன்னறிவிப்பு வீண் போகவில்லை. இந்தப் புகழ் மிக்க ரயில்வே போராட்டம் தஞ்சைத்தரணி எங்கும் அடிமைப் பட்டுக்கிடந்த விவசாயத் தொழிலாளர்கள் விவசாயிகள் ஆகியோரின் மனச்சாட்சியைக் கிளறி, அவர்களின் தன்மான உணர்வை வளர்த்து, மிருக நிலையிலும் இழிந்த தங்கள் நிலையை மாற்றிடப் போராடும்படி அவர்களைத் தூண்டியது. நாடெங்கும் செங்கொடிச் சங்கங்கள் தோன்றின. சாணிப்பால், சவுக்கடி போன்ற கொடுமைகள் மறையவும் சுரண்டல் குறையவும் சாதீய அடிமைத் தனம் ஒழியவும் வழிதிறந்தது,[3]

தஞ்சைத்தரணியின் குறுக்கும் நெடுக்குமாக இந்தப் போராட்டப்புயல் சுழன்றடித்த காலத்தில்தான் அரங்கநாதனின் இளமைப் பருவம் வளருகிறது.

அரங்நாதனின் ஆரம்பக்கல்வி உள்ளூரிலேயே நடந்தது. சாதாரணச் சிறுவனுக்குரிய குறும்புத்தனங்களிலும் கிராம விளையாட்டுக்களிலும் அவருக்கு நாட்டமில்லை. புத்தகம் படிப்பதில் விருப்பம் அதிகம். சமூக சேவையிலும் அப்போதே நாட்டம் இருந்திருக்கிறது.

ஊர் முகப்பிலிருக்கும் பிள்ளையார் கோயிலிலிருந்து ஒரு நாள் திடீரென்று முடைநாற்றம் வீசத் தொடங்கிற்று. காரணம் என்னவென்று யாருக்கும் தெரியவில்லை. கோவிலுக்குள் போகவும் யாரும் துணியவில்லை. அவ்வளவு துர்நாற்றம். கோவில் பூசை முடங்கிற்று.

சிறுவன் அரங்கநாதனால் இதைச் சகித்துக் கொள்ள முடியவில்லை. நண்பன் ஒருவனைத் துணைக்கு அழைத்துக் கொண்டு துணிந்து உள்ளே போனார். மூக்கைப்பிடித்துக் கொண்டு சுற்றிப் பார்த்தார். கருவறையில் பீடத்தின் அருகே ஒரு நாய் செத்து, அழுகிக்கிடந்தது. அத்துணை அருவருப்பையும் சகித்துக்கொண்டு ஒரு கயிற்றால் நாயைக் கட்டி வெளியே இழுத்துக் கொண்டு வந்து புதைத்தார். கோயிலைத் தண்ணீர் விட்டுத் தூய்மையாகக் கழுவினார். குங்கிலியப்புகை போட்டு மணமூட்டினார். ஊர்மக்களைக் கோயிலுக்கு வழிபட அழைத்தார்.

இளமையிலேயே பெரும் தமிழறிஞர்களின் தொடர்பு அரங்கநாதனுக்கு கிடைத்தது. இவருடைய தமையனார் கோபால கிருட்டிண பிள்ளை மேற்படிப்புக்காக அண்ணாமலைப் பல்கலைக்கழகத்தில் சேர்ந்தபோது, அவருக்கு உணவு கொடுப்பதற்காகக் குடும்பமே சிதம்பரத்திற்கு பெயர்ந்தது. சிறுவன் அரங்கநாதனும் சிதம்பரம் போனார். அண்ணாமலைப் பல்கலைக் கழகத்தில் தமிழ்த்துறையில் பணிபுரிந்து கொண்டிருந்த சுவாமி விபுலானந்த அடிகள், சொல்லின்

செல்வர் ரா.பி. சேதுப்பிள்ளை, நாவலர் பண்டித ந.மு.வேங்கடசாமி நாட்டார் ஆகிய பெரியார்களின் தொடர்பு அவருக்குக் கிடைத்தது. அவர்களுக்கு அரங்கநாதன் தினமும் பால் கொண்டு போய்க்கொடுப்பது வழக்கமாயிற்று. படிப்பார்வமும், தொண்டுள்ளமும் நிறைந்த அச்சிறுவனைப் பெரியோர்களுக்குப் பிடித்துப் போயிற்று. அவர்கள் அரங்கநாதனுக்குத் தமிழ் இலக்கியத்தை அறிமுகப்படுத்த முயற்சி செய்தனர். குறிப்பாக ரா.பி.சேதுபிள்ளை அவரை நாள்தோறும் ஒரு குறள்பா மனப்பாடம் செய்யச் செய்து, அதற்கான வெகுமதியாகத் தினம் காலணாவும் கொடுத்தார். அடிகளாருடைய ஆன்மாவின் ஒரு கூறான தமிழினப்பற்று பெரும்பாலும் சேதுப்பிள்ளையிடம் சுவீகரித்துக் கொண்டதே.

மக்கள் சேவைக்குத் தன்னை அர்ப்பணித்துக் கொண்ட ராமகிருஷ்ணமடத் துறவியான விபுலானந்த அடிகளோ, மாலை நேரங்களில் அரிஜன சேவைக்காகச் சேரிகளுக்குப் போய், அவற்றைத் துப்புரவு செய்வதோடு, தீண்டாமை ஒழிப்புப் பிரச்சாரங்களும் செய்வார். சிறுவன் அரங்கநாதனும் கையில் அரிக்கேன் விளக்குடன் அவருக்கு உதவியாகப் போவார். விபுலானந்த அடிகளின் தொண்டை அவரும் செய்வார். விபுலானந்த அடிகளிடம் அவர் கற்றுக் கொண்ட துறவு, தியாகம், சேவை ஆகியவையே அவர் ஆன்மாவின் மறுகூறாயிற்று, பிற்காலத்தில் அரங்கநாதனை நாடு போற்றும் குன்றக்குடி அடிகளராகப் பரிணமிக்க வைத்தது.

வித்வான் படிப்பு முடிந்ததும், கோபாலகிருட்டிணபிள்ளை வேலையின் நிமித்தமாகக் காரைக்குடிப்பக்கம் உளள கடியாப்பட்டிக்குப் (ராமச் சந்திரபுரம்) போனபோது, அரங்கநாதனும் உடன் போனார். அங்கே அவர் ஸ்ரீ பூமிஸ்வரசுவாமி இலவச உயர்நிலைப் பள்ளியில் கல்வி பயின்றார் (1937 – 42).

கடியாப்பட்டி வளமான நகரத்தார் வாழுகின்ற அழகான ஊர். காரைக்குடிக்கும் புதுக்கோட்டைக்கும் நடுவே, தீரர்

சத்தியமூர்த்தியின் திருமயத்துக்குப் பக்கத்து ஊர். காந்திஜியும் நேத்தாஜியும் வருகை புரிந்து பெருமை சேர்த்த ஊர். சென்னை ரிப்பன் பிரசையே விலைக்கு வாங்கி ஊருக்குக் கொண்டுவந்த கு.மா.நா. குமரப்பச் செட்டியார் ஊர். அன்பு நிலையம். செந்தமிழ்ப் பதிப்பகம் போன்ற புகழ் மிக்க நூல் வெளியீட் டகங்கள் சுதந்திரத்துக்கு முன்பே தோன்றி வளர வளம் தந்த ஊர். யோகி சுத்தானந்த பாரதியார் வாழ்ந்த ஊர். சுப்புவைத் தமிழுக்குத் தந்த கொத்தமங்கலத்துக்குப் பக்கத்து ஊர்.

ஸ்ரீ பூமிஸ்வரசுவாமி இலவச உயர்நிலைப்பள்ளி[4] (இப்போது உலகப்பர் மேல்நிலைப்பள்ளி) கடியாப்பட்டித் தனவணிகர் மனவளத்தின் விழுமிய சாட்சி. 1917 - ல் தொடங்கப்பட்ட இந்தக் கல்வியறச்சாலை தம் மாணவர் அனைவருக்கும் உணவு, உடை, புத்தகங்கள், எழுது பொருள்கள் அனைத்தும் இலவசமாகக் கொடுத்து இன்றைய தமிழக அரசுக்கே முன்னோடியாகத் திகழ்ந்தது. செட்டி நாட்டின் முதற்பள்ளி இது. அன்றைய புதுக்கோட்டை சமஸ்தானம் முழுமையிலும் மன்னர் பள்ளியை விட்டால் இதுவே உயர்நிலைப்பள்ளி. அடிகளார் காலத்தில் குழந்தைக் கவிஞர் அழவள்ளியப்பாவும், முன்னாளில் கல்வி சதாசிவமும் படித்த பள்ளி இது.[5]

இந்தப் பள்ளியும் கடியாப்பட்டிச் சூழலும் இளைஞன் அரங்கநாதனை உருவாக்குவதில் பெரும்பங்கு ஆற்றின. பள்ளித்தலைமை ஆசிரியர் திரு.வி.கிருஷ்ணமூர்த்தி அவருக்கு இலக்கிய நூல்களை குறிப்பாக ஆங்கில இலக்கிய நூல்களை அறிமுகப்படுத்தி வைத்தார்.

தேச விடுதலைப் போர் தீவிரமாகிக் கொண்டிருந்த காலம் அது. ராயவரம் ராமசீனிவாசன், ஓய்வு பெற்ற ராணுவ வீரர் தேவநேசன், பத்திரிகையாளர் இரா. பத்மநாபன் போன்ற தேசபக்தர்கள் மாணவர்களிடையே விடுதலை உணர்வை ஊட்டி வளர்த்துக் கொண்டிருந்தார்கள். உள்ளூர்ப் பிரமுகர்கள் உதவியுடன் காந்திஜி பிறந்த நாட்களில் சமபந்தி போஜனங்கள்

நடத்தப்பட்டன. இவற்றிற்கு அரிசி, பருப்பு, காய்கறி போன்றவைகளை மக்களிடமிருந்து சேகரிக்கும் தொண்டர்களாக மாணவர்கள் பயன்பட்டார்கள். இவ்வாறு மாணவர்களிடையே காங்கிரஸ் இயக்கம் வேர்பிடித்து வளர்ந்தது.

இதே காலத்தில் மாணவர்களிடம் பெரியாரின் கருத்துகளும் வேகமாகப் பரவிக் கொண்டிருந்தன. கடியாப்பட்டியின் ஒரு பகுதியான காடத்தான்பட்டி மெய்யணியார் வீட்டு சூ. பழநியப்பா உறுதியான சுயமரியாதைக்காரர். அவர் "விடுதலை" பத்திரிகையைத் தபால் மூலம் தருவித்து, பெரியோர்களுக்கும். மாணவர்களுக்கும் படிக்கக் கொடுத்து, சுயமரியாதைக் கொள்கையைப் பரப்பினார். விதவை மறுமணத்தையும் அவர் தீவிரமாகப் பிரச்சாரம் செய்தார்.

இந்த இரண்டு போக்குகளுடனும் நெருக்கமான தொடர்பு வைத்து, ஏராளமாகக் கற்றார் அரங்கநாதன். அவருடைய தமிழார்வம் மேலும் வளர்ந்தது. பாரதியின் கவிதைகளை அவர் ஊன்றிக் கற்றார். பள்ளி இலக்கிய மன்றக்கூட்டங்களில் ஆர்வமுடன் பங்கேற்றார். வெளியூர் மாணவப்பேச்சுப் போட்டிகளில் பங்கேற்று பரிசுகளும் பெற்றார்.

பள்ளியில் அரங்கநாதன் சாதி மத வேறுபாடு கருதியதில்லை. பள்ளி மாணவர்கள் எங்காவது முகாம் போனால் தாழ்த்தப்பட்ட மாணவர்களுக்கு உதவி செய்ய அவர் எப்போதும் முன் வருவார்.

கடியாப்பட்டியில் இளைஞர்கள் பயன்படுத்த வாசகசாலை எதுவும் அப்போது இல்லை. இக்குறையைப் போக்க அரங்கநாதன் முயன்றார். இப்போது வடலூரில் துறவியாக இருக்கும் குங்கிலியம் பழ. சண்முகனார் அரங்கநாதனுக்கு உதவி செய்தார். அப்போது செல்வாக்கோடு இயங்கிக் கொண்டிருந்த ஜோதி கிளப்பில் வாசகசாலைக்கு ஒரு இடம் வாங்கிக் கொடுத்தார்.

வ.உ.சி. - விஞ்சு துரை உரையாடல் பற்றிய பாரதி பாடல்களை மையமாக வைத்து அங்கு அரங்கநாதன்

பேசியதற்காக அவரைப் போலீசார் கண்காணிக்கத் தொடங்கினர். ஜோதி கிளப் பிரமுகர்கள் இளைஞர்களை அங்கே செய்தித்தாள் படிக்க வரக்கூடாது என்றனர். அவர்களுக்கு எதிராக அரங்கநாதன் கண்டன நோட்டீசு வெளியிட்டார். தன் நண்பர்களுடன் சேர்ந்து தனியாகப் படிப்பகம் தொடங்கினார். காந்தியடிகள் அன்னை கஸ்தூரிபாய், நேதாஜி, நேருஜி, போன்ற தலைவர்கள் பெயர்களில் நாடெங்கும் படிப்பகங்கள் தோன்றிக் கொண்டிருந்த காலம். அரங்கநாதன் தன் படிப்பகத்துக்குச் சூட்டிய பெயரோ வினோபாஜி படிப்பகம்; இப்படிப்பகம் அரங்கநாதனின் பேச்சாற்றலை வளர்க்கும் பாசறையாயிற்று.

1942 ஆகஸ்டுப் போராட்டம் வெள்ளை ஏகாதிபத்தியத்துக்கு எதிராக தேசம் நாற்பது கோடி முகமும் எண்பது கோடி கைகளும் உள்ள மாகாளியாக (ஒரு ஒற்றை மனிதனாகப் போர்க்கோலம் பூண்டு நின்றது). பூமிஸ்வரர் பள்ளி மாணவர்கள் தங்கள் இரண்டடுக்கு மாளிகையின் உச்சியில் தேசக் கொடியைப் பறக்க விட்டார்கள். மறுநாள் பகல் பூராவும் கொடி கம்பீரமாய் பறந்தது. இரவு நிர்வாகத்தினர் கொடியை அவிழ்த்தனர். மூன்றாம் நாள் காலையில் கொடியை காணாத மாணவர்கள் கொதித்தனர். மீண்டும் கொடியை ஏற்ற வேண்டும் என்று போராட்டம் தொடங்கினர். காங்கிரஸ் தொண்டர்கள் பள்ளி நிர்வாகத்தோடும் மாணவர்களோடும் பேசி சமரசம் கண்டு, கொடி பள்ளியின் முன் வாசலிலேயே கம்பீரமாய்ப் பறக்கவிடப்பட்டது.

இந்தப் போராட்டத்தில் ஆர்வத்துடன் பங்கு கொண்டார் அரங்கநாதன்.[6]

ஆன்மிக நாட்டத்திலும் சமூக சேவையிலும் ஈடுபாடு கொண்ட அரங்கநாதனைக் கூலித் தொழில்கள் எதுவுமே கவரவில்லை. 1943ல் ராயவரம் காகிதத் தொழிற்சாலை வேலை, பின் ஊனியூர் தொடக்கப் பள்ளி ஆசிரியர் வேலை, போக்குவரத்துத்துறை வேலை எதிலுமே அவர் நிலைத்து நிற்கவில்லை. 1944ல் தருமபுர ஆதினத் திருமடத்தில்[7] எழுத்தராகப் பணியாற்றச் சென்றார். அங்குதான் அரங்கநாதன் மனநிறைவு கண்டார்.

தருமபுர ஆதீனம் 25வது குரு மகா சன்னிதானம் கயிலை குருமணி அவர்களுக்கு அரங்கநாதனை மிகவும் பிடித்துப் போயிற்று. அவருடைய தமிழ் ஆர்வமும், இறை ஈடுபாடும் சந்நிதானத்தைக் கவர்ந்தன. 1945-ஆம் ஆண்டு அரங்க நாதனுக்கு முறைப்படி சிவதீட்சை அளித்து, துவர் ஆடை கொடுத்து, கந்தசாமித் தம்பிரான் என்று தீட்சா நாமமும் வழங்கினார். அடிகளாரின் துறவு வாழ்க்கை தொடங்கிற்று.

தீட்சை பெற்ற அடிகளார் தருமபுரம் தமிழ்க் கல்லூரியில் முறையாகத் தமிழ் இலக்கியம், இலக்கணம், வரலாறு முதலியவற்றைக் கற்றுத் தேர்ந்தார். திருமடத்து முனிவர்களோடு இணைந்து பன்னிருதிருமுறைகளையும் பதிநான்கு சாஸ்திரங் களையும் ஆழ்ந்து பயின்றார். அடிகளாருக்குத் தமிழ் கற்றுக் கொடுத்த ஆசிரியர்களில் தலையாயவர் மகா வித்வான் தண்டபாணி தேசிகர்.

இந்த ஆத்திகச் சூழலிலும் அடிகளார் கடியாப்பட்டியில் க.மெய்யப்பர் தனக்கு அறிமுகம் செய்து வைத்த சுயமரியாதைக் கருத்துக்களை மறக்கவில்லை. மாயூரத்தில் சுயமரியாதைக் கூட்டம் நடந்தால் யாருக்கும் தெரியாமல் போய் உட்கார்ந்து விடுவார். கூட்டத்தில் கேட்ட கருத்துக்களை ஆழ்ந்து சிந்திப்பார்

தருமபுரம் தமிழ்க்கல்லூரியில் பயின்ற காலத்தில் நடந்த ஒரு சம்பவத்தை இங்கே நினைவு கூர்வது பொருத்தமாயிருக்கும். அடிகளாருக்குச் சைவ சித்தாந்தம் கற்பித்த ஆசிரியர்களில் ஒருவர் காஞ்சிபுரம் வஜ்ஜிரவேலு முதலியார். தமிழ்ப் பேரறிஞர் அவர். அடிகளாருக்கு அவர் மீது மிகுந்த ஈடுபாடு. அந்த ஈடுபாட்டின் காரணமாக ஒரு நாள் தன் ஆசிரியரைத் தன்னோடு விருந்துண்ண அழைத்தார். இருவரும் சரிசமமாக பக்கத்துக்குப் பக்கம் உட்கார்ந்து விருந்துண்டனர். ஆனால் கார்காத்த வேளாளர் மரபு வழிவந்த பீடத்தில் தீட்சை பெற்றிருக்கும் அடிகளார் அச்சாதிக்குச் சற்றுக் குறைவானதாகக் கருதப்பட்ட சாதியினரான ஆசிரியரோடு சமதையாக உட்கார்ந்து உணவருந்தியதை மடப் பள்ளிப் பணியாளர்களால் ஜீரணித்துக் கொள்ள இயலவில்லை.

ஓடோடிச் சென்று மகா சன்னிதானத்திடம் சொல்லிவிட்டார்கள். திருமடத்து ஆசாரப்படி தண்டனைக்குரிய இக்குற்றத்துக்காக, அடிகளார் பஞ்ச கௌமியம்[8] சாப்பிட்டுப் பரிகாரம் தேடும்படி ஆயிற்று.

1945 -ம் ஆண்டு கயிலைக் குருமணி அவர்கள் அடிகளாரைத் தருமபுர ஆதினத்துக்கு உட்பட்ட மயிலாடுதுறை குமரக்கட்டளைத் தம்பிரானாக[9] நியமித்தார்.

பின்னர் சீர்காழித் திருக்கோவில் கட்டளைத் தம்பிரானாகவும் அமர்த்தினார். குருமகாசன்னிதானம் அளித்த இப்பணி களை அடிகளார் சிறப்பாகச் செய்தார். அவர்பால் குருமகா சன்னிதானத்திற்கு மிகுந்த நம்பிக்கையும் ஈடுபாடும் உண்டாயிற்று.

இந்தச் சூழ்நிலையில் 1949 - ல் குன்றக்குடி திருவண்ணாமலை ஆதீனத்தின் குருபூஜை விழாவுக்கு குருமகாசன்னிதானம், ஆதீனத்தின் பிரதிநிதியாக அடிகளாரை அனுப்பி வைத்தார். இந்தச் சம்பவம் அடிகளாரின் வாழ்வின் புதிய ஒரு காலகட்டத்திற்கு வித்தாக அமைந்தது. குன்றக்குடிக்கு வந்த அடிகளாரைக் குன்றக்குடி திருவண்ணாமலை மகா சன்னிதானம் ஒரு சொற்பொழிவு ஆற்ற ஏற்பாடு செய்தார். இச் சொற்பொழிவு மகா சன்னிதானம் முதல், மடத்தில் உள்ள அத்தனை பேரையும் கவர்ந்து விட்டது. திருமடத்து முனிவர்கள் அடிகளார் குன்றக் குடியிலேயே தங்கியிருக்க வேண்டும் என விரும்பினர். அடிகளாருக்கு இதில் விருப்பம் இல்லை. தருமபுரம் திரும்பி விட்டார். ஆனால் குன்றக்குடி மகா சன்னிதானம் விடவில்லை. திரும்பவும் திரும்பவும் தூது அனுப்பி, அடிகளாரைக் கலந்து பேசி, கயிலைக் குருமணியையும் வற்புறுத்தி சம்மதிக்க வைத்து குன்றக்குடிக்கு அழைத்து வந்தார். 1949 ல் அடிகளார் குன்றக்குடி[10] திருவண்ணாமலை ஆதீனத்தின் இளவரசாகப் பட்டம் கட்டப் பெற்றார். பட்டம் ஏற்றபின் அவர் ஸ்ரீலஸ்ரீ தெய்வ சிகாமணி அருணாசல தேசிய பரமாச்சாரிய சுவாமிகள் ஆனார்.

குன்றக்குடி சன்னிதானம் பழைய மரபுகளில் பிடிப்பு உள்ளவர்.

அடிகளார் திருமடத்துக்கு வெளியே செல்வதை அவர் விரும்பவில்லை. அடிகளாரின் பிரச்சாரப் பணிக்குச் சற்றே தடை ஏற்பட்டது. ஆயினும் அடிகளார் அதையும் மீறி அவ்வப்போது சமய விழாக்களிலும் இலக்கிய விழாக்களிலும் கலந்து கொண்டுதான் இருந்தார்.

1950 மார்ச்சில் குன்றக்குடி அருகேயுள்ள கூத்தலூர் கிறிஸ்தவ சபையில் பங்குத் தந்தை பால்ராஜ் கடவுள் பத்தி தினம் கொண்டாட ஏற்பாடு செய்தார். கூட்டத்துக்கு கிறிஸ்தவர்கள் மட்டுமல்ல பெருவாரியான இந்துக்களும் வந்திருந்தார்கள். தலைமை ஏற்றுப் பேசிய அடிகளார் காந்தியடிகளையும் ஏசுபெருமானையும் ஒப்பிட்டுப் பேசினார். அடுத்துப் பேசிய ஒரு பாதிரியார் ஏசு அவதாரம் காந்தி மனிதன், எனவே இருவரையும் ஒப்பிட முடியாது என்று மறுத்தார்.

இந்தக் கருத்தை அடிகளார் தன் முடிவுரையில் மறுத்தார். இங்கே பிரச்சனை அவதாரமா மனிதனா என்பதல்ல - மனித குலத்துக்கு அவர்கள் ஆற்றிய தொண்டு -அவர்கள் அளித்த சேதி- இவற்றில் ஒற்றுமை உள்ளது என்பதே என் கருத்து என்றார். அடிகளார் பேச்சு கூட்டத்தில் பெரும் பரபரப்பு ஏற்படுத்திற்று. கூட்டம் தொடர்ந்தது. கருத்து மோதல் நிற்கவில்லை. அடிகளார் பேச்சைக் கிறிஸ்தவர்கள் எதிர்க்க, இந்துக்கள் ஆதரித்தார்கள். கடைசியில் மாலையில் தொடர்ந்து பேசலாம் என்று முடிவாயிற்று. ஆனால் பிற்பகலில் பெரும்புயலும் மழையும் கொட்டி, கொட்டகை சரிந்து கூட்டமே நடைபெறாமலாயிற்று. அந்த வட்டாரம் முழுவதும் அடிகளாரைப் பற்றியே பேச்சு

அதேபோல் 1950 மார்ச்சில் காரைக்குடி கம்பன் விழாவில் புதரிடைமலர் என்ற தலைப்பில் திரிசடை பற்றிய அவர் பேச்சு கம்பன் கழகத்தினரைப் பெரிதும் ஈர்த்தது.

இந்தச் சூழ்நிலையில்தான் 1952 ஜூன் 16- ம் நாள் அடிகளார் குன்றக்குடி ஆதீனத்தின் முழுப்பொறுப்பும் ஏற்று 45வது குருமகா சன்னிதானமானார்[11].

அடிகளார் குருமகா சன்னிதானமாகப் பொறுப்பேற்ற நிகழ்ச்சி பிரம்மாண்டமான ஒரு சமய விழாவாகவே குன்றக் குடியில் நடந்தது. விழாவின் இறுதி நிகழ்ச்சி, வந்தாருக்கு உணவளிப்பது. சாதாரணமாக, மேல்சாதிப் பந்தியும் கீழ்சாதிப் பந்தியும் தனித் தனியாக நடக்கும். இரண்டையும் ஒன்றாக்கி, சமபந்தி போஜனம் நடத்தினார் அடிகளார்.

இப்படி, விபுலானந்த அடிகளின் வழியில் தொடங்குகிறது அடிகளாரின் சமயப்பணி.

2. ஆரம்பத் தொண்டுகள்

குன்றக்குடி திருவண்ணாமலை ஆதீனத்தின் ஆட்சியில் ஐந்து திருக்கோயில்கள் உள்ளன,

1. பிரான்மலை – மங்கைபாக சுவாமி திருக்கோயில்.
2. திருப்பத்தூர் – திருத்தளிநாதர் திருக்கோயில்,
3. திருக்கோளக்குடி – ககோளபிரீச்சுரர் திருக்கோயில்,
4. தேனாட்சியம்மன் திருக்கோயில் – தேனாட்சியம்மன் கோயில்.
5. குன்றக்குடி சண்முகநாதப் பெருமாள் திருக்கோயில். இவைதவிர,

சதுர் வேதி மங்கலம்:– உருத்திரகோடிசுவரர் திருக்கோயில். இத்திருக்கோயில் பிரான்மலை திருக்கோயிலைச் சார்ந்தது.

அடிகளார் திருமடத்தின் தலைவராகப் பொறுப்பேற்றதும் மேற்காட்டிய திருக்கோயில்களின் வளர்ச்சிப் பணிகளில் ஆர்வம் காட்டினார். திருப்பத்தூர் திருத்தளி நாதர் திருக்கோயிலிலும், பிரான்மலைத் திருக்கோயிலிலும் பெரும் பொருட் செல்வில் திருப்பணி செய்து குடமுழுக்கும் செய்து வைத்தார். பிற திருக் கோயில்களும் புதுப்பிக்கப்பெற்று மின்விளக்கு வசதிகளும் செய்யப்பட்டன. திருவண்ணாமலையில் உள்ள ஆதிகுரு முதல்வரின் ஆலயத்தைப் புதுப்பித்துக் குடமுழுக்கு செய்வித்தார். மதுரை மேலமாசி வீதியில் அமைந்துள்ள இம்மையில் நன்மை தருவார் கோயில் திருக்குளத்தை 1953ல் அருள் நெறித்திருக்கூட்டத்தோடு தூரெடுத்துத் தூய்மை செய்தார். இவ்வாறே ஆழ்வார் திருநகரி, ஸ்ரீவைகுண்டம் முதலிய ஊர்களில் உள்ள திருக்குளங்களையும், குன்றக்குடியில் உள்ள மருதாபுரி முதலிய திருக்குளங்களையும் தூர்வாரித் தூய்மை செய்தார்.

ஆதீன ஆட்சிக்குட்பட்ட ஆலயங்களில் மட்டுமன்றிப் பிற ஆலயங்களிலும் திருப்பணிகள் செய்த பெருமை அடிகளாருக்கு உரியது. தமிழ்நாட்டில் அப்போது இது அரிது.

கோயில் குளங்களைப் புதுப்பித்ததோடு அவர் நிற்கவில்லை. சைவ சமய விழாக்களையும் புதுப்பித்து அவைகளின் உண்மையான பலன் மக்களுக்கு கிடைக்கும்படி செய்தார். உதாரணமாக ஆவணி மூலத்தில் எல்லா சிவாலயங்களிலும் பிட்டுத் திருவிழா நடக்கும். இறைவன் பிட்டுக்கு மண் சுமந்த கதையின் நினைவாகப் பூசை நடக்கும். பக்தர்களுக்குப் பிட்டு பிரசாதமாக வழங்கப்படும். அடிகளாரோ பிட்டுத் திருவிழாவின் உள்ளடக்கத்தையே மாற்றினார். இறைவன் உழைப்பாளியாக் மாறி, மக்களுக்குத் தொண்டு செய்ததைக் கொண்டாடும் உழைப்புத் திருவிழா அது என்றார். அன்று கோயில் திருப்பணிகள், தூர்வைப்பணிகள், வரத்துக்கால் துலக்கி விடும் பணிகள் போன்ற பணிகளைப் பக்தர்கள் செய்து, அப்படி வேலை செய்யும் பக்தர்களுக்குப் பிட்டுப்பிரசாதம் வழங்கும் முறையை அறிமுகப்படுத்தினார்.

திருமுறை விழாவைத் திருமுறைக் கருத்துக்களை மக்கள் மனதில் பதிய வைக்கும் விழாவாக்கினார் அடிகளார். திருமுறை அறிஞர்கள், தமிழறிஞர்கள், திருத்தொண்டர்கள், திருமுறை ஓதுவார்கள் போன்றோருக்குச் சிறப்புச் செய்து பாராட்டு வழங்கப்பட்டது.

திருப்பத்தூர் திருத்தளிநாதர் ஆலயத்தில் திருப்பத்தூர்த் தமிழ்ச்சங்கம் தொடங்கப்பட்டது. 63 புலவர்கள் அதன் உறுப்பினர்கள். இதர சிலர் துணை உறுப்பினர்கள். ஏழைத் தருமிக்கு இறைவன் பொற்கிழி வழங்க உதவியதன் நினைவாக, துறைபோகிய புலவர்களுக்குப் பொற்கிழி அளித்துப் பாராட்டும் வழக்கம் இங்குத் தொடங்கப்பட்டது.

இதுபோலவே அறுபத்து மூன்று நாயன்மார்களின் நினைவைப் போற்றும் வகையில் அவரவர் பிறந்த நாளில்

அவரவருக்குப் பிடித்தமான சமூகத் தொண்டைச் செய்தும் செய்வித்தும் விழாக் கொண்டாடுகிறார் அடிகளார்.[12]

தமிழகத்தில் பார்ப்பன ஆதிக்க எதிர்ப்பு கடவுள் எதிர்ப்பாக – கோயில் எதிர்ப்பாக – சமய இலக்கிய எதிர்ப்பாகப் பற்றி எரிந்து கொண்டிருந்த காலம் அது. பெரியாரும் திராவிடக் கழகமும் ஒரு பக்கம், அண்ணாவும் திராவிட முன்னேற்றக் கழகமும் மறுபக்கமுமாக இந்த நெருப்பை நெய்விட்டு வளர்த்துக் கொண்டிருந்தார்கள். இளைஞர்கள் உள்ளங்களிலெல்லாம் இந்தப் பெரு நெருப்புப் பற்றி படர்ந்து கொண்டிருந்தது. ஆத்திக வாதம் முற்றாக அழிந்து போகுமோ என்ற அச்சம் சமயவாதிகளிடம் தோன்றிற்று.

ஆத்திகர்களுக்கு நம்பிக்கையூட்டி அவர்களை ஒன்று படுத்தி, இந்தப் பெருநெருப்பை அணைக்கவும், நாத்திகர்கள் கூறும் நியாயமான குறைகளை சமயத் துறையிலிருந்து போக்கவும், சாதிப் பிளவுகளை நீக்கி சமயத்தைப் புதுப்பித்து மனித வாழ்வை முன்னேற்றத் திசையில் வளர்க்கவும் விரும்பி அடிகளார் 11–8–52 அன்று அருள் நெறித் திருக்கூட்டம் என்ற ஆத்திக அமைப்பை உருவாக்கினார்.

இந்த அமைப்பை உருவாக்க அடிகளாருக்குப் பேருதவி புரிந்தவர் பேரூர் அடிகளார். சமய நிலையில் அடிகளாருடன் ஒத்த சிந்தனையுடையவர். பேரூர் அடிகளாரின் தமிழ்ச்சேவையும் குறிப்பிடத் தக்கது. தம் திருமடத்தில் ஒரு தமிழ்க் கல்லூரி நிறுவி 37 ஆண்டுகளாகச் சிறப்போடு நடத்தி வருகிறார்.

சிரவணபுரம் அடிகளாரும், குன்னூர் சர்க்குரு ராமசாமி அடிகளாரும் இதே மாதிரி சிந்தனைப் போக்கு உடையவர்கள்.

"தமிழகத்தில் நாத்திகவாதம் தலைதூக்கி, திருவுருவங்களை உடைப்போம், சமய நூல்களை எரிப்போம் என்ற விரும்பத்தகாத இயக்கங்கள் நடந்து கொண்டிருந்த போது, அருள் நெறித் திருக்கூட்டம் அச்சவாலை ஏற்றுத் தமிழ் மண்ணில் வீறு நடை-

போட்டுக் கிளம்பியது. இந்த அறப்போரினூடே திருக்கூட்டம் உருவாயிற்று....

நாத்திக உணர்வும் அவநம்பிக்கையும் தலையெடுத்த காலத்தில், சமய வாழ்வு வெறும் கற்பனையல்ல, நம்பிக்கைக்கும் நல்லெண்ணத்திற்கும் நல்வாழ்விற்கும் ஏற்ற கொள்கை சமய நெறி என்று முதன் முதலில் மக்களின் முன்வைத்தது நமது திருக்கூட்டம்," என்று அதன் தோற்றத்தை அமைப்பு விதிகளின் முன்னுரை தெளிவுபடுத்துகின்றது.[13]

அருள் நெறித்திருக்கூட்டம் நாத்திகர்களின் அராஜகக் கடவுள் எதிர்ப்புக்கு எதிராக ஆத்திகர்களின் கேடயமாயிற்று, ஆழ்ந்த சமயப் பற்றாளர்களான கம்பனடிப்பொடி சா.கணேசன், ஈரோடு மீனாட்சிசுந்தர முதலியார், இலஞ்சி ஐ.ஏ.எஸ். சிதம்பரம் பிள்ளை, கருமுத்து தி. மாணிக்கவாசகம் செட்டியார். கே,வி,எ.எல்.ஆர்.எம். ராமநாதன் செட்டியார். பன் மொழிப் புலவர் தெ.பொ மீனாட்சிசுந்தரனார். பேராசிரியர். அ.ச. ஞானசம்பந்தன். தமிழ்க்கடல் ராய சொக்கலிங்கனார். கி,வா.ஜகந்நாதன் போன்ற பேரறிஞர்கள் அதில் இணைந்து அடிகளாருக்கு முழு ஒத்துழைப்புக் கொடுத்தார்கள்.

விடுதலையில் பெரியார் "பக்தர்களுக்குப் பகுத்தறிவு வினாக்கள்," என்ற தலைப்பில் 7–10–52 ல் 30 கேள்விகள் வெளியிட்டிருந்தார். இந்த 30 கேள்விகளுக்கும் பதில் தந்ததோடு, "நாங்கள் கேட்கிறோம்" என்ற தலைப்பில் பெரியாருக்கு 20 கேள்விகளை முன்வைத்து ஒரு நூலே வெளியிட்டது அருள் நெறி திருக்கூட்டம். இவ்வாறு தமிழ் மக்களை நாத்திக வழியில் ஒன்றுபடுத்த விரும்பிய பெரியாரும், ஆத்திக வழியில் ஒன்றுபடுத்த விரும்பிய அடிகளாரும் ஒருவரையொருவர் நேரே எதிர்த்துப் போரிடும் விபரீதச் சூழ்நிலை தமிழகத்தில் ஏற்பட்டது.

3. அடிகளாரும் நாத்திகமும்

அடிகளார் ஆதீனப் பொறுப்பு ஏற்ற காலம் தமிழக வரலாற்றின் முக்கியமான ஒரு காலமாகும். விடுதலை பெற்ற பாரதம் தனக்கென ஒரு அரசியல் அமைப்புச் சட்டத்தை உருவாக்கி, அதன் அடிப்படையில் முதல் பொதுத்தேர்தலை வெற்றிகரமாக நடத்தி, உலகின் மிகப் பெரிய ஜனநாயக நாடாக மலர்ந்திருந்தது. மத்தியிலும் மாநிலங்களிலும் மக்களரசுகள் பொறுப்பேற்றிருந்தன.

தேச விடுதலைக்காக இதுவரை பல்வேறு தேசிய இனங்கள் ஒன்றுபட்டு, ஓருருவம் எடுத்துப் போராடியிருந்தன. இந்தத் தேசிய இனங்கள் ஒவ்வொன்றுமே வலுமிக்க நீண்ட பண்பாட்டுப் பாரம்பரியம் உடையவை. சுதந்திரம் கிடைத்தால் தங்கள் தங்கள் தேசிய இனங்களும் முழுமையான பொருளாதார, அரசியல், பண்பாட்டுச் சுதந்திரம் பெற்று, முழுமையான வளர்ச்சியடையவும், தங்கள் தங்கள் பணபாட்டுத் தனித்தன்மை சிதையாமல் மலர்ச்சியடையவும், வாய்ப்பு வரும் என எல்லா தேசிய இனங்களும் நம்பியிருந்தன. தமிழ் தேசிய இனம் இதற்கு விதிவிலக்கல்ல.

அக்காலத்தில் இன்றைய தமிழகம் போன்ற நிலவியல் அமைப்பு இருக்கவில்லை. இன்றைய தமிழகத்துடன் கேரளத்தின் சில பகுதிகள், ஆந்திரத்தின் பெரும் பகுதிகள் எல்லாம் சேர்ந்த சென்னை ராஜதானியே அப்போது இருந்தது. வெள்ளையர்கள் தங்கள் ஆட்சிக்கு வசதியாக உருவாக்கிய நிலப்பரப்பு அது. இதிலிருந்து ஆந்திரப் பகுதி விரிந்து விசால ஆந்திரம் உருவாக வேண்டும் என்ற போராட்டம் வடக்கே நடந்துகொண்டிருந்தது.[14] கேரளத்துக்கும், தமிழகத்துக்கும், ஆந்திரத்துக்கும் எல்லைகள் நிர்ணயிப்பதில் பெரும் சிக்கல்கள் எழுந்தன. தமிழ்நாடு எல்லா

வகையிலும் தமிழ்நாடாக அமைய வேண்டும் என்ற கருத்து மேலோங்கியது. தமிழர்களின் மொழி,பண்பாடு ஆகியவை பேணப்பட வேண்டும் என்றும், சாதீய ஏற்றத்தாழ்வு அற்ற சமூக அமைப்பும், வடவர் ஆதிக்கமற்ற சுதந்திர அரசும் இங்கு அமைய வேண்டும் என்றும் அப்போதைய கம்யூனிஸ்டுக் கட்சியும், தமிழரசுக் கழகமும், திராவிடக் கழகமும், அதன் குழந்தையான திராவிட முன்னேற்றக் கழகமும், தம்தம் வழியில் கடுமையாகப் பிரச்சாரம் செய்து கொண்டிருந்தன.

மூதறிஞர் ராஜாஜி அப்போது சென்னை மாகாணத்தின் முதலமைச்சராக இருந்தார். அவர் பிராமணர் என்பதைக் காரணம் காட்டி திராவிடக் கழகங்கள் அவரை எதிர்த்தன. எரிகிற நெருப்பில் எண்ணெய் வார்த்ததுபோல் 1953 மே மாதத்தில் ராஜாஜி ஒரு கல்வித் திட்டத்தை சட்டமன்றத்தில் கூட அறிவிக்காமல் கல்வி அதிகாரிகளைக் கொண்டு அறிமுகப்படுத்தினார். அரை நாள் கல்வித் திட்டம் என்பது அதன் பெயர். அதன்படி பள்ளிக்கூட நேரம் தினமும் காலையில் அல்லது மாலையில் 3 மணிநேரம் மட்டும் இருக்கும். எஞ்சிய நேரத்தில் மாணவியாக இருந்தால் தாயாரின் குடும்ப வேலைகளிலும் மாணவனாக இருந்தால் தகப்பனாரின் வருவாய்க்குரிய தொழிலிலும் ஈடுபடவேண்டும். இந்தக் கல்வித்திட்டத்தைக் கம்யூனிஸ்ட் கட்சியும், திராவிடக் கழகமும், திராவிட முன்னேற்றக் கழகமும் கடுமையாக எதிர்த்தன. இது குலக்கல்வித் திட்டம். பிராமணர் அல்லாத ஏழை மாணவர்களை பாரம்பரியக் கீழ் வேலைகளில் அமுக்கி, அவர்களின் வளர்ச்சியைத் தடுக்கும் பார்ப்பனச் சூழ்ச்சி-என்று வர்ணித்தன திராவிட இயக்கங்கள். மக்கள் விரோதச் சூழ்ச்சி என்றது கம்யூனிஸ்டுக் கட்சி. காங்கிரஸ் முதலமைச்சரான ராஜாஜிக்கு எதிராகக் காங்கிரஸ்காரர்கள்கூட போர்க்கொடி பிடித்தார்கள்.

ராஜாஜியின் இந்த நடவடிக்கையைச் சூத்திரருக்கு எதிரான பார்ப்பனச் சூழ்ச்சியாகப் பார்த்தார் பெரியார். பார்ப்பனீயத்தை ஒழிக்க முதலில் பார்ப்பனீயக் கலாச்சாரத்தை ஒழிக்க வேண்டும்

என்றார் அவர். இந்தக் கலாச்சார ஒழிப்பு இயக்கத்தின் அம்சங்களாக அவர் அடுக்கடுக்காகப் பல போராட்டங்களை அறிவித்தார். அவற்றில் ஒன்றுதான் பிள்ளையார் உடைப்புப் போராட்டம், இதுபற்றி பெரியாரே கூறுகிறார்:

"வருணாசிரம முறையை ஜனநாயகத்தின் பெயரால் நிலைநாட்ட முயற்சிக்கிறார் ஆச்சாரியார், இதோ கடைசிச் சிகிச்சையாக 27 -5 -53 அன்று கணபதி உருவப் பொம்மையை மாலை 6 -30 மணிக்கு தூள் தூளாக, மண்ணோடு மண்ணாகக் கலக்கிவிடுங்கள். புத்தர் விழா கொண்டாடி, பிள்ளையாரைச் சரியாக உடையுங்கள். ஆச்சாரியாரே மாறிவிடுவார்".

"கடவுள் வேண்டாம் என்று அதை உடைக்கவில்லை. பார்ப்பனக் கற்பனையாகத்தான் உடைத்து எறிகிறோம். கோவிலுக்கு ஒருவரும் போகமாட்டோம். குயவரிடத்தில் மண் கொண்டு இன்றைய கோயிலில் இருக்கிற சாமிபோல் செய்து தரச்சொல்லி, அல்லது கடைகளில் விற்கிறதே வர்ணம் அடித்த பொம்மைகள், அதை வாங்கிக்கொண்டு வந்து, அறிவித்து, நடுத்தெருவில் உடைப்பார்கள்.[15]

முருகன், காளி, மாரி, சிவன் போன்ற தமிழகத்துத் தெய்வங்களின் சிலை எதையும் பெரியார் உடைக்கவில்லை. பிள்ளையாரையே அவர் தேர்ந்தெடுத்தார். "இந்தப் பிள்ளையார் சமீப காலத்தில்தான், அதாவது பரஞ்சோதி என்ற சோழ சேனாதிபதி வாதாபி நாட்டின் மீது படையெடுத்து வென்றபோது, பிள்ளையார் உருவத்தை வாதாபியிலிருந்து கொண்டு வந்தார். ஆக இப்படிக் கடைசியாக வந்த கடவுளை, முதலாவதாக உடைக்க, ஒழிக்க முயற்சிக்கிறோம். இனிமேல் ஒரு புதுக் கடவுள் தோன்றாமல் இருக்க இந்தக் காரியம் பயன்படட்டும்"[16] என்றார் பெரியார்.

ஆயினும் அடிகளாருக்கு இதில் சம்பந்தம் இல்லை. மனித மரபுகளுக்கு விரோதமான -மனிதனின் ஆழ்ந்த சமய உணர்வைப்

புண்படுத்தக் கூடிய - இந்த பலாத்கார முறையை அடிகளார் எதிர்த்தார். எதிர்த்துத் தமிழகம் முழுவதும் பிரச்சாரம் செய்தார். அதோடு அவர் நிற்கவில்லை. சமயத் துறைக்கு எதிராக நடத்தப்படும் இம்மாதிரி அராஜகத் தாக்குதலை முறியடிக்க ஆத்திகர்களே ஒன்று சேருங்கள் என்று அறைகூவி அழைத்தார்.[17]

திராவிடக் கழகம் அடிகளாரைக் கடுமையாக எதிர்த்தது. மம்சாபுரம் என்ற ஊரில் அடிகளாரை திராவிடக் கழகத்தினர் கல்லெறிந்து காயப்படுத்தினர்.[18] கரூரில் கறுப்புக்கொடி காட்டினர். அடிகளார் சோர்ந்து விடவில்லை. தி.க. வினரின் இந்த அராஜகத்துக்கு எதிராகத் தமிழகத்தைத் தட்டி எழுப்பினார். இப்போராட்டத்தில் அருள்நெறித் திருக்கூட்டம் அடிகளாருக்குப் பக்கபலமாக இருந்தது.

அக்காலத்தில் வாரந்தோறும் ஆவுடையார் கோவிலுக்குச் சென்று வழிபாடு செய்வது அடிகளாரின் வழக்கம். ஒரு தடவை அவ்வாறு போனபோது, கோவில் வாசலுக்கு எதிரே ஒரு திராவிடக் கழகக் கொடி பறந்து கொண்டிருந்ததை அடிகளார் கண்டார். மனதில் ஒருவித உறுத்தல். மடத்துக்குத் திரும்பியதும், கார் அனுப்பி, சம்பந்தப்பட்டவர்களை அழைத்தார். தையல் கடை மணி, சிறுமருதூர் முத்துக் குமாரசாமி சேர்வை, இன்னும் சிலர் வந்தார்கள். அவர்களிடம் பேசினார் அடிகளார். அடிகளார் கருத்தை ஏற்றுக்கொண்டு, அவர்கள். கோவில் வாசலில் பறந்து கொண்டிருந்த தி.க. கொடியை இறக்கி விட்டு, அந்த இடத்தில் அருள்நெறித் திருக்கூட்டத்தின் காவிக்கொடியைப் பறக்க விட்டார்கள்.

திராவிடக் கழகத் தோழர்கள் சிலருக்கு இதில் கோபம். தங்கள் கொடியை அடிகளார் பலாத்காரமாக மாற்றி, அ.தி.கூ. கொடியை ஏற்றி விட்டார் என்று கருதிய அவர்கள், அதே இடத்தில் மீண்டும் தங்கள் கொடியை ஏற்ற முயன்றனர். இந்தச் செய்தியை அறிந்த அடிகளார் ஒரு வழக்கறிஞரோடு ஆவுடையார் கோவில் காவல் நிலையத்துக்கே போனார். சைக்கிள் கடை மணி அழைத்து வரப்பட்டார். "என் கடை முன்னே நின்ற கொடி

=நான்தான் மாற்றினேன்", என்றார் மணி. தி.க. தலைவர் துரையரசன் அதை ஏற்றுக் கொள்ளவில்லை. தி.க.கொடி அந்த இடத்தில் திரும்பவும் ஏற்றப்பட வேண்டும் என்று வற்புறுத்தினார். ஆனால் மணி இணங்கவில்லை.

பிரச்சனை பெரிதாயிற்று. அருள்நெறித் திருக்கூட்டத்தினர் முன் முயற்சி எடுத்து திருவாசக விழா ஏற்பாடு செய்தனர். சா.கணேசன், பசும்பொன் முத்துராமலிங்கத் தேவர் போன்ற பெரியார்கள் அடிகளாரோடு விழாவில் கலந்து கொண்டனர். திருவாசகப் பாடல்கள் பாடியபடி, பக்தர்கள் ஊர்வலமாக மேடைக்கு வந்தனர். இரண்டு பக்கமும் திராவிடக் கழகத் தோழர்கள் கறுப்புக் கொடி காட்டி, எதிர்ப்புக் கோஷம் போட்டனர். முத்துராமலிங்கத் தேவரால் இதைச் சகித்துக் கொள்ள இயலவில்லை. மேடையில் தி.க.வினரைக் காரசாரமாகத் தாக்கிப் பேசினார்.

கடைசியில் பேசிய அடிகளாரோ, "அவர்கள் தங்களுக்குப் பிரியமான கொடியைக் காட்டி நம்மை வரவேற்கிறார்கள். அதில் கோபப்பட என்ன இருக்கிறது?" என்று கூட்டத்தினரைச் சமாதானப்படுத்தினார்.

அடிகளாரின் இந்த முயற்சிகளின் விளைவாக திராவிடர் கழகம் சிலை உடைப்புப் பிரச்சினையில் சிறிது பின் வாங்கிற்று. இது ஆத்திகர்களுக்கு மிகுந்த நம்பிக்கையளித்தது. தமிழகத்தின் பிரபல நாளேடுகள் அடிகளாரைப் புகழ்ந்து பத்தி பத்தியாயெழுதிப் புளகாங்கிதமடைந்தன.

10-7-1954 இல் அருள் நெறித் திருக்கூட்டத்தின் முதல் மாநாடு தேவக்கோட்டையில் மிகச் சிறப்பாக நடந்தது. அப்போதைய முதலமைச்சர் ராஜாஜி, கல்வி அமைச்சர் சி.சுப்ரமணியம் உட்பட பல பெரியவர்கள் மாநாட்டில் கலந்து கொண்டார்கள். மாநாடு முடிந்ததும் ராஜாஜியும், சி. சுப்ரமணியமும் குன்றக்குடி திருமடத்துக்கு வருகை தந்தார்கள். அடிகளாரின் சமய முயற்சிகளுக்கு அவர் ஆக்கமும் ஊக்கமும் அளித்தார். அன்று தமிழக சமயவாதிகளின் ஈட்டிமுனையாய்த் திகழ்ந்தார் அடிகளார்.

அருள் நெறித் திருக்கூட்டத்தின் கிளைகள் தமிழகத்தில் மட்டுமல்ல, இலங்கை, மலேசியா போன்ற நாடுகளிலும் பரவி சிறப்பாக வளரத் தொடங்கின. அடிகளாரின் புகழ் கடல் கடந்து தமிழ் கூறும் நல்லுலகமெல்லாம் பரவிற்று. கடல் கடந்த நாடுகளிலிருந்தெல்லாம் அடிகளாரைக் காண பக்தர்கள் ஆவல் கொண்டு அழைப்பு அனுப்பினர். 28–12–54 முதல் 27–3–55 முடிய அடிகளார் மலேசியா, தாய்லாந்து, இந்தோசீனா ஆகிய நாடுகளில் சுற்றுப் பயணம் செய்து சமயப் பிரச்சாரம் செய்தார்.[19] மலேயா பல்கலைக் கழகத்தில் மாபெரும் நூலகம் அமைக்கும் பணியில் ஈடுபட்டிருந்த சாரங்கபாணியிடம் அடிகளார் முதல் நன்கொடையளித்து உற்சாகப்படுத்தினார்.[20]

"இந்து என்பவன் கடல் கடந்துபோனால் தீட்டாகிவிடுவான் என்றது சநாதன இந்து தர்மம். இது ,படிபபுக்காகவும், வேலைக்காகவும், காந்தியடிகள் போலப் பல இந்தியர் இந்த விதியை உடைத்துப் புரட்சி செய்தனர். ஆன்மிகவாதிகளில் விவேகானந்தர் இதை உடைத்தெறிந்தார். ஆனால், இந்தியத் திருமடங்களின் பீடாதிபதிகளில் கடல் கடந்து வெளிநாடு சென்ற முதல் புரட்சியாளர் அடிகளாரே!

இதுமட்டுமல்ல. மடாதிபதிகள் மகாகுரு பூசைநாளில் அலங்காரப் பல்லக்கிலேறி ஊர்வலம் வந்து மக்களுக்குத் தரிசனம் தருவார்கள். இது மரபு. இதற்காகக் குன்றக்குடி ஆதீனத்தில் ஒன்றுக்கு இரண்டு தங்கப் பல்லக்குகள் உள்ளன. ஆனால் பல்லக்கை மனிதர்களே தூக்கிச் சுமக்க வேண்டும்! இதை விரும்பாத அடிகளார் 1953 - இல் அதாவது அவர் ஆட்சிப்பொறுப்புக்கு வந்த மறு ஆண்டு - நடந்த மகாகுருபூஜை விழாவிலேயே இந்த வழக்கத்தை நிறுத்தி விட்டார்.

4: கலைமகள் வணக்கம்

"கல்வி சிறந்த தமிழ்நாடு" என்கிறான் பாரதி. பண்டைய தமிழகத்தில் சாதி வேறுபாடு – ஆண் பெண் வேறுபாடுகூட இல்லாமல் எல்லோரும் கல்வி பெறும் வசதி இருந்திருக்கிறது. நம் சிறந்த கவிஞர்களில் பலர் பெண்கள். தமிழகத்தின் முதல் மக்கள் கவிஞர் அவ்வையார் என்ற பெண். எல்லோருக்கும் கல்வி என்பதை அழுத்தந் திருத்தமாகக் குறிப்பிடுகின்றார் திருவள்ளுவர்.

"பௌத்த சமண காலங்களில், இந்தியாவெங்கும் மாபெரும் பல்கலைக்கழகங்கள் புகழோடு செயல்பட்டு வந்தன. சாதி சமய வேறுபாடுகளோ, இன தேச வேறுபாடுகளோ இன்றி, அறிவுத் தாகமுடைய மாணவர்கள் அனைவரும் அவற்றில் பயில வாய்ப்பிருந்தது. கலை, தத்துவம், விஞ்ஞானம், மருத்துவம் எனப் பல பாடங்களும் ஈடுபாட்டோடு கற்பிக்கப்பட்டன. இம்மாதிரிப் பல்கலைக் கழகம் ஒன்று தமிழ்நாட்டில் கழுகுமலையிலும் இருந்ததாக வரலாறு கூறுகிறது. இன்று பள்ளிக்கூடம் என நாம் பயன்படுத்தும் சொல்லே சமணர்கள் நமக்கு வழங்கியதுதான்". பின்னால் வந்த இசுலாமியர்கள் கூட, தங்கள் சமயத்தையும், சமய மொழியையும் கற்றுக் கொடுக்கப் பயன்படுத்தி வரும் இடத்தைப் பள்ளி என்ற பெயரிலேயே இன்று வரை வழங்கி வருகிறார்கள்.

பௌத்த சமண சமயங்கள் அழிக்கப்பட்டதோடு அவர்களுடைய பள்ளிகளும், பல்கலைக்கழகங்களும் அழிந்தன. வைதீக மதம் ஆதிக்கம் பெற்ற போது, வேதக் கல்வியே கல்வியாயிற்று. அக்கல்வி சூத்திரருக்கே மறுக்கப்பட்டபோது, பஞ்சமர் நிலை எப்படி இருந்திருக்கும் என்று சொல்ல வேண்டியதில்லை. மேல்சாதி மடங்களும், மேல்சாதி நில

உடைமையாளர் வீட்டுத் திண்ணைகளுமே கல்விக் கூடங்களாயின. உழைக்கும் மக்கள் வாழும் பகுதிகளில் எழுத்தறிவின்மை என்னும் காரிருள் மண்டிற்று.

கால வினோதம் இந்த இருளை மாற்றி, விளக்கேற்றும் உயர் பணியை வெள்ளைக்காரன் வந்து செய்து வைக்க வேண்டியதாயிற்று. தனக்குத் தேவையான பணியாளர்களைத் தயார் செய்ய, அவன் தன் நாட்டுப் பாணியில் தொடங்கிய பள்ளிகளிலிருந்துதான் கல்வி வெளிச்சம் வருணாசிரம வேலிகளை மீறி, உழைக்கும் மக்கள் பகுதியிலும் பரவத் தொடங்கிற்று. ஆனாலும், சென்ற நூற்றாண்டின் இறுதிவரை மாநிலத்துக்கொரு விஞ்ஞானக் கல்லூரி, தாலுகாவுக்கொரு உயர்நிலைப்பள்ளி, பிர்காவுக்கொரு தொடக்கப் பள்ளி என்ற அளவிலேயே பள்ளிகள் இருந்தன.

இப்படிப்பட்ட பள்ளிகள் கல்லூரிகளிலும் கூட சென்ற நூற்றாண்டில் பெரும்பாலும் கற்றுத் தேர்ந்தவர்கள் பிராமணர்களே. கிறிஸ்தவத்துக்கு மாறிய இதரருக்கென ஒரு சில பள்ளிகளும், கல்லூரிகளும் இருந்தன. இவைகளிலும் பிராமணர்களும், மேற்சாதிக் கிறிஸ்தவர்களுமே ஆதிக்கம் செலுத்தினர். இந்தக் கல்வி நிலையங்களில் சூத்திரர்களே இடம் பிடிக்கப் பெரும் போராட்டம் நடத்த வேண்டியதிருந்தது என்றால், பஞ்சமர்களைப் பற்றிச் சொல்ல வேண்டியதே இல்லை.

20-ம் நூற்றாண்டில்தான் பஞ்சமர்களுக்குப் பள்ளிகளில் நுழைய வாய்ப்புக் கிடைத்தது. அதுவும் கூட சுதந்திரப் போராட் டத்தின் விளைவாலேயே கிடைத்தது.

பஞ்சமர்கள் பள்ளிகளில் இடம் பிடித்த கதை பரிதாபத்திலும் பரிதாபமானது.

வகுப்பறையில் அவர்கள் உட்கார முடியாது. ஏகலைவன் பாணியில், வெளியே ஒதுங்கி நின்று கதவு ஜன்னல் வழியாக, உற்றுப் பார்த்துக் கற்றுக் கொள்ள வேண்டும். யாரையும் தொட் டுவிடக் கூடாது. பெஞ்சைத் தொட்டுப் பார்த்ததற்காக அந்தப்

பெஞ்சைத் தலையில் சுமந்து சென்று ஆற்றிலோ குளத்திலோ கழுவிக் கொண்டு வந்த அன்றைய பஞ்சம மாணவர்களின் கதைகளை நினைத்தால் ரத்தக் கண்ணீர் வடியும்.

மானாமதுரை கூ. சம்பந்தம் என்கிற அரிசனப் பெரியார் தன்னை ஒரு பள்ளியில் சேர்ப்பதற்காக 1937-38-ல் அரிஜன அய்யங்கார் என்று நாடெல்லாம் புகழ்ந்த மானாமதுரை பி.எஸ்.கிருஷ்ணசாமி அய்யங்கார் பட்ட பாட்டை இவ்வாறு விவரிக்கிறார்:

"ஒக்கூரை சேர்ந்த வெள்ளையன் செட்டியார் அவர்கள் கல்வி தானமாக கருதி மானாமதுரையில் ஒரு பள்ளிக் கூடத்தை நிறுவி நடத்தி வந்தார். அப்பொழுது அங்கு இருந்த ஆசிரியர்களில் பெரும்பாலானவர் பிராமணர்களே. அந்த ஊரில் மற்றொரு பள்ளிக்கூடம் தமிழறிஞர் வி.கோ. சூரிய நாராயண சாஸ்திரியார் பெயரில் உள்ள ஆரம்பப் பாடசாலையாகும். அந்த ஆரம்பப் பாடசாலையில் சலவைத் தொழிலாளியின் பையன் ஒருவனைச் சேர்த்தால் சச்சரவுகள் ஏற்பட்டு, அந்தப் பையன் படிப்பை நிறுத்த வேண்டிய சூழ்நிலை ஏற்பட்டது என்பது ஊரார் அறிந்த செய்தியாகும். இந்த நிலையில் வெள்ளையன் செட்டியார் பள்ளியில் அரிஜன மாணவனைச் சேர்த்து விடுவது என்ற முடிவுக்கு வந்த அய்யங்கார், தனது தோழர்களான கோவிந்த அய்யர், சண்முகப்பிள்ளை, முத்துவீரப்பபிள்ளை, பொன்னுசாமி அம்பலம், மிளகனூர் சாமியார், காளிமுத்துப் பிள்ளை போன்றவர்களைக் கலந்து ஆலோசித்தார். பையனை அந்தப் பள்ளியில் சேர்ப்பதற்குத் தடங்கல் ஏற்பட்டால், அங்கு ஒரு சத்தியாக்கிரகத்தை நடத்துவது என்றும் முடிவெடுத்தார்கள். பள்ளியின் ஆசிரியர் ஏ. சுப்பிரமணிய அய்யர் பி.ஏ.பி.டி. உதவித் தலைமை ஆசிரியர் திரு. சி.விசுவநாத அய்யர் (பாரதியின் சகோதரர்) அப்பள்ளியில் இந்த மாணவனைச் சேர்ப்பதென்று எண்ணியும், தலைமையாசிரியர் தட்டிக்கழித்துக் கொண்டே வந்தார். இறுதியாக அய்யங்கார், பையனைச் சேர்க்க முடியுமா? அல்லது அரசுக்கு (அப்போது காங்கிரஸ் அரசு சென்னையில் இருந்தது) எழுதி, பள்ளிக்கு வரும் மானியத்தை நிறுத்தலாமா,

என்று தீர்மானிக்க வேண்டியவரானார். கடைசியில், தலைமை ஆசிரியர் பையனை ஐந்தாம் வகுப்பில் சேர்த்து, மற்ற மாணவர்கள் இருக்கும் இடத்தை விட்டுத் தள்ளி, ஓர் ஒதுங்கிய இடத்தில் - மூன்று மாணவர்கள் உட்காரும் ஒரு பெஞ்சில் - இந்த மாணவனை மட்டும் தனியாக உட்காரும்படி ஏற்பாடு செய்தார்.

பையன் மற்ற மாணவர்களைத் தொடவோ, அவர்களுடன் நெருங்கிப் பழகவோ, அவர்கள் குடிக்கப் பயன்படுத்தும் தண்ணீர்ப் பானையருகில் செல்லவோ, கூடாதபடி, இரகசியமாய்ச் சில ஏற்பாடுகள் செய்திருந்தனர். ஏனெனில் அரிஜனப் பையனைத் தொட்ட மாணவன் ஆசிரியரைத் தொட நேரிட்டால், தீட்டு அரிஜனப் பையனிடமிருந்து ஆசிரியர்களிடம் வந்துவிடும் என்பதுதான்...".

முதன் முதலாக ராமநாதபுரம் மாவட்டத்திலேயே (இப்போதைய ராமநாதபுரம், பசும்பொன், காமராசர் மாவட்டங்கள் சேர்ந்தது) ஓர் இந்து அரிஜன், உயர்சாதி இந்துக்களுடன் சேர்ந்து படிக்க வாய்ப்புக் கிடைத்தது என்பது குறிக்கத் தக்கதாகும்.[21]

1940 கதை இது!

தேடுகல்வி இலாததோர் ஊரைத்
தீயினுக் கிரையாகமடுத்தல்
கேடு தீர்க்கும் அமுதமென் அன்னை
கேண்மை கொள்ளவழி

என பாரதி கல்விக்காக தீப்பந்தமேந்துவதும், அவன் வாரிசு பாரதிதாசன்.

கல்லாரைக் காணுங்கால்,
கல்வி நல்காக் கசடருக்குத் தூக்குமரம்
அங்கே உண்டாம்

என பல ஆண்டுகள் கழித்துச் சாபம் போடுவதும் எவ்வளவு ஆழமான பொருளுள்ளவை. ஊரில் கல்வி ஏன் இல்லை? மேல்

சாதிக்காரர் அனுமதிக்கவில்லை! கல்லாதவன் ஏன் இருக்கிறான், அவனைக் கற்க விடாமல் தடுக்கும் ஆதிக்க சாதிக்காரன் இருக்கிறான்!

இந்தச் சூழல், சுதந்திரம் பெற்றபோதும் மாறவில்லை.

இந்த நிலையில்தான் மக்களுக்கு முன்னால் பலதரப்பட்ட கட்சிகளுக்கு முன்னால், கல்விமான்களுக்கு முன்னால், சமுதாய அறிஞர்களுக்கு முன்னால், இந்தச் சட்டசபை அங்கத்தினர்களுக்கு முன்னால் சமர்ப்பிக்கப்படாமல் இப்படி ஒரேயடியாக [22] கல்வி அதிகாரிகள் மூலம் அரை நாள் கல்வித்திட்டம் கொண்டு வந்து, இருக்கின்ற வாய்ப்புக்கும் இடைஞ்சல் ஏற்படுத்தினார் மூதறிஞர் ராஜாஜி. அடுத்து வந்த காமராசா உலகோா வியககத தமிழநாட டின் கல்விக் கண்ணைத் திறந்தார்.

தனியார் பள்ளிகள் திறந்தால் சாதி மத பேதம் நுழைந்து, ஏழைக்கு வாய்ப்புகளைக் கெடுக்கும் என்று அஞ்சி, அவர் அரசு பள்ளிகளாக மாவட்டக் கழகம் மூலம் ஊர்தோறும் திறந்து

வீதிதோறும் இரண்டொரு பள்ளி,
நாடுமுற்றும் உள்ளன ஊர்கள்
நகர்களெங்கும் பலபல பள்ளி

என்ற பாரதியின் வரிகளுக்கு முதன்முதலாகச் செயல் வடிவம் தந்தார்.

தமிழர்களின் இந்த எரியும் பிரச்சனையைத் தீர்க்க முயன்றார் அடிகளார். "மக்கள் தொண்டே மகேசன் தொண்டு" என்ற கொள்கையில் உறுதியுடைய அவர், மக்கள் தொண்டு செய்வதற்காக அருள் நெறித்திருக் கூட்டத்தின் கிளையாக, அருள் நெறித் திருப்பணி மன்றம் என்ற அமைப்பை 10-6-65 ல் நிறுவினார். இம்மன்றத்தின் உதவியால் சிறந்த பண்பாட்டுப் பயிற்சியும், விஞ்ஞானக் கல்வியும் அளிக்கும் கீழ்க்கண்ட கல்வி நிறுவனங்கள் தொடங்கப்பட்டன்.

1. தெய்வசிகாமணி அருள்நெறி தொடக்கப்பள்ளி- குன்றக்குடி.

2. தருமைக் கயிலைக் குருமணி மேல்நிலைப் பள்ளி
   – குன்றக்குடி.

3. அறிஞர் அண்ணா சிறுவர் பள்ளி – குன்றக்குடி.

4. திருவள்ளுவர் அருள்நெறி நடுநிலைப்பள்ளி -
   தேவ கோட்டை.

5. வள்ளல்பாரி மேல்நிலைப்பள்ளி - பிரான்மலை.

6. திருவள்ளுவர் அருள்நெறி நடுநிலைப் பள்ளி –
   கொறுக்கை.

7. சரசுவதி தொடக்கப்பள்ளி – மலையான் குத்தகை.

8. அருள்நெறித் திருப்பணி மன்றம் உயர்நிலைப்
   பள்ளி—ஈரோடு.

9. அருள்நெறி தொடக்கப்பள்ளி—அம்மன்பேட்டை.

10. திருப்பதி அருள்நெறி மேல்நிலைப் பள்ளி –
    கள்ளிமந்தயம்.

11. கோமதி அருள்நெறி மகளிர் உயர்நிலைப் பள்ளி –
    களக்காடு.

12. பாலர் பள்ளி – களக்காடு.

13. அம்பேத்கர் தொடக்கப் பள்ளி – நாங்குநேரி.

14. அருள்நெறி இந்து நடுநிலைப்பள்ளி –
    திருமலையப்பபுரம்.

15. இந்து அருள்நெறி நடுநிலைப்பள்ளி—
    விசயஅச்சம்பாடு.

16. திருவள்ளுவர் கல்லூரி பொதிகையடி – பாவநாசம்.

17. திருவாதவூரர் திரு.வி.க. புண்ணிய விடுதி
    (சிறுவர்,சிறுமியர் விடுதி) – குன்றக்குடி.

அக்காலத் தமிழகத்தில் கிட்டத்தட்ட இது ஒரு கல்விப் புரட்சியே எனலாம். எல்லாக் குழந்தைகளும் எழுத்தறிவு பெற வேண்டும், உயர்கல்வி பெறும் வாய்ப்பு எல்லா மக்களுக்கும் சமமாகக் கிடைக்க வேண்டும் என்ற மிக உயர்ந்த லட்சியங்களைத் துணிச்சலோடு செயல்படுத்திக் கொண்டிருந்தார் கல்வி வள்ளல் காமராசர். வறிய குழந்தைகளுக்குப் பள்ளி களிலேயே இலவச உணவு வழங்கும் திட்டம் தொடங்கினார். காமராசரின் லட்சியங்களை நிறைவேற்றும் துடிப்பு மிக்கக் கல்வித் தளபதியாக அப்போதைய கல்வி இயக்குநர் நெ.து.சுந்தரவடிவேலு [23] செயல்பட்டுக் கொண்டிருந்தார்.

பெருகி வரும் பள்ளிகளின் தேவைகளை மக்களைக் கொண்டே பூர்த்தி செய்ய பள்ளிச் சீரமைப்பு மாநாடுகள் தமிழக மெங்கும் சிறப்பாக நடைபெற்றன. இந்த மாநாடுகள் வெறும் பேச்சு மாநாடுகள் அல்ல. பெற்றோரும் ஆசிரியர்களும் முயன்று பள்ளிகளுக்குத் தேவையான அறையணிகள், ஆய்வுக் கருவிகள்– இதர உபகரணங்கள் ஆகியவற்றை நன்கொடையாகப் பெற்று காட்சிக்கு வைக்கும் சாதனை மாநாடுகள். இம்மாநாடுகள் நடத்தித் தன் வட்டாரப் பள்ளிகளில் தன்னிறைவு ஏற்படுத்தும் முயற்சியில் ஊக்கமுடன் உழைத்தார் அடிகளார்.

ஆ.தெக்கூரில் நடந்த பிரம்மாண்டமான பள்ளிச் சீரமைப்பு மாநாட்டுக்கு நேருஜியை வரவழைக்க அடிகளார் முயற்சி எடுத்துக்கொண்டார். மாநாட்டுக்கு வரும் வழியில் நேருஜிக்கு குன்றக்குடி திருமடத்தில் சிறப்பான வரவேற்பு அளிக்கப்பட்டது.

தேசப்பற்று மிக்க அடிகளாருக்கு அன்று நேருஜியோடு ஏற்பட்ட உறவு பிற்காலத்தில் தொடர்ந்து நீடித்தது. அடிகளாரின் அரிஜன சேவையைப் பாராட்டும் வகையில் நேருஜி மத்திய சமூக நல வாரியத்தில் அடிகளாரை உறுப்பினராக்கினார். தேச, சர்வதேச விஷயங்களில் அடிகளார் ஒரு நேருவாதியாகவே இன்றும் இருந்து வருகிறார்.

5. இருட்டறைக்கு விளக்கு

பிறப்பால் அடிகளார் சைவவேளாளர் வகுப்பினர். தமிழகத்தின் வலுவான ஆதிக்கச் சாதிகளில் ஒன்று அது. அந்தணர்களுக்கு நிகரான, அல்லது ஒருபடி உயர்வான சாதி அது என்ற கருத்தும், அதை நிலைநிறுத்துவதற்கான போராட்டங்களும் பல நூற்றாண்டுகளாகவே தமிழகத்தில் உள்ளன. இது மட்டுமல்ல, அடிகளார் திருவண்ணாமலை ஆதீனத்தின் பீடாதிபதி. சைவப் பீடாதிபதி என்பவர் சிவத்தின் மானிட வடிவம் என்பது மரபு. இருந்தும் அடிகளார் ஒரு போதும் சாதிவேற்றுமை பாராட்டியதில்லை.

பிறப்பினால் வேறுபாடு என்ற மனு தருமத்துக்கு எதிராக, பிறப்பொக்கும் எல்லா உயிர்க்கும் என்ற தமிழ் மறைவாக்கே அடிகளாருக்கு வழிகாட்டி குடும்பச் சொத்தாகவே சுவீகரித்திருந்த இந்த மனநிலையை, அவர் சிறுவனாக இருந்தபோது விபுலானந்த அடிகள் தூண்டித் துலக்கினார். கடியாப்பட்டி சூ.பழநியப்பா இந்த உணர்வை வாழ்க்கைக் கண்ணோட்டமாக விரிவுபடுத்தினார். எனவேதான் 1952–ல் தன்னுடைய பட்டமேற்பு விழாவை சமபந்தி போஜன விழாவாகக் கொண்டாடினார் அடிகளார்.

பட்டமேற்ற அடிகளாரைக் கவுரவிக்கும் வகையில் மகேஸ்வர பூசை ஒன்று மயிலாடுதுறையில் ஏற்பாடாயிருந்தது. மகேஸ்வர பூசை என்பது திருமடங்களில் சிவனடியார்களுக்குச் செய்யும் விருந்து. முதலில் சிவனுக்கு உணவை அர்ப்பணம் பண்ணிவிட்டு, சிவனடியார்கள் ஒன்றாக இருந்து உண்ணுவது – இது திருமடங்களின் வழக்கம்.

சிவனடியார்கள் வழியை இதய சுத்தியுடன் பின்பற்றும் அடிகளார் பூசைக்காகத் தன் அருள்நெறித் திருக்கூட்ட இயக்கத்

தொண்டர்களுடன் போனார். பல சாதிகளைச் சேர்ந்தவர்கள் அவர்கள்.

அடிகளாருக்கு உரிய முறையில் வரவேற்பு அளிக்கப்பெற்றது. விருந்துக்காக இலைகள் போடப்பட்டன. முதன்மை விருந்தினரான அடிகளார் உரிய மரியாதையோடு அழைத்து உட்கார வைக்கப்பட்டார். பிற சாதித் தொண்டர்களுக்கு இலை போடாததை அடிகளார் கவனித்தார். அவர்களுக்கு ஏன் இலை போடவில்லை என்று கேட்டார். அவர்களுக்குத் தனியாகப் போடப்பட்டிருக்கிறது என்று பதில் வந்தது. தொண்டர்களுக்கு இல்லாத மகேஸ்வர பூசை தனக்கு வேண்டியதில்லை என்று அடிகளார் எழுந்து பெளியேறிவிட் டார். பூஜையை ஏற்பாடு செய்தவர்களுக்கு இது எத்தனை பெரிய அவமானமாகப் போயிருக்கும் என்பதும், எவ்வளவு பெரிய பகைமைக்கு இது இடமளித்திருக்கும் என்பதும் சொல்லித் தெரிய வேண்டியதில்லை. தான் பிறந்த சாதியையே அடிகளார் இதன் மூலம் இழந்தார். அடிகளாருக்கு எதிராகத் துர்ப்பிரச்சாரங்கள் கட்டவிழ்த்து விடப்பட்டன.

இந்த ஒரு சம்பவம் மட்டுமல்ல, அன்றாட வாழ்விலும் உள்ளும் புறமும் சாதி–வருண வித்தியாசம் பார்க்காதவராக இருந்து வருகிறார் அடிகளார். வெளியில் மட்டுமல்ல, மடத்தின் உள்ளேயும் அவரை எந்தச் சாதியினரும் நேரே சந்திக்கலாம். ஆசி பெறலாம். குன்றக்குடி மடத்தினுள்ளே அடிகளாரைத் தரிசிக்கச் செல்லுபவர்களிடம் சாதியோ, குலமோ, கோத்திரமோ கேட்டு அறியப்படுவதில்லை. மடத்தின் உள்ளேயே ஆதிதிராவிடர்களும் பணிபுரிகிறார்கள். அவர்கள் கையால் அடிகளார் தண்ணீர் வாங்கிக் குடிக்கிறார். தமிழகத் திருமட வரலாற்றில் ஒரு அற்புதம் இது. இம்மாதிரியான சாதீய சமத்துவநிலை தமிழகத்தில் வேறு எந்த அந்தணமடத்திலோ சைவமடத்திலோ இதர மடங்களிலோ இருப்பதாகத் தெரியவில்லை. வருணம், சாதி என்பன நம் தேசத்தில், மிக ஆழமாக வேர்விட்டு வளர்ந்துள்ள பரம்பரை நோய்கள். இவற்றில்

வருணம் அல்லது குலம் என்னும் நோய் மூத்தது. சிந்துகங்கை சமவெளிகளில் நஞ்சை விவசாயம் ஓங்கி வளர்ந்த பண்டைய காலத்தில் உருவானது இது. பிராமண உடைமையாளர்கள், சத்திரியக் காவலாளிகள், வைசியப் பரிவர்த்தனையாளர்கள், சூத்திர உழைப்பாளிகள் ஆகிய நாலு வகுப்பினரைக் கொண்டது.

தொடக்க காலத்தில் திறமைக்கும் ரசனைக்கும் தக்க யாரும் எந்தக் காலத்திலும் இருக்கலாம்—விலகிக் கொள்ளலாம்—திரும்பப் போகலாம் – என்ற திறந்த நிலையே இருந்தது. ஆனால் காலப்போக்கில் குலப் பிளவுகள் விரிவடைந்தன. ஒவ்வொரு குலமும் ஒரு தீவாயிற்று. ஒன்றோடொன்று கலக்க முடியாதபடி ஒவ்வொன்றும் இறுகி முடிக் கொண்டது. திறமை மற்றும் ரசனையால் அல்ல—பிறப்பினாலேயே குலம் தீர்மானிக்கப்பட்டது. படுபயங்கரமான சுரண்டலும் அடக்குமுறையும் சமுகத்தின் மீது திணிக்கப்பட்டன. குலக்கலப்பு தடை செய்யப்பட்டது. சூத்திரருக்குப் பூணூல் கிடையாது, இரு பிறப்பு கிடையாது, வேதம் கிடையாது, ஆன்மா கிடையாது, அவர்கள் தீண்டத்தகாதவர்கள் என்று வரையறுத்தது மனுஸ்மிருதி.

ஆனால் காலப் போக்கில் சூத்திரருக்குக் கீழே அடிமை வேலை செய்யும் ஐந்தாம் குலம் தோன்றிற்று. பஞ்சமர் என்பது இதன் பெயர். பெரும்பான்மை ஒடுக்கப்பட்ட மக்களைக் கொண்டது இது. பண்டைய சூத்திரர் சொத்து சுகம் சம்பாதித்து, மதிப்பு மரியாதை பெற்றதும், இவர்கள் தங்கள் மீது வருணாசிரமம் சுமத்தியிருந்த இழிவுகளையெல்லாம் இந்தப் பஞ்சமர் மீது சுமத்தினர். பெரும்பாலும் பஞ்சமர்களே இந்தியாவில் இன்றும் விடுதலை பெறாதவர்கள். இவர்களை அடக்கி ஒடுக்கி அட்டைபோல் உறிஞ்சுவோர் பெரும்பாலும் இன்றைய சூத்திரரே!

ஜாதி பிந்தியது, அதுவும் கூடத் தொழில் அடிப்படையாகத் தோன்றியதுதான். ஒவ்வொரு வருணத்திலும் அல்லது குலத்திலும் நூற்றுக்கணக்கான சாதிகள் அடைபட்டுக்

கிடக்கின்றன. வருண ஏற்றத் தாழ்வுகளின் பாதிப்பால் ஒரே வருணத்தைச் சார்ந்த ஜாதிகளுக்குள்ளும் நான் உசத்தி, நீ தாழ்த்தி என்ற மனப்போக்கு ஆழமாக உள்ளது. இந்த உயர்வு தாழ்வு மனப்போக்குகள் பரம்பரை பரம்பரையாகக் கைமாற்றப் படுகின்றன.

இந்திய சமூகத்தைப் பிடித்துள்ள பெருநோய்கள் இவை. கிராமப்புறங்களிலுள்ள சுரண்டல், அடக்குமுறை, கொலைகள், கற்பழிப்பு, தீ வைப்பு போன்ற பல அநீதிகள் பெரும்பாலும் இந்த நோய்களின் வெளிப்பாடுகளே.

இந்த விதமான ஏற்றத்தாழ்வு மிக்க குலம் மற்றும் சாதிப் பிரிவுகள் பண்டைய தமிழகத்துக்கு அந்நியமானவை. வடக்கிலிருந்து தமிழ் மக்கள் மீது திணிக்கப்பட்டவை. இந்தத் திணிப்புக்கு எதிரான போராட்டமும் திணிப்புக் காலத்திலிருந்தே தமிழகத்தில் தொடங்கிவிட்டது எனலாம். பிறப்பினால் வேறுபாடு என்கிறது கீதை. திட்டமிட்டே நாலு குலம் படைக்கப்பட்டது என்கிறது மனு தருமம். இந்தக் கருத்துக்களை தமிழ் ஞானிகள் ஆரம்ப முதலே எதிர்த்து வந்திருக்கிறார்கள். "பிறப்பொக்கும் எல்லா உயிர்க்கும்" என்று இந்து சனாதன தர்மத்தின் அடிப்படையையே தகர்க்கிறார் வள்ளுவ மாமுனிவர். "ஒன்றே குலம்" என்று நாற்குலத்துக்கு எதிராகப் போர்க்குரல் கொடுக்கிறார் திருமூலர். சாதி இரணடொழிய வேறில்லை என்று விளக்கம் தருகிறார் தமிழ் மூதாட்டி ஔவையார். "குலம் ஒன்றாய் நீ படைத்த குறியை அறியாமல்" என்று பட்டினத்தார் இறைவன் எல்லோரையலத்தினராகப் படைத்ததை வற்புறுத்துகிறார்.

சாதி பேதம் தனைக் குறித்து
தயங்கி மயங்கித் தளராதே
சாதியாவதார் அறிவார்
சர்வ உடலும் ஒன்றாச்சே

என்கிறது சிவானந்த போதம்.

வர்ணாசிரமமென்னும்
மயக்கம் சாய்ந்தது,

என்கிறார் ராமலிங்க வள்ளல்.

அனைத்து மக்கள் பேரிலும் உள்ள பெருங்கருணையால் ராமானுஜர் தன் உயர்வுக்காகக் கற்றுக் கொண்ட நாராயண மந்திரத்தைத் திருக்கோஷ்டியூர் கோபுரத்தின்மீது ஏறி நின்று பஞ்சமருக்கும் பறை சாற்றி, அதற்காக நரகம் போகவும் துணிந்தார்.

இந்த நீண்ட நெடிய முற்போக்குப் பாரம்பரியத்தின் இன்றைய தனிப்பெரும் வாரிசாக விளங்குகிறார் நம் அடிகளார்.

அடிகளாரின் இந்தப் போக்கின் காரணமாக அருள் நெறித் திருக் கூட்டத்தில் சமய நம்பிக்கையுள்ள, ஆனால் சாதி-வருண ஏற்றத்தாழ்வில் நம்பிக்கையில்லாத, முற்போக்காளர்கள் ஏராளமானோர் சேர்ந்தார்கள். சாதி ஏற்றத்தாழ்வுகளை ஒழிப்பது பெரியாரின் வேலை மட்டுமல்ல, அருள்நெறித் திருக்கூட்டத்தின் வேலையும்தான், மூட நம்பிக்கைகள், ஏற்றத்தாழ்வுகள் அற்ற சமயத்தை உருவாக்குவதே நம் லட்சியம், இந்த வகையில் பெரியாரோடு சமரசம் காணமுடியுமானால் அது சமூகத்துக்கு நல்லதே என்று கருதினார்கள் இவர்கள்.

அருள்நெறித் திருக்கூட்டத்தின் இலட்சியமும் தமிழின முன்னேற்றம்தான். திராவிடர் கழக இலட்சியமும் தமிழின முன்னேற்றம்தான். ஆனால் ஆத்திகம் நாத்திகம் என்ற எதிர் நிலைகளைத் தீவிரமாக எடுக்கின்ற ஒரே காரணத்தால் இவை ஒன்றோடொன்று போரிட்டுத் தங்கள் ஆற்றல்களை வீணாக்கிக் கொண்டிருக்கின்றனவே? இதனால் பாதிக்கப்படுவது தமிழர் நலம்தானே? இந்த மோதல் நிற்கவில்லையென்றால் இது தமிழின மேம்பாட்டுக்குத்தானே கேடு? அடிகளார் ஆத்திகராயிருந்தும் சமூக விஷயங்களில் முற்போக்கானவராயிருப்பதால், அவரைச் சமுதாயச் சீர்திருத்தப் பணிகளுக்குப் பயன்படுத்துவது

திராவிட இயக்கத்தின் கடமை அல்லவா? நிதானச் சிந்தனை யுள்ள திராவிடர் கழகத்தினர் மத்தியில் இம்மாதிரிக் கவலை ஏற்பட்டது.

அடிகளாரும் பெரியாரும் சந்தித்துப் பேசி ஏதாவது ஒரு வகையில் சமரசம் கண்டால், அது தமிழினத்துக்கு நல்லது என்ற எண்ணம் இரண்டு பக்கமும் படிப்படியாக வளர்ந்து வலுப்பெற்றது.

"அடிகளார்—பெரியார்" கூட்டத்தினரின் இந்தக் கருத்திணக் கத்துக்கு முன்னோடியாகச் சில சம்பவங்கள் நடந்தன. தமிழ்க் கோயில்களில் அர்ச்சனைகள் வடமொழியில் இல்லாமல் தமிழிலேயே நடைபெறவேண்டும் என்று அடிகளார் 1953—லேயே — அதாவது திருமடப் பொறுப்பேற்ற மறு ஆண்டிலேயே கோரிக்கை எழுப்பினார். தன் கோரிக்கையை அவர் 1954—ல் புதுப்பித்தபோது, "அடிகளாரின் வடமொழி விரட்டல் பாராட் டுக்குரியது" என்று விடுதலை ஏட்டில் 28—6—54 —ல் பெரியார் உற்சாகமாகத் தலையங்கம் தீட்டினார்.[24]

30—11—54 காமராசர் அரசு பெருங்கோயில்களின் அறங்காவலர்க் குழுவில் தாழ்த்தப்பட்ட வகுப்பினரையும் சேர்த்துக் கொள்ளலாம் என்று சட்டமியற்றியதைப் பெரியாரும், அடிகளாரும் பாராட்டினர்[25].

இவ்வாறு நெருங்கி வந்து கொண்டிருந்த இருவரையும் தனியாகச் சந்தித்து பேசவைக்க இருபக்கத்தினரும் பெரு முயற்சி எடுத்துக் கொண்டனர். இதன் விளைவாக 56—ல் அடிகளாரும் பெரியாரும் ஈரோடு சென்னியப்ப முதலியார் வீட்டில் ரகசியமாகச் சந்தித்தனர். தனிமையில் மிக நீண்ட நேரம் உரையாடினர். இருவருக்கும் இடையில் ஒரு பொதுவான கருத்து உருவாயிற்று. அடிகளார் பெரியார் இருவருடைய லட்சியமுமே, தமிழக முன்னேற்றம். எனவே சாதி ஒழிப்பு, மொழி விடுதலை, இன முன்னேற்றம் ஆகிய விஷயங்களில் இருவருக்கும் கருத்து

மாறுபாடு இல்லை. அடிகளார் சமயம் சார்ந்த புரட்சி செய்வது, பெரியார் சமூகம் சார்ந்த புரட்சி செய்வது. மற்றபடி அவரவர் போக்கில் அவரவர் செயல்படுவது என்ற வகையில் ஒருவித வேலைப் பிரிவினை இருவருக்குமிடையில் ஏற்பட்டது.[26]

இந்தச் சந்திப்பைத் தொடர்ந்து, 1956-ல் திருச்சி-பொன்மலையில் நடந்த பெரியாரின் 78-வது பிறந்த நாள் விழாவுக்கு அடிகளார் தலைமை தாங்கினார். "பெரியார் நாம் பெற்ற அருஞ்செல்வம்" என்று பாராட்டி, அவருக்குப் பொன்னாடை போர்த்தினார்.

லட்சக்கணக்கான நாத்திகர்கள் கூடியிருந்த அந்தப் பொதுக் கூட்டத்தில், முதலில் பேசிய தி.பொ.வேதாசலம். எம்.ஆர்.ராதா ஆகியோர் ஆத்திகத்தை மிகக் கடுமையாகத் தாக்கினர். உருவ வழிபாட்டைக் கேலி செய்தனர். சாமிக்கு வடை பாயசம் தேவையா, கலியாணம் தேவையா என்றெல்லாம் கேட்டுக் கூட்டத்தினரைக் குலுங்கிக் கொந்தளிக்க வைத்தனர்.

அப்படிக் கொந்தளித்துக் கொண்டிருந்த அந்தக் கருங்கடலைத் தன் பேச்சால்-ஆற்றல் மிக்கக் கருத்து வீச்சால் - வசப்படுத்தினார் அடிகளார். அவர் சொன்னார் :

"நான் பெரியாரை வாழ்த்த வந்திருக்கிறேன். பெரியார் செய்த 50 ஆண்டு காலச் சேவையைப் பாராட்ட வந்திருக்கிறேன். விவாதத்துக்குரிய எதையும் பேசவரவில்லை. நண்பர் வேதாசலமும், ராதாவும் உருவ வழிபாடு பற்றிப் பேசினார்கள். சைவ மடத்தின் தலைவராக இருப்பதாலும், உருவ வழிபாட்டைப் பின்பற்றி வருவதாலும், அதற்கு மட்டும் சிறிது விளக்கம் தந்து, நண்பர்களைத் தெளிவுபடுத்த எண்ணுகிறேன்.

பெரியார் அவர்கள் தமிழ் மக்களின் அன்பைப் பெற்றவர்கள். தமிழர்கள் அவரை நேசிக்கிறார்கள். அவருடைய இருப்பிடம் திருச்சி - புத்தூர்தான். சென்னையிலோ, நெல்லையிலோ இல்லை. ஆனால் தமிழ்நாடு பூராவும்,

பலருடைய உள்ளத்தில் அவர் இருப்பதால், அவருடைய படத்தையோ, சிறிய உருவத்தையோ வைத்து, மரியாதை செய்கிறார்கள்.

அதுபோல்தான், கடவுள் நம்பிக்கை வளர்ந்த பிறகு, தாங்கள் விரும்பும் தெய்வத்தை, அந்தந்த நாகரிகம் - பண்பாடு வளர்ச்சிக்குத் தக்கபடி, உருவத்தை அமைத்துக் கொண்டிருக்கிறார்கள். குறிப்பிட்ட நம்பிக்கையுடன் வழிபட, ஒரு குறிப்பிட்ட வடிவம் தேவை என்று வைத்திருக்கிறார்கள். எகிப்தில் பார்த்தால், அவர்கள் வழிபடும் விக்கிரகம் வெறும் கல்லாகவே உள்ளது. கிரேக்கத்தில் கூட தமிழ் நாட்டைப்போல் அழகுள்ள சிற்பங்கள் இல்லை. தமிழர் நாகரிகத்திலும் சிற்பத்திலும் வல்லுனராக இருந்ததால், தங்கள் உருவச் சிலைகளைத் தங்கள் மன வளர்ச்சிக்குத் தக்கவாறு அமைத்துக் கொண்டார்கள். சிலையை அவர்கள் தாங்கள் கொண்ட கொள்கைக்கு உருவமாக வைத்திருக்கிறார்களே தவிர, சிலையைக் கடவுள் என்று நினைப்பதில்லை.

ஆனால் வழிபட ஒரு குறி வேண்டும். அந்த குறியைத்தான் சிலையாக உருவாக்கிக் கொண்டார்கள். அந்தக் குறிக்கு முக்கியத்துவம் கொடுக்க வேண்டாம். அலட்சியமும் படுத்த வேண்டாம்"

கூட்டத்தில் எழுந்த கைதட்டல் அடங்க நேரமாயிற்று [27].

இறுதியில் பேசிய பெரியார் தன் தோழர்களைக் கடுமையாகக் கண்டித்தார்.

"ஒரு மடாதிபதி- தமிழன்- தைரியமாகப் பார்ப்பனர்களை எதிர்த்து- பத்திரிகைகளை எதிர்த்து - இங்கே வந்திருக்கிறார் என்றால் அதைப் பாராட்ட வேண்டாமா? " என்கிறார்.

தன் நாத்திகவாதத்துக்கு அந்த மேடையில் இப்படி விளக்கம் தந்தார் அவர்.

"மக்களுக்கு ஆத்திகம் - நாத்திகம் என்பதற்குப் பொருள் தெரிவதே இல்லை. நாத்திகன் என்றால் கடவுள் இல்லை என்று சொல்பவனும் அல்ல, இருக்கிறது என்று ஒப்புக் கொள்பவனும் அல்ல. என்னால், கடவுள் என்பது என்ன? அது எப்படிப்பட்டது? என்பதை இன்றளவும் தெரிந்து கொள்ள முடியவில்லை. நான் கண்டிப்பதெல்லாம் கடவுளைப் பற்றிய செய்திகளையே. யார் ஒருவன் பார்ப்பன ஆதாரங்களில் கை வைக்கிறானோ அவனுக்குத்தான் நாத்திகப் பட்டம் சூட்டியிருக்கிறார்கள்"[28]

பிறந்த நாள் விழா மேடையில் தொடங்கிய வழிபாடு பற்றிய விவாதத்தை அடிகளார் அத்தோடு விட்டுவிட விரும்பவில்லை, அதைத் தொடர்வதற்காகத் திருச்சி- பெரியார் வீட்டுக்கே தன் நண்பரும் தினமணி நிருபருமான தேவகோட்டை வி. கிருஷ்ண மூர்த்தியுடன் சென்றார். வாசலில் அடிகளாரை மாலையிட்டு வரவேற்று, இருவரையும் உள்ளே அழைத்துச் சென்றார் பெரியார். சிற்றுண்டி அளித்து அவர்களை உபசரித்தார்.

இந்து மதத்தில் பெரியார் எதையெல்லாம் ஒத்துக் கொள்ளுகிறார் -எதை எதை ஒத்துக் கொள்ளவில்லை -என்பது பற்றிய உரையாடல் தொடங்கிற்று. முதல் அம்சம் விக்கிர ஆராதனை.

அடிகளார் :- பெரியாரே மடத்துக்கு வருகிறீர்கள், போன பிறகு உங்கள் பிறந்த நாள் கொண்டாடுவதற்கு எங்களுக்கு ஆசை. அதற்காக உங்கள் புகைப்படத்தை மாட்டுகிறோம் அன்பர்களுக்கு மிட்டாய் கொடுக்கிறோம் சரிதானா?

பெரியார்: சரிதான்

அடிகளார்: படத்தில் மாலை மாட்டுவது சிரமம். சிலை ஒன்று செய்கிறோம். அதை வைத்து விழா எடுக்கிறோம். இது சரியா?

பெரியார் : — சரிதான்

அடிகளார் : — இதுதானே கோயிலில் நடக்கிறது

பெரியார் : — அதுக்காக, பாப்பானுக திங்கிறதா?

அடிகளார் : — ஆடம்பரம் வேண்டாம் என்று நீங்கள் சொல்லுகிறது சரியே.

பெரியாருக்குக் கோபம் வந்துவிடுகிறது. " என்னைக் கார்ணர் பண்ணுகிறீர்கள்" என்று சொல்லிவிட்டு, எழுந்து உள்ளே போய்விட்டார்.

மணியம்மையார் வந்து அடிகளாரிடம், "அய்யாவுக்கு வயசாச்சுது. கோபம் வருது. பொறுத்திருங்க, வருவாங்க" என்றார். அடிகளாரும் கிருஷ்ணமூர்த்தியும் காத்திருந்தார்கள்.

அம்மையார் சொன்னபடி, சிறிது நேரத்தில் பெரியார் திரும்பி வந்துவிட்டார்.

" அம்பேத்கார் நெனச்சார், ராஜாஜி நெனச்சார், இந்து மதத்தச் சீர்திருத்த முடியல்ல. அடிகளாராலா முடியப்போகுது ? பேச்சு முறிஞ்சிது"[29] என்றார்.

அந்தப் பேச்சு அதோடு முறிந்தது. ஆனால் அடிகளாருக்கும் பெரியாருக்கும் இடையே மலர்ந்த அபூர்வமான நட்பும் அந்த நட்பின் கனிகளான தமிழினத் தொண்டுகளும், இன்றும் தொடர்ந்து கொண்டிருக்கின்றன.

அடிகளார்—பெரியார் சங்கமம் அருள்நெறித் திருக்கூட்டத்தில் பெரும் பிளவை ஏற்படுத்திற்று. சா.கணேசன், ஈரோடு மீனாட்சி சுந்தர முதலியார், கும்பகோணம் சுந்தரேசச் செட்டியார் போன்ற பழுத்த ஆத்திகர்களின் கோஷ்டி அருள்நெறித்

திருக்கூட்டத்திலிருந்து விலகிற்று. இதுவரை அடிகளாரைப் பாராட்டிப் பத்திபத்தியாக எழுதிய பிரபல தமிழகப் பத்திரிகைகள் அடிகளாரைத் தூற்றத் தொடங்கின. அடிகளார் கலங்கவுமில்லை. பின்வாங்கவுமில்லை. பெரியாரை ஆதரிக்க வேண்டிய நேரத்தில் ஆதரித்தும், எதிர்க்க வேண்டிய நேரத்தில் எதிர்த்தும் இந்த நட்பை பெரியாரின் இறுதி காலம் வரை மட்டுமல்ல, இன்று வரை பேணி வருகிறார்.

அதற்காக அடிகளார் தன் கொள்கை நிலையை ஒருபோதும் விட்டுக் கொடுக்கவில்லை. 21-7-56 அன்று திருச்சியில் ராமன் பட எரிப்புப் போராட்டத்தை பெரியார் அறிவித்தபோது அடிகளார் அதைக் கண்டித்தார். போராட்டத்தைக் கைவிடுமாறு பெரியாரை வேண்டினார். அதுபோலவே பெரியாரின் கருவறை நுழைவுப் போராட்டத்தையும் அடிகளார் அங்கீகரிக்கவில்லை.

பொன்மலை விழாவைத் தொடர்ந்து பெரியார் குன்றக்குடி திருமடத்துக்கு வருகை தந்தார் [30]. அடிகளார் அவரை பூரண கும்ப மரியாதையுடன் வரவேற்று உபசரித்தார். அப்போது அவர் நெற்றியில் ஆதீனத்தைச் சேர்ந்தவர்கள் விபூதி பூசினர். பெரியார் அதை பவ்வியமாக ஏற்றுக் கொண்டார். இதுபற்றி பெரியாரின் தோழர்கள் பின்னால் பெரியாரிடம் குறைபட்டுக் கொண்ட போது பெரியார் சொன்னாராம் : "நான் எங்கே பூசிக் கொண்டேன்? அடிகளார் பூசிவிட்டார். அவ்வளவு பெரியவர் இதை எனக்குச் செய்யும் மரியாதையாகக் கருதுகிறார். அந்த நேரத்தில் நான் தலையைத் திருப்பிக்கொள்ளுவது அவரை அவமதிப்பது போல் ஆகாதா?" பெரியாரிடம் பகுத்தறிவுவாதிகள் கற்றுக் கொள்ளவேண்டிய முக்கியமான பாடங்களில் ஒன்று இந்த நயத்தக்க நாகரிகம்!

ஆனால் திருமடத்தில் பேசும்போது பெரியார் தனக்கே உரிய பாணியில் சமயத்தின் மூடத்தனத்தை இடித்துரைத்தார்.

" மிருகப் பண்புகளே நமக்குத் தெய்வீகப் பண்புகளாய் ஆயின. கடவுள், சமயம், பார்ப்பான் முதலியவற்றால் மனிதனுக்கோ, சமுதாயத்துக்கோ தேவையில்லாதவைகளே கடமைகள் ஆக்கப்பட்டன. மனிதனை மனிதன் இம்சிப்பது, வஞ்சிப்பது போன்ற துஷ்ட மிருகங்களின் குணமே தெய்வீகக் குணங்களாக அமைந்துவிட்டது. அயோக்கியர்களுக்கும் துரோகிகளுக்கும் அரசியலில் முதலிடம் கிடைப்பதுபோல, கடவுள் சமயத்துறையிலும் ஆகி, ஒழுக்கக்கேடு மலிந்துவிட்டது. இதற்கு ஏதாவது பரிகாரம் தேடவேண்டுமானால் கடவுளும் சமயமும் பயன்படாது, ஒழுக்கமும் அன்பும் இல்லையானால் மனித சமுதாயமே வேண்டாம் என்று தோன்றுகிறது [31] என்றார்.

ஆனாலும் பெரியாரின் சாதி எதிர்ப்பு என்பது நடைமுறையில் பிராமண எதிர்ப்பு என்ற அளவிலேயே சுருங்கிப் போய்விட்டது. சாதி வெறி எந்த ஒரு சாதிக்கும் தனியுடைமையல்ல. இது இந்தியச் சாதிகள் அத்தனைக்கும் பொது உடைமை. உதாரணமாக சைவர்களின் சாதி வெறியையும் இதனால் இந்து சமூகத்தில் ஏற்பட்டு வந்த சிதைவையும் மிகக் கோபத்தோடு 1920 லேயே குறிப்பிடுகிறார் மறைமலையடிகள்.

" ஈழக்குலச் சான்றோராகிய ஏனாதி நாயனாரையும், பறைக்குடியினரான நந்தனாரையும், பாணர்குடியினரான திருநீலகண்ட யாழ்ப்பாணரையும், செம்படவர் குடியினரான அதிபத்தரையும், குயவர் குடியிற் பிறந்த திருநீலகண்டரையும், வேடர் குடிப்பிறந்த கண்ணப்பரையும், வண்ணார் குடிப்பிறந்த திருக்குறிப்புத் தொண்டரையும், எண்ணெய் விற்கும் வாணிகர் குடிப்பிறந்த கலியனாரையும் [32] வணங்கி அவர்களைக் கோயிலினுள் நுழைய இடங்கொடுத்த மட்டில் அமையாது, அவர்களையெல்லாம் ஏனைய நாயன்மார் திருவுருவங்களோடு உடன் வைத்து, அறுபத்து மூவராக ஒவ்வொரு சிவபிரான் திருக்கோயிலிலும் ஒவ்வொரு நாளும் வழிபாடு செய்து வருகவென கட்டளையிட்டிருக்கின்றனரல்லரோ? அக்கட்டளைப்படியே அந்நாயன்மார்கட்கு நாள் வழிபாடும்,

ஆண்டு விழாவும், ஒவ்வொரு திருக்கோயில்களிலுந் தொன்றுதொட்டுச் செய்யப்பட்டு வருதலைப் போலிச் சைவர்கள் பார்த்ததில்லையா? இழிந்த சாதியராகக் கருதப்பட்ட நாயன்மார்கள் சிவபிரானோடு ஒப்பக் கோயில்கள்தோறும் வைத்து வணங்கப்பட்டு வருகையில், அந்நாயன்மார் மரபிற்பிறக்குந் தவம் உடைய சான்றோர் பறையர், செம்படவர், வண்ணார், எண்ணெய் வாணிகர் என்போரைத் தென்னாட்டுச் சிவபிரான் திருக்கோயில்களில் நுழையவிடாத போலிச் சைவரில் புல்லறிவினுந் தலையெடுப்பினுங் கொடிய வேறுண்டோ கூறுமின்கள்! இவர்களுடைய இக்கொடுமைக்கு அஞ்சியன்றோ திருநெல்வேலி மாகாணத்திலுள்ள தாழ்த்தப்பட்ட சாதியரில் எண்ணற்றோர் கிறித்துமதம் புகுந்தனர். இன்னும் புகுகின்றனர்[33]

இவ்வாறு சகல ஜாதிகளிலுமுள்ள சாதி வெறியர்களுக்கு எதிராக நடத்தவேண்டிய போராட்டத்தை பிராமணருக்கு எதிரான போராட்டமாகச் சுருக்கி, மற்றவர்களைத் தப்பிப்போக விட்டது ஜாதிக் கொடுமைகள் மறையாமல் இன்றும் கொழுந்துவிட்டு எரிவதற்கு வழி செய்துவிட்டது. சூத்திர இனமானம் பேசுவது இன்று போலியானது. நிஜமான இனமானத்துக்குத் துரோகமிழைப்பது. சாதிவெறி என்பது ஒரு பொது நோய். தொட்டவரையெல்லாம் ஒட்டிக் கொள்ளும் சமூக எய்ட்ஸ். அதை ஒழிக்க பிராமணரிலிருந்து சக்கிலியர் வரை அத்தனை சாதியிலுமுள்ள முற்போக்காளர்களைத் திரட்டி, ஒருமுகப்படுத்திப் போராட்டம் நடத்த வேண்டியது காலத்தின் கட்டாயம்.

அடிகளார் பார்ப்பனரை எதிர்க்கவில்லை. ஒட்டு மொத்தமாகச் சாதீய ஏற்றத்தாழ்வை எதிர்க்கிறார். அவர் சொல்லுகிறார் :

" சமய வழிப்பட்ட தமிழர் சமுதாயத்தில் பிறப்பினால் அமைந்த சாதி வேறுபாடுகள் இருந்ததில்லை. தொழிலால்

அமைந்த வேறுபாடுகள் இருந்தன. ஆயினும் தமிழகத்தில் அயல் வழக்கு நுழைவதற்கு முன் தீண்டாமை இருந்ததில்லை. தீண்டாமை தமிழ்ச் சமுதாயத்தில் ஊடுருவிய காலந்தொட்டு, அதனை அகற்ற அவ்வப்போது போராட்டம் நிகழ்ந்து வந்திருக்கிறது. ஆயினும் நலன்களின் அடிப்படையில், தீண்டாமை இன்னும் முற்றாக அகலவில்லை".

"தீண்டாமை நமது சமயத்துக்கு ஒரு கறை. நமது சமுதாயத்துக்கு ஒரு சாபக்கேடு. தீண்டாமையை ஒரு சாரம் கட்டி நிலைநிறுத்த விரும்புவாரை அப்பர் அடிகள் சாடுகிறார்:

சங்கநிதி பதுமநிதி இரண்டும் தந்து
தரணியொடு வானாளும் தருவாரேனும்
மங்குவார் அவர் செல்வம் மதிப்போம் அல்லோம்
மாதேவர்க் கேகத்தார் அல்லாராயின்
அங்கமெலாம் குறைந்து அழுகு தொழு நோயாராய்
ஆவுரித்துத் தின்றுழலும் புலையரேனும்
கங்கைவார் சடைக்கரந்தார்க்கு அன்பராகில்
அவர் கண்டீர்யாம் வணங்கும் கடவுளாரே.

என்று அப்பர் காட்டும் வழியே வழி என்கிறார் அவர். உண்மையான சைவ மரபில் சாதி வேற்றுமை இல்லை என்பது அடிகளார் முடிவு. அவர் மேலும் சொல்லுகிறார் :

சைவ வேளாளர் திருமரபில் தோன்றிய மெய்கண்ட தேவரை ஞானாசிரியராக ஆதிசைவர் மரபில் தோன்றிய அருணந்தி சிவாச்சாரியார் ஏற்றுக்கொண்டார். பெற்றான்சாம்பானுக்கு உமாபதி சிவத்தின் மூலம் தீக்கை அளிக்கச் செய்து, இன்ப அன்பினை இறைவன் வழங்கினான் என்றால், சித்தாந்தச் செந்நெறிக்குச் சாதி ஏது? குலம் ஏது? கோத்திரம் ஏது? சிவநெறி நிற்பவர் எல்லாம் நம்மவரே என்ற பெருநெறி பற்றி ஒழுகுதலே சித்தாந்தச் செந்நெறியின் சமுதாய வாழ்க்கை நெறி[34].

சாதியோ, இனமோ, வருணமோ, ஆதிக்க நிலை எடுக்கும்பொழுது அடிகளார் அதை எதிர்க்கிறார். மற்றபடி எந்தச் சாதிக்கும் எதிராக அவர் இருப்பதில்லை.

இலங்கை அன்பர்களின் அழைப்பின் பேரில் 1968 டிசம்பரில் அடிகளார் இலங்கை சென்றார். அங்கே அருள்நெறித்திருக்கூட்ட நிகழ்ச்சிகளில் கலந்துகொண்டார். யாழ்ப்பாணச் சைவர்கள் தாங்கள் மேல்சாதிக்காரர்கள் என்பதில் பிடிப்பு அதிகம் உள்ளவர்கள். இங்குள்ள மேல்சாதிக்காரர்களைப் போல், அவர்களும் கீழ்ச்சாதிக்காரர்களைத் தங்கள் கோயில்களுக்குள் போக விடுவதில்லை. குன்றக்குடி மடம் ஒரு சைவ மடம் என்பதால் அடிகளாரோடு அவர்கள் நெருக்கமான தொடர்பு கொண்டிருந்தார்கள்.

யாழ்ப்பாணச் சைவக் கோயில்களில் கீழ்ச்சாதிக்காரர்கள் அனுமதிக்கப்படுவதில்லை என்று அறிந்த அடிகளார் ஒரு கோயில் முன்னே உண்ணாவிரதம் இருந்தார். கீழ்ச்சாதிக்காரர்களை நுழைய விடுவோம் என்று கோயில் தருமகர்த்தாக்கள் உறுதி சொன்ன பின்னரே அடிகளார் உண்ணாவிரதத்தைக் கை விட்டார். "நீங்கள் உங்களைச் சைவர்கள் என்று சொல்லிக் கொள்ளுகிறீர்கள். ஆவுரித்துத் தின்றுழலும் புலையரேனும் அவர் கண்டீர் யாம் வணங்கும் கடவுளாரே என்று தத்துவம் பேசுவது அல்லவா சைவம்! இந்தச் சைவ நெறியை எதிர்க்கிறீர்களே" என்று அவர்களுக்கு அறிவுரை சொன்னார் அடிகளார்.

1971 நவம்பரில் துறையூர் வட்ட அருள் நெறித் திருக்கூட்ட மாநாடு முசிறியில் நடந்தது. மாநாட்டில் தீண்டாமை, மற்றும் சாதீய ஏற்றத் தாழவுகளை எதிர்த்து அடிகளார் காரசாரமாக உரையாற்றிக் கொண்டிருந்தார். அன்பர் கூட்டத்திலிருந்து அவருக்கு ஒரு சீட்டு அனுப்பப்பட்டது. "கீதையின் சாரமான வருணாசிரம தருமத்தை இந்துவாகிய நீங்கள் எதிர்க்கலாமா? கீதையை மீறலாமா?" என்று அந்தக் குறிப்பில் இருந்தது.

அடிகளார் அருமையாகப் பதில் சொன்னார் : நான்

நடக்கிறானா? பிராமணன் பிராமணத் தொழிலை மட்டும் செய்யட்டும் (வேதம் ஓதுதல்). மற்றவர்கள் தொழிலைச் செய்வார்கள். பிராமணன், சத்திரிய, வைசிய, சூத்திரர் தொழில்களை ஆக்கிரமிக்கும்போது பிராமணன் அல்லாதார் மட்டும் பிராமணத் தொழிலை ஆக்கிரமிக்கக் கூடாதா? பழமையைக் கனவென மற. புதிய உலகத்துக்குத் தக்கவாறு நட, கலெக்டர் மகன் கலெக்டராகப் பிறப்பதில்லை. மருத்துவர் மகன் மருத்துவராகப் பிறப்பதில்லை. ஆசிரியர் மகன் ஆசிரியராகப் பிறப்பதில்லை. அர்ச்சகர் மகன் மட்டும் அர்ச்சகராகப் பிறந்துவிடுகிறானோ? நீங்கள் அர்ச்சனை மட்டுமா செய்கிறீர்கள்? சத்திரிய, வைசிய, பஞ்சம உரிமைகளில் கைவைக்கவில்லையா உங்களுக்கு ஒரு நியாயம் பிறருக்கு ஒரு நியாயமா? அசிங்கப்படுத்தப்பட்டவர்கள் மேலே வரவேண்டும். ஏழையாய் இருப்பது கூடப் பாவம் இல்லை. ஏழையை அவமானப்படுத்துவதே பெரும்பாவம். மனித மதிப்பே ஆகப் பெரியது என்றான் மார்க்ஸ். அரிது அரிது மானிடராய்ப் பிறப்பது அரிது என்றார் ஔவை. அந்தணராய்ப் பிறப்பது அரிது என்று அவர் சொல்லவில்லை. பிறப்பொக்கும் எல்லா உயிர்க்கும் என்றார் வள்ளுவர். இதுவே இந்து மதத்தின் உயிர் நிலை".

சைவ சமயத்தினுள்ளேயும் இந்தச் சாதி வெறி நுழைந்து விட்டதை அடிகளார் சுட்டிக்காட்டுகிறார். அவர் சொல்லுகிறார்:

அப்பர் சைவக் குரவர்களில் மூத்தவர். ஆயினும் அவர் பாடல்கள் சைவத் திருமுறைகளில் 4,5,6 ஆம் திருமுறைகளாகவே அடுக்கப்பட்டுள்ளன. இதன் காரணம் என்ன? அப்பர் சைவ வேளாளர் குலத்தில் தோன்றியவர். அதனாலேயே அவர் பிற அந்தண சைவக் குரவர் மரபில் தாழ்த்தி வைக்கப்படுகிறார். அவர் கேட்கிறார்: சாத்திரம் பலபேசும் சழக்கர்காள் "கோத்திரமும் குலமுங்கொண்டு என்செய்குவீர்" இந்த வேகத்தில்தான் அவர் "ஆவுரித்துத் தின்றுழலும்" புலையரையும் கடவுளாகக் காணுகிறார்.

1973 அக்டோபர் 6,7 தேதிகளில் திருச்சியில் நடந்த தெயவீகப் பேரவை 2-வது மாநில மாநாட்டில் "சாதிய ஏற்றத் தாழ்வுகளை ஒழிக்க தெய்வீகப் பேரவை போராட வேண்டும்" என்று தீர்மானம் நிறைவேற்றியது.

1983 ஆகஸ்ட் 25-ல் குன்றக்குடியில் நடைபெற்ற முகவை மாவட்டச் சமய வளர்ச்சி மாநாட்டில் சாதி ஒழிப்புக்கான 5 கட்டளைகளைத் தருகிறார் அடிகளார்.

1. சாதியைப் பற்றி நினைக்காதே, சொல்லாதே, பேசாதே
2. சாதிப் பெயர்களை விழாக்களில், அழைப்புகளில் பயன்படுத்தாதே
3. தாம் பிறக்காத-வளராத-சமுகத்தில் தமக்குரிய நண்பரை விரும்பித் தேர்ந்தெடுத்துக்கொள்
4. சமுக இணைப்புகளுக்குப் பாலும் சர்க்கரையும் கலப்பதுபோல் கலப்புத் திருமணம் நிகழ்வதற்குரிய சூழ்நிலையை உருவாக்கு.
5. சாதிய முறைகளை மையமாகக் கொண்டு மட்டும் சமுதாய நிகழ்வுகள் நிகழ்வதில்லை. இவற்றுக்கு உந்து சக்தியாக சமுக பொருளாதார உத்திரவாதம் கூடிய வாழ்க்கையும் அமைவது துணை செய்யும். ஆதலால் சமுதாய மேம்பாட்டுப் பணிகளையும் கூட்டுறவு அமைப்பில் செய்வதன் மூலம் எல்லா சமுகத்தினரும் உடன் இருந்து உழைத்திடுக.

அடிகளார் சொல்லுவதோடு நிற்கவில்லை. குன்றக்குடித் திட்டத்தின் மூலம் சாதிகளை நெருங்கிவரச செய்து சாதனை படைக்கிறார்.

6. இறைவனின் மொழி

பெற்ற தாயும் பிறந்த பொன்னாடும் நற்றவ வானினும் நனி சிறந்தனவே என்பது பெரியோர் வாக்கு. பெற்றதாய் என்பது தாய் மட்டுமல்ல. தாய் மொழியும் கூடத்தான். மொழி என்பது சமூகத் தொடர்புச் சாதனம் மட்டும் அன்று -வரலாற்றுப் போக்கில் ஒரு சமூகத்தில் தோன்றி வளர்ந்துள்ள அறிவுகள், உணர்வுகள், பண்பாடுகள் ஆகியவற்றின் புறவயமான தொகுப்பும் அது. மனிதனின் ஆன்மிகச் செல்வங்களின் பெரும் பகுதிகளும் மொழியில்தான் சேமித்து வைக்கப்பட்டிருக்கின்றன. ஆகவேதான் ஒரு மொழி அழியும்போது அந்தமொழிக்குரிய இனமும் அழிந்து போகிறது என்று கருதப்படுகிறது. ஒரு மொழி விடுதலை பெற்று வளரும் போது அந்த மொழிக்குரிய இனமும் வளர்ச்சியடைகிறது. மொழி என்பது ஒரு இனத்தின் உயர்நிலை. எனவே தான் ஒவ்வொரு சமூகமும் தன் மொழியை தெய்வீகமானதாக, தெய்வம் தோற்றுவித்ததாக தெய்வம் பேசியதாக - தெய்வம் வளர்த்ததாக உயர்த்திப்பேசுகிறது. மொழிக்கு இழுக்கு வரும்போது போர்க்கொடி தூக்குகிறது. அதாவது மொழி உணர்வு என்பது தேசிய இன உணர்ச்சியின் உள்ளார்ந்த வெளிப்பாடே. வடமொழியை அதற்கு உரியவர்கள் தெய்வ மொழியாகச் சொல்லுவதும் ஒரே வகையான உணர்ச்சியின் வித்தியாசமான வெளிப்பாடுகளே.

உலகின் மூத்த மொழிகளுள் ஒன்றான தமிழ் ஆதிசிவனால் உருவாக்கப்பட்டதாகவும், குடமுனியால் வளர்க்கப்பட்டதாகவும் கருதப்பட்டது. முதல் சங்கத்துக்கு சிவபெருமானே தலைவராக இருந்ததாகவும் கதை உண்டு. தமிழ்ச் சமயச்சான்றோர்கள் அவர்கள் எந்தச் சமயத்தினராக இருந்தாலும் - இறைவனைத் தமிழிலேயே வழிபட்டிருக்கின்றனர். இந்த இலக்கியங்கள் தமிழ் வேதங்கள் எனக் கருதப்பட்டு வருகின்றன. உலகத்தில் உள்ள

வேறு எந்த மொழி வேதத்திற்கும் நிகரான அழகும், செழுமையும், ஆழமும் உடையவை இவை.

ஆனால் இடைக்காலத்தில் தமிழகத்தில் பல காரணங்களால் தமிழர் ஆட்சி வீழ்ச்சியுற்று, பிறமொழி மன்னர்களின் ஆட்சி ஏற்பட்டது. மன்னர் மொழிகள் தமிழைத் தாழ்த்திச் செல்வாக்குப் பெற்றன.

அரசியல், பொருளாதாரம், பண்பாடு என மூன்று பிரதான தளங்களைக்கொண்டது சமுதாயம். இந்த மூன்று தளங்களும் சம முக்கியத்துவம் உடையவை. என்றாலும் அரசியல் தளமே இன்றளவும் அன்றாட வாழ்வில் பிற தளங்கள் மீது ஆதிக்கம் செலுத்துகிறது. தமிழகத்தில் இடைக்காலத்தில் ஏற்பட்டிருந்த அரசியல் ஆதிக்கத்தின் காரணமாக, கோயில்களில் பிறமொழிகள் நுழைந்தன. தமிழ்நாட்டின் பெருங்கோயில்கள் மக்கள் செல்வாக்கை இழப்பதற்கும், தமிழில் வழிபாடு செய்யும் சிறுகோயில்கள் செல்வாக்குப் பெறுவதற்கும் இதுவும் ஒரு காரணம். இன்றும் கூட தமிழகத்துப் பெருங்கோயில்கள் உழைக்கும் தமிழ் மக்களுக்குச் சுற்றுலாத் தலங்களாக இருக்கும் அளவுக்கு வழிபாட்டுத் தலங்களாக இல்லை என்பதும், வழிபாட்டுத் தலங்களாகப் பிரபலமாக உள்ள இன்றையப் பெருங்கோயில்கள் பண்பாட்டுத் துறையில் தமிழோடு இன்றும் மிகவும் தொடர்புடையவை என்பதும் கவனிக்கத்தக்கவை.

தேச சுதந்திரப்போர் பல்வேறு தேசிய இன மக்களை ஒன்றுபடுத்தி எழுச்சி கொள்ளச் செய்தது. இந்த எழுச்சியின் அற்புதமான பண்பாட்டு வடிவமே பாரதி. விடுதலை என்ற சொல் பறையரையும், புலையரையும் நினைவுபடுத்தியது போலவே மொழி என்ற சொல் தமிழை அவனுக்கு நினைவுபடுத்திற்று. "ஆதிசிவன் பெற்று விட்டான்" என்று அதன் தொடக்கத்தைப் பிரபஞ்சத் தொடக்கத்துக்கே கொண்டு போகிறான். மூன்று குலத்தமிழ் மன்னர் அதை மூண்ட நல் அன்போடு வளர்த்ததாய்ச் சொல்லுகின்றான். காசியில் வடமொழி பயின்ற அவன்

"யாமறிந்த மொழிகளிலே தமிழ் மொழி போல் இனிதாவது எங்கும் காணோம்" என்கிறான். பாரத மணித்திரு நாட்டை வாழ்த்த வந்தவன் "வாழிய செந்தமிழ்" என்று தொடங்குகிறான்.

ஆனால் பாரதியின் இந்தத் தேசிய இன எழுச்சிப்போக்கு பிற்கால விடுதலைப் போராட்ட இயக்கத்தில் கூர்மை பெறவில்லை. பல தேசிய இனங்களைக் கொண்ட ஒரு சர்வ தேசியமே பாரதம். அந்த சர்வ தேசியம் வலுவாகவும், ஜனநாயகப் பூர்வமாகவும் அமையவேண்டும் என்றால் எல்லா தேசிய இனங்களும் சரிநிகர் சமானமாக நடத்தப்பட வேண்டும் என்ற சிந்தனை பின்னடைந்து, பாரதம் முழுமையுமே ஒரு தேசியம் என்ற சிந்தனையை சுதந்திரப் போராட்டத்தோடு, போராட்டத்தின் ஊடாகத் தேச இயக்கங்கள் வளர்க்க முயன்றன அல்லது இந்த முனைப்புடைய சந்தர்ப்பவாதிகள் இதற்காக தேச விடுதலை இயக்கத்தைப் பயன்படுத்திக் கொள்ள இயக்கம் இடம் அளித்தது. இந்தப் போக்குகள் இன்னும் கூட முழுமையாகக் களையப்படவில்லை. இந்தி நம் தேசமொழி என்பது இந்தப் போக்கின் ஒரு வெளிப்பாடே. இதற்கு எதிரான கருத்துக்கள் சுதந்திரப் போராட்டத்தோடேயே தொடங்கினாலும் தேசம் விடுதலை பெறுகின்ற காலத்தில்தான் வலிமை பெற்றன.

1937ல் பொதுத் தேர்தலில் நீதிக்கட்சியை வீழ்த்தி, காங்கிரஸ் பெரும் வெற்றி பெற்றது. ராஜாஜி சென்னை மாகாணப் பிரதமராகப் பதவியேற்றார். 25.4.38 முதல் அவர் சென்னை மாகாணத்தில் பள்ளிக்கூடத்தில் இந்தியைக் கட்டாயப் பாடமாகப் புகுத்தினார்.

இந்த இந்திப் திணிப்பைப் பெரியார் கடுமையாக எதிர்த்தார். 100 க்கு 97 பேராய் உள்ள பார்ப்பனர் அல்லாதார் செலவில் 100 க்கு 3 பேராய் உள்ள பார்ப்பனர்கள் 100க்கு 100 பேரும் இந்தி படித்துள்ளனர். ஆரிய ஆதிக்கத்தை நிலைநாட்டி, வடமொழி உயர்வுக்கு வகை தேடவே ஒரு ஒடிந்துபோன குண்டூசி அளவு பயனும் இல்லாத இந்தி

மொழியை இங்கு பிரச்சாரம் செய்து வருகிறார்கள். தமிழ்மொழி வளர்ச்சிக்காக இதில் 100 ல் ஒரு பங்கு கவலையாவது இவர்கள் எடுத்துக் கொள்ளுகிறார்களா? பார்ப்பனர் அல்லாதாருக்கு ஏற்படும் பல ஆபத்துகளில் இந்தியும் ஒன்றாக முடியும் போலிருக்கிறது. இந்தியைக் கட்டாய பாடமாக வைத்தால் பிராமணர்கள் எல்லாரும் தேறி விடுவார்கள். பிராமணர் அல்லாத குழந்தைகள் தோற்றுப் போவார்கள் எனவே கல்வியின் மூலமாக பிராமணர் அல்லாதோர் முன்னேறுவதைத் தடுக்கும் சூழ்ச்சியே இது என்று பெரியார் பகிரங்கமாக எதிர்த்தார். இந்தித் திணிப்புக்கு எதிராக 37 டிசம்பரில் திருச்சியிலும், 38 பிப்ரவரியில் காஞ்சியிலும் எதிர்ப்பு மாநாடுகள் நடத்தப்பட்டன.

இந்தி எதிர்ப்புப் போரில் கி.ஆ.பெ. விஸ்வநாதம் தி.பெ.வேதாசலம், நாவலர் சோமசுந்தர பாரதியார் போன்ற தமிழ்ப் பெரியார்களும் கலந்து கொண்டார்கள். 1938 ஜூன் 4ம் தேதி முதல் சென்னையில் மறியல் போராட்டம் தொடங்கிற்று. நாடு முழுவதிலிருந்தும் போராட்டத்துக்காகச் சென்னை நோக்கி தமிழர் படை கிளம்பிற்று. பெரியார். ஆயிரக்கணக்கானோருடன் கைது செய்யப்பட்டார். இதற்கிடையில் 2ம் உலகப் போரை இந்தியர்மீது திணித்ததற்கு எதிர்ப்புத் தெரிவித்து ராஜாஜி அரசு ராஜிநாமா செய்தது. 1940 பிப்ரவரி 21 ம் நாள் இந்தியைக் கட்டாயமாகப் போதிப்பது கைவிடப்பட்டு, ஆணை பிறப்பிக்கப்பட்டது. இந்தி எதிர்ப்பு நீறுபூத்த நெருப்பாகத் தமிழகம் முழுவதும் பரவிக் கிடந்தது.

ஆதீன கர்த்தராகப் பொறுப்பேற்ற அடிகளார், தமிழகச் சமயத்துறையில் தமிழ் முழு உரிமையோடு கோலோச்ச வேண்டும் என்று விரும்பினார். ஆண்டவனை எம்மொழியிலும் வாழ்த்தி வழிபடலாம். எனினும், தாய்மொழியில் செய்யும் வழிபாடே உயிருக்கு உறுதி பயக்கும் என்று அவர் நம்பினார். அடிகளாரின் இந்தச் சிந்தனைக்கு முதன் முதலில் செயல்வடிவம் கொடுத்தவர் பேரூர் ஆதீன சுவாமிகள். அவர், 1953 ஜூன் 24 ல் தன் மடத்தைச் சார்ந்த பட்டீஸ்வரன் கோவிலில் தமிழில் பூசை நடத்திச் சாதனை செய்தார்.[35]

ஓசைமூலம் ஆண்டவனை வழிபடுவது பற்றி காஞ்சிப் பெரிய முனிவர் கீழ்க்கண்டவாறு குறிப்பிடுகிறார். "சிருஷ்டி, சூதாலே நடக்கிற பல காரியங்கள், எண்ணங்கள் இவற்றின் மூலமாக சப்தங்கள் ஆகாசத்தில் அப்படியே நிறைந்து தான் இருக்கின்றன. நாம் கையைத் தட்டினால் ஒரு சத்தம் உண்டாகிறது என்றால் அது என்ன ஆகிறது? அது அப்படியே ஆகாசத்தில் தான் தங்கிவிடுகிறது. நல்ல காரியங்கள் கெட்ட காரியங்கள் எல்லாவற்றிற்கும் ஒவ்வொரு சலனம்- சப்தம்- இருக்கிறது. இந்த சப்தத்தை உண்டாக்கிவிட்டால் அந்த நல்லது அல்லது கெட்டதும் வந்துதான் ஆக வேண்டும், நல்ல எண்ணங்கள் ஜனங்களுக்கு உண்டாக வேண்டுமென்றால் அப்படி உண்டாக்குகிற சலனங்கள் இருக்க வேண்டும். அவற்றிற்கான சப்தங்கள் இருக்க வேண்டும். இப்படிப்பட்ட சப்தங்களை நாம் உண்டாக்கிக் கொண்டிருப்போமானால் லோகத்தில் ஜனங்களுக்கு உயர்ந்த எண்ணங்கள் இருப்பதைவிட லோகத்துக்கு பெரிய சேமம் என்ன இருக்கிறது? அப்படி எண்ணுவதற்கு அவர்களைத் தூண்டுகிற சக்தியைப் பெற்ற சப்தங்கள் தான் வேதமந்திரங்கள்...

இந்த வேத மந்திரங்களில் விசேசம் என்னவென்றால் அர்த்தமில்லாமல் வெறும் சப்தரூபத்திலேயே அவை லோகசேமத்தைச் செய்கின்றன. ஆனால் இது மட்டுமில்லை. அவற்றிற்கு உயர்ந்த அர்த்தமும் இருக்கிறது. சகல வேதங்களும் பரமாத்பரியமாக ஒரே சத்தியம்தான் இத்தனையாகவும் தோன்றி இருக்கிறது என்று சொல்லுகிறேன். இது தவிர அவை சப்தங்களாக இருக்கிற போதே அந்த அந்த சப்தத்துக்குரிய தேவதாத ரூபங்களாகவும் இருந்து, அந்த தேவதையின் சாட்சாத்காரத்தையும், அனுக்கிரகத்தையும் நமக்கு ஏற்படுத்தி வைக்கின்றன."[36]

கிட்டத்தட்ட எல்லா மதங்களிலும் இறைவழிபாட்டின்போது மந்திரம் சொல்லுவதன் நோக்கம் இதுவே. ஆனால் பிரச்சனையென்னவென்றால் எந்த மொழியில் உள்ள மந்திரத்தைச் சொல்லுவது? இம்மாதிரிப் பிரச்சனை இங்கு மட்டுமல்ல, உலகம் பூராவும் உள்ளது.

தமிழ்நாட்டில் இந்தப் பிரச்சினையில் மோதிக் கொள்ளும் மொழிகள் வடமொழியும் தமிழும். ஒருசாரார் வடமொழி மந்திரத்தையே சொல்ல வேண்டும். வடமொழியே தேவமொழி என்கிறார்கள். இன்னொரு சாரார் இறைவன் எல்லா மொழிக்கும் சொந்தமானவன். அவன் படைத்த அத்தனை மொழிகளுமே தெய்வமொழிகள் தான். தெய்வம் எந்த மொழிக்காரர்களால் வணங்கப்படுகிறதோ அந்த மக்களுடைய மொழியிலேயே அர்ச்சனை செய்யவேண்டும் என்கிறார்கள்.

ஒரு இனத்தாரின் மொழியே தேவமொழி என்று சிறப்பித்து, இன்னொரு இனத்தார் மீது வலிந்து திணிப்பது அநியாயமானது. எனவே தமிழர்கள் பெரும்பான்மையும் வழிபடுகின்ற கோயில்களில் தமிழே தெய்வ மொழியாக - பூசை மொழியாக - மந்திரமொழியாக - அமையவேண்டும் என்கிறார்கள்.

இந்த கருத்தே அடிகளாரின் கருத்து. தமிழகத்தில் மிகப்பழங்காலம் முதல் தமிழர் தெய்வங்களுக்குத் தமிழில்தான் அர்ச்சனை நடந்து வந்தது என்பதை அவர் சான்று காட்டி நிறுவினார். தமிழ் அர்ச்சனை பற்றிய தன் கருத்துக்களை தமிழகத்தில் உள்ள வேறு சில கோயில்களிலும் நடைமுறைப்படுத்தினார்.

1962 ல் திரு எம்.பக்தவச்சலம் தமிழகத்தின் அறநிலையத்துறை அமைச்சராக இருந்தார். அவர் ஓரளவுக்குப் பழமைவாதி. தமிழ்க் கோயில்களில் தமிழில் அர்ச்சனை செய்யவேண்டும் என்ற கோரிக்கையை அருள் நெறித்

திருக்கூட்ட அமைப்பின் வாயிலாக அவருக்கு விடுத்தார் அடிகளார், தமிழ்க் கோயில்களில் தமிழில் அர்ச்சனை செய்ததற்குச் சான்று உண்டா, அது சாத்தியமா என்ற கேள்விகளை அமைச்சர் எழுப்பினார். உடனேயே அடிகளார் தமிழ் ஆத்திக அறிஞர்களைக் கூட்டி அவர்களுடன் ஆலோசனை நடத்தினார். அவர்கள உதவியுடன் தமிழில் வழிபாடு நடந்ததற்கான சான்றுகளைச் சமய நூல்களில் தேடிக்கண்டார். அந்தந்த நூல்களில் அடையாளம் வைத்து அப்படியே அவற்றை அமைச்சருக்கு அனுப்பினார். அதோடு தமிழ் அருச்சனைக்கான தமிழ் மந்திரங்களைத் தொகுத்து ஒழுங்குபடுத்தி, அமைச்சருக்கு அனுப்பினார். இப்பொருள்பற்றி அமைச்சர் விரும்பினால் பேசத் தயாராக இருப்பதாகவும் தகவல் அனுப்பினார்.

ஆவணங்களையும், தமிழ் மந்திரத் தொகுப்பையும் பார்த்த அமைச்சர், எந்த விவாதமும் இல்லாமல் அடிகளாரின் கருத்தை ஏற்றுக்கொண்டார். மதுரை மீனாட்சி அம்மன் கோயிலில் தமிழில் அர்ச்சனைக்காக ஏற்பாட்டைச் செய்தார். அடிகளார் குழுவைக் கொண்டு 4–1–61 ல் பி.டி.ராஜன் தலைமையில் அவரே முன்னின்று நடத்தியும் வைத்தார். இந்த நூற்றாண்டில். சமயத்துறையில் தமிழுக்குக் கிடைத்த முதல் வெற்றி இது.

1969 ல் கலைஞர் கருணாநிதி தலைமையில் திராவிட முன்னேற்றக் கழகம் ஆட்சிப் பொறுப்பை ஏற்றது. காங்கிரஸ் அரசு 1961 ல் மதுரை மீனாட்சித் திருக்கோயிலில் மீட்டுக் கொண்டு வந்த தமிழ் அருச்சனை முறையை இந்த அரசு ஏனைய தமிழ்க் கோயில்களுக்கும் விஸ்தரிக்க விரும்பி, அதற்கான சட்டத்தை நிறைவேற்றிற்று. அதன்படி இந்து அறநிலையத்துறையின் ஆட்சியிலுள்ள எல்லாத் திருக்கோயில்களிலும் வடமொழி அருச்சனையும் நடக்கும். விரும்புவோர்க்கு அது தமிழிலும் நடத்தப்படும். புத்துயிரூட்டப்பட்ட தமிழ் அருச்சனை முறையைப் பிரபலப்படுத்த இந்து அறநிலையத்துறை அக்கறை எடுத்து, எல்லாக் கோயில்களுக்கும் சுற்றறிக்கை அனுப்பிற்று.

ஏகபோக வடமொழி அருச்சனை விரும்பிகளால் இந்த நடவடிக்கைகளைத் தாங்கிக்கொள்ள இயலவில்லை. வடமொழி அருச்சனையுடன் தமிழ் மொழியிலும் தமிழ் நாட்டுக் கோயில்களில் அருச்சனை செய்வதானது மதத்துக்கு இந்து – அருச்சனை முறைக்கு – நேர்ந்த மிகப் பெரிய தீட்டாகக் கருதினார்கள் அவர்கள். "இந்து என்பவன் வடமொழி மந்திரம் சொல்லுபவசன், இந்து கோவில் என்பது வடமொழி மந்திரம் சொல்லி பூசிக்கப்படும் இடம். இதற்கு எதிராகக் கோயில்களில் தமிழ் அருச்சனையைப் புகுத்தியது மத விரோதமானது. இதை உடனேயே தடை செய்ய வேண்டும்" என்று வேண்டி அவர்கள் 1971 ல் உச்ச நீதி மன்றத்தில் ரிட்மனு தாக்கல் செய்தார்கள்.

இந்த வழக்கு உள்நோக்கமுடையது. தமிழ் மக்களை இழிவு செய்வது. பண்பாட்டால் தமிழ் இனத்தை அடிமைப் படுத்த முயற்சிப்பது என்று கண்டித்தார் அடிகளார். அவரும் அருள்நெறித் திருக்கூட்டமும் இந்த வழக்குக்கு எதிரான பொதுக்கருத்தை உருவாக்க தமிழகம் முழுவதும் பிரச்சாரம் செய்தனர்.

இந்தப் பிரச்சனையின் தொடர்பாக சிவகங்கையில் நடந்த நிருபர்கள் கூட்டத்தில் அடிகளாரிடம் ஒரு நிருபர், தமிழ் அருச்சனை மூலம் இந்திய ஒருமைப்பாட்டுக்குத் தீங்கு நேருமா என்று கேட்ட போது அடிகளார் கீழ்க்கண்டவாறு சுடச்சுடப் பதிலளித்தார் : "சமஸ்கிருதம் மூலம் இந்திய ஒருமைப்பாடு வளர்ந்ததில்லை. வளர்ந்திருந்தால் இத்தனை மதமாற்ற நிகழ்ச்சிகள் நடந்திருக்காது. இந்தியா உட்பூசல்களால் அன்னியருக்கு அடிமைப்பட்டும் இருக்காது. எல்லோரும் ஓத உரிமை இல்லாத மொழி எப்படி ஒருமைப்பாட்டை ஏற்படுத்த முடியும் ?"

மேலும் அவர் சொன்னார் "மொழியால் நாம் தமிழர்கள். நாட்டால் நாம் இந்தியர்கள். நாம் எல்லோரும் இந்தியக் குடி மக்கள் என்று இதய பூர்வமாக உறுதிமொழி எடுத்துக் கொள் வோமாக. சாதியாலோ, மொழியாலோ மதத்தாலோ,

எத்தகைய வேற்றுமையும் எழ நாம் அனுமதிக்கமாட்டோம். எல்லா வேற்றுமைகளும் ஏற்றத்தாழ்வுகளால் எழுபவை. ஏற்றத்தாழ்வு எண்ணம் ஒழிந்து, சம அந்தஸ்து எல்லாருக்கும் கிடைக்கும் போது ஒற்றுமை வளர்ந்த அன்பு மலர்கிறது".

வழிபாட்டு விஷயத்திலும் உண்மை இதுதான்

தமிழக அரசின் தமிழ் அருச்சனை நடவடிக்கைகளுக்கு எதிராகத் தொடரப்பட்ட வழக்கைத் தள்ளுபடி செய்து உச்ச நீதிமன்றம் 1974 ல் கீழ்க்கண்டவாறு தீர்ப்பளித்தது.

"...மனுதாரர்களின் ஆலோசகர்கள் எங்களுக்கு தெரிவித்தவைகளை வைத்துக்கொண்டு பார்த்தால், மொழி என்பது சமய நடவடிக்கைகளின் ஒரு பகுதி என்றோ, ஒரு குறிப்பிட்ட மொழியில் தான் அருச்சனைகள் செய்யப்பட வேண்டும் என்றோ எங்கேயும் சொல்லப்படவில்லை....

சமஸ்கிருதம் ஒரு வளமான மொழி என்பதில சந்தேகமில்லை. ஆனால் பிற மொழிகளும் சமஸ்கிருதத்துக்கு நிகராக வளரும் என்பதையும், சமஸ்கிருத அருச்சனையில் என்ன பலன் கிடைக்கிறதோ அதே பலன் பிற மொழிச் சொற்களை முறையாக அடுக்கி அமைத்து அருச்சனை செய்யும்போதும், கிடைக்கும் என்பதையும் மறுக்கமுடியாது. ஆகவே தமிழ் அருச்சனையை நுழைப்பது என்பது காலங்காலமாக இருந்து வரும் சமய நடவடிக்கையில் தலையிடுவதாகும் என்று யாரும் புகார் செய்ய முடியாது"

ஆயினும் பிரச்சனை முற்றாகத் தீரவில்லை. இது தமிழ் நாடு. இங்குள்ள கோயில்கள் தமிழர் கோயில்கள். கோயிலுக்குப் போகும் கூட்டத்தில் பெரும்பகுதியும் தமிழரே. பக்தி இயக்கத்தை வளர்த்த பெரியார்க்ள் தமிழ்ப் பெரியார்களே. ஆழ்வார்கள் நாயன்மார்களிலிருந்து அவர்கள் அத்தனை பேரும் பாடியவை

அனைத்தும் தமிழ்ப் பாடல்களே. நிலை இவ்வாறிருக்க, சமஸ்கிருதத்தில் வழிபாடு செய்யலாம், விரும்புவோர் தமிழிலும் செய்யலாம் என்ற இன்றைய நிலை ஜனநாயக மரபுகளுக்கு எதிரானது. இது மாறவேண்டும். தமிழ்நாட்டுத் திருக்கோயில்களில் தமிழிலேயே அருச்சனைகள் நடைபெறும். விரும்புவோர் வடமொழியிலும் செய்து கொள்ளலாம் என்ற நிலை உருவாக வேண்டும். ஆம் உருவாக வேண்டும்.

7. எல்லாருக்கும் இறைவன்

இது ஜனநாயக யுகம். வருணாசிரம ஏற்றத்தாழ்வுகளுக்குச் சட்டத்தில் இடமில்லை. விழிப்புற்ற இளைய பாரதம் அதனைத் துரத்தித் துரத்தி அடித்துக் கொண்டிருக்கின்றது. குற்றுயிரும் கொலையுயிருமாகத் தடுமாறும் வருணாசிரம நோய் ஒளிந்து கொள்ளுவதற்கு இன்று பாதுகாப்பான ஒரே இடம் கோயிலே. கோயிலில் பதுங்கித்தான் அது தன் காயங்களை நக்கி நக்கி ஆற்ற முயன்று கொண்டிருக்கிறது. கோயில்களிலிருந்தும் அதை வெளியேற்றிவிட்டால், புதிய இந்திய சமூக அமைப்பில் அது நீண்டநாள் தாக்குப்பிடித்து உயிர் வாழ முடியாது என்பது நிச்சயம்.

அடிகளார் சொல்கிறார்:

"சாதி என்பது சமய வழிப்பட்டது. சமயத்துறையில் அதைச் சரிப்படுத்தி விட்டால் சமூகத்தில் சரிப்படுத்தி விடலாம்! பழக்கம் வழக்கமாகி, வழக்கம் மரபாகி, மரபு சட்டமாகி, சட்டம் சாஸ்திரமாகிச் சாசுவதமாகிவிடுகிறது".

கோயில்களிலிருந்து வருணாசிரமப் பேயை அடித்து வெளியேற்றும் போராட்டம் நீண்ட காலத்துக்கு முன்பே தொடங்கி, இன்று வரை நடந்து கொண்டிருக்கிறது. அப்புனிதப் போராட்டத்தின் திருப்பெயரே ஆலயப் பிரவேசப் போராட்டம்.

தமிழகத்தின் கிட்டத்தட்ட எல்லாக்கோயில்களுமே பூர்விகத் தமிழ்க்குடி மக்களால் உருவாக்கப்பட்டவையே. மாற்றியமைக்கப் பட்ட சமணர் கோயில்கள், பௌத்தக் கோயில்கள், பழைய பெண் தெய்வக் கோயில்கள் ஆகியவை அவற்றில் பல. எந்தக் கோயிலும் வடவரால் உருவாக்கப்பட்டதல்ல. கோயில் வடிவம், கோபுரம், தெய்வங்கள், உள்ளே சிற்பங்கள், ஓவியங்கள், எல்லாமே வடநாட்டுக் கோயில்களிலிருந்தும் முற்றிலும் வேறுபட்டவை.

பிராமணர்கள் தென்னிந்தியாவில் ஒரு அமைப்பாக உருவாகும் முன்னரே திருக்கோயில்கள் உருவாகியுள்ளன.

இந்தக் கோயில்களில் மிகப் பெரும்பான்மையும் தமிழர்களே வழிபாடு நடத்தி வந்தனர். இதற்குத் தமிழிலக்கியத்தில் ஏராளமான சான்றுகள் உள்ளன. புராதன இந்திய வழிபாட்டு முறையில் இறைவனுக்கும் பக்தர்களுக்கும் இடையில் ஒரு பூசாரி இருந்ததில்லை. விரும்புவோர் விரும்பிய நாட்களில் தாங்கள் விரும்பும் பொருட்களோடு நேரடியாக இறைவனைத் தொழுவதே வழக்கமாக இருந்து வந்திருக்கிறது.

"இறைவனை வழிபட அடியார்கள் புனலும் பூவும் சுமந்து கொண்டு ஒருவர்பின் ஒருவராக சென்று புகுந்ததையும், அவ்ர்கள் பின்னே தானும் ஒழுங்குவரிசையில் செல்லுவதையும்" திருவையாற்றுப் பதிகத்தில் அப்பரடிகள் குறிப்பிடுவதும் :

திருநீலநக்கநாயனார் தன் துணைவியாருடன் நாள்தோறும் அவயந்தீச்சுரத்தில் எழுந்தருளியுள்ள இறைவனுக்குத் திருமுழுக்குச் செய்தும், திருவமுது செய்வித்தும் வழிபட்டதாகக் குறிப்பிடுவதும், அரிவாட்டாய நாயனார் சிவபெருமானுக்குச் செந்நெல்லரிசியும், மாவடுவும், செங்கீரையும் எடுத்துச் சென்று திருவமுது செய்ததாகச் சொல்லப்படுவதும், கண்ணப்ப நாயனார் இறைவனுக்குத் தான் உண்ணும் ஊன் படைத்துத் தொழுததாகக் கூறப்படுவதும் கவனத்துக்குரியன[37]. இன்றும்கூட பல கிராமக் கோயில்களில் மட்டுமின்றி, பெருங்கோயில்களிலும் கூடப் பக்தர்கள் நேரடியாகப் பூசை செய்யும் வழக்கம் இருந்து வருகின்றது. வடநாட்டில் இக்கோயில்கள் அதிகம்.

தமிழ்நாட்டில் பேரரசுகள் வலுப்பெற்று கோயில்களில் தங்கம், வெள்ளி, வெண்கலம், பித்தளை போன்ற உலோகங்களில் செய்யப்பட்ட சிலைகளும், பொருட்களும் நகைகளும் குவிந்து, கோயிலுக்குரிய பல வேலி நிலங்களின் விளை பொருட்களை அங்குச் சேமிக்கும் நிலையும் வந்த பிறகுதான்,

கோயில்களைப் பாதுகாக்கும் பிரச்சினை எழுந்தது. இந்த வகையான சொத்துக்கள் காரணமாகவே சமூகத் தலைவர்கள், அல்லது அவர்களால் நியமிக்கப்படுகிற நம்பிக்கைக்குரியவர்கள் கோயில் பூசாரிகளானார்கள். இசுலாமியப் படையெடுப்புகளுக்கு முக்கியக் காரணம் இவ்வாறு சேர்ந்து கிடந்த செல்வமே என்பது வரலாறு தரும் உண்மை.

வெள்ளையர் ஆட்சி ஏற்பட்ட பிறகு அவர்கள் கவனமும் இந்தக் கோயில்கள் பால் திரும்பிற்று. கோயில் வருமானத்தை முறைப்படுத்தவும், அதில் பெரும்பங்கைக் கையகப்படுத்தவும் வேண்டி, இந்தக் காலத்தில்தான் பெரும்பான்மையான சமூகக் கோயில்களில் வெள்ளையருக்கு நம்பிக்கையான தனி மனிதர்கள் பொறுப்பாளர்கள் ஆனார்கள். அதோடுகூட பெருங்கோயில்களின் பூசாரிகளாக பிராமணர்கள் நியமிக்கப்பட்டார்கள். கீழ்ச் சாதியார் கோயிலில் நுழைந்து பூசை செய்யும் உரிமை மறுக்கப்பட்டது.

"பழநியில் கூட ஏகதேசம் ஒரு நூற்றாண்டுக்கு முன்புவரை பிராமணரல்லாதாரே பூசாரிகளாயிருந்தார்கள். அதன் உட்பொருள் என்னவென்றால் கோயில் பொறுப்பு ஆங்கிலேயரிடமிருந்து பிராமணர் கைக்கு மாறிய பிறகே பூசாரி பிராமணனானார்" என்கிறார் நீதிபதி சதாசிவஅய்யர். மேலும் அவர் சொல்கிறார்; "உதாரணமாக திருச்செந்தூரில் மூல விக்கிரகத்துக்குப் பூசை செய்த ஆதி சைவர்களுக்குப் பதிலாக நியமிக்கப்பட்ட மத்வ அல்லது ஸ்மார்த்தக் குருக்களுக்கு குமார தந்திரம் என்ற ஆகமம் தெரியாது. அக்கோயில் உற்சவத்தின் பூர்வீக விதிமுறை குமாரதந்திரமே."[38]

இவ்வாறு மக்களிடமிருந்து தனிமைப்படுத்தப்பட்ட கோயில்களைத் திரும்பவும் மக்களுக்கு உரிமையாக்கும் போராட்டம் இந்த நூற்றாண்டின் தொடக்கத்தில் சுதந்திரப்போராட்டத்தோடேயே தொடங்கிற்று. இதன் முதல் கட்டம் ஆலயப் பிரவேசப் போராட்டம். பல நூற்றாண்டுகளுக்கு

முன்பு நந்தனார் தன்னந்தனியாகத் தொடங்கிய இந்தப் போராட்டம், சென்ற நூற்றாண்டில் சமூகப் போராட்டமாகப் பல நூதன வடிவங்களெடுத்தது. சாதி இந்துக்களின் கோயில்களில் இருந்த சிவபெருமானை மகான் நாராயணகுரு ஏழைகளின் தெருக்களில் குடி அமர்த்தினார். நாஞ்சில்நாட்டு வைகுண்டசாமி மகாவிஷ்ணுவை எளிய மக்களோடு வாழவைத்தார்.

இந்த நூற்றாண்டின் தொடக்கத்தில் அரிஜனச் சிங்கம் அய்யன் காளி அரிஜன மக்களைத் திரட்டிக்கொண்டு திருவனந்தபுரத்தில் கீழோர் நுழையக் கூடாதென தடைவிதிக்கப்பட்டிருந்த தெருக்களில் நுழைந்து பெரும் புரட்சி செய்தார்.

நாட்டின் தென்பகுதியில், இந்த நூற்றாண்டின் தொடக்கத்தில், மேல் ஜாதி ஆதிக்கத்துக்கு எதிராக, சமூக அளவில் இணைந்து, துணிந்து, யார் உதவியுமில்லாமல் முதன் முதலில் ஆலயங்களில் பிரவேசித்துச் சாதனை புரிந்தவர்கள் நாடார்கள். இதற்காக அவர்கள் ஆயிரத்துக்கு அதிகமான மனித உயிர்களையும், பல கோடி மதிப்புள்ள செல்வங்களையும் இழந்தார்கள். ஆயினும் சிவகாசி, கழுகுமலை, கமுதி, குமார கோயில், பணகுடி இன்னும் பல நகரங்களிலுள்ள மேல் சாதியினர் கோயில்களில் துணிந்து நுழைந்து வரலாறு படைத்தார்கள்.

காந்தியடிகள் இந்திய அரசியலில் நுழைந்த பிறகு நாடெங்கிலும் தீண்டாமைக்கு எதிரான இயக்கங்கள் ஸ்தாபன வடிவம் பெற்றன. கீழ்ச்சாதியினருடன் சமபந்தியில் உண்ணுவது, கீழ்ச்சாதித் தெருக்களில் உயர்சாதியினர் போவது, கீழ்ச்சாதியினர் கோயில்களில் உயர் சாதியினர் கும்பிடுவது, வெற்றிலை மாற்றிக்கொள்ளுவது, என்று எளிய அளவில் தொடங்கிய இந்த இயக்கங்கள் படிப்படியாக வேகம் பெற்றன. அய்யங்காளி தொடங்கிவிட்ட தெரு நுழைவுப் போராட்டம் வைக்கம் ஊரின் மேலோர் தெரு நுழைவுப் போராட்டமாகக் காங்கிரஸ் தலைமைக்குக் கைமாறிற்று.

போராட்டம் பல நாட்கள் நீடித்தது. இந்தப் போராட்டத்தில் ஈடுபடத்தான் அப்போதைய காங்கிரஸ் தலைவரான பெரியார் காங்கிரஸ்காரர்களால் அழைக்கப்பட்டார். பெரியார் தன் தோழர்களுடன் போராட்டத்தைத் திறம்பட நடத்தித் தண்டனையும் பெற்றார். இறுதியில் காந்தியடிகள் தலையிட்டு. கீழ்ச்சாதியினர் மேல்சாதியினரின் தெருக்களில் நுழையும் உரிமையை வாங்கிக் கொடுத்தார். பெரியார் வைக்கம் வீரர் என்ற புகழைப் பெற்றார்.

வைக்கம் போராட்டம் வெற்றி பெற்றதைத் தொடர்ந்து சுசீந்திரம் ஆலயப் பிரவேசப் போராட்டம் தொடங்கிற்று. நாடெங்கிலும் ஆலயப் பிரவேசப் போராட்டங்கள் வெடித்தன காங்கிரஸ் தலைவர்களும் தொண்டர்களும் இவற்றை முன்னின்று நடத்தினர்.

இந்தப் போராட்டங்களை அப்போதைய அரசு போலீசைக் கொண்டு தடுத்தது. போராட்டத்தில் ஈடுபட்ட தொண்டர்கள்மீது சாதி வெறியர்கள் வெற்றிலையை மென்று எச்சில் துப்பினர். வசை மொழிகளை வீசினர். கோயில்களில் கீழ்ச்சாதியாரின் பாதம் பட்டால் அதன் புனிதம் கெட்டு விடும் -தீட்டுப்பட்டு விடும் என்று அவர்கள் துர்ப்பிரச்சாரம் செய்தனர்.

கேரளத்தில் 1937-ல் திவானாக இருந்த சர்.சி.பி. ராமசாமி அய்யர் ஆலயங்களைப் பஞ்சமர்களுக்குத் திறந்து விட்டு வரலாற்றில் இடம் பெற்றார். தொடர்ந்து தமிழ் நாட்டில் அப்போதைய முதலமைச்சர் ராஜாஜி அரசு பராமரிப்பிலுள்ள இந்து ஆலயங்களைப் பஞ்சமருக்குத் திறந்து விட்டார். தமிழகப் பண்பாட்டு வரலாற்றில் இது ஒரு மாபெரும் புரட்சியாகும். தீண்டாமை என்ற கொடிய விஷநாகத்தின் முதுகெலும்பு இதன் மூலம் முறிக்கப்பட்டது.

ஆனாலும் பாம்பு சாகவில்லை. பெரும்பாலான இந்துக் கோயில்களில் பூசை செய்யும் உரிமை மேல்சாதியினருக்கும், பூசை மொழியாகும் உரிமை வடமொழிக்குமே இருந்தது.

வருணாசிரமக் கீழ்மையின் இந்த மிச்ச சொச்சங்களையும் துடைத்தெறியும் சமூகப் போராட்டத்தைத் தொடங்கினார் பெரியார். எந்த வேறுபாடும் இல்லாமல் விரும்புபவர் யாவரும் இறைவனை நேரடியாக வழிபட வழிவகை செய்ய வேண்டும். பக்தனுக்கும் இறைவனுக்கும் இடையேயுள்ள இடைத்தரகனை ஒழிக்க வேண்டும் என்பதே இந்தப் போராட்டத்தின் நோக்கம். ஏற்கெனவே 10.5.30 ல் ஈரோட்டில் நடந்த 2வது சுயமரியாதை மாநாட்டில் "வணங்குவோருக்கும் வணங்கப்படுவதற்கும் நடுவில் தரகரையோ, பூசாரியையோ ஏற்படுத்துவது தன்மானத்துக்கு விரோதமானது என்று தீர்மானம் போடப்பட்டிருந்தது.[39]

15.12.1956 ல் மதுரையில் நடந்த திராவிடக் கழகப் பொதுக் கூட்டத்தில் கோயில் கருவறை நுழைவுப் போராட்டத்தை அறிவித்தார் பெரியார்.

பெரியாரின் போராட்ட நோக்கம் இறைமை சார்ந்ததல்ல. அது சமூகம் சார்ந்தது. பிராமணன் தன்னை இந்து சமூகத்தின் ஆச்சாரியனாக இன்னும் காட்டிக் கொண்டிருப்பதை ஒழித்துக்கட்ட வேண்டும் என்பதே அவர் நோக்கம். சமூகத்தில் இந்த நிலை கிட்டத்தட்ட ஒழிக்கப்பட்டுவிட்டது. கோயிலுக்குள்ளும் இது ஒழித்துக்கட்டப்படுமானால் பிராமணீயத்தின் ஆணி வேரே பிடுங்கப்பட்டுவிடும் என்பது அவர் கணக்கு.

பெரியாரின் இந்தப் போராட்டம் தமிழகத்தில் பெரும் புயலைக் கிளப்பிற்று. பழமைவாதிகள் பெரியாருக்கு எதிராக வெகுண்டெழுந்தார்கள். "கோயில் ஆத்திகர்களின் புனித இடம். அதன் நடைமுறை பற்றிப் பேச நாத்திகர்களுக்கு எந்த உரிமையும் இல்லை என்றார்கள்.கோயில் மரபுகள் வழிவழிவந்தவை. அவை மாற்றம் செய்யத்தக்கவை அல்ல என்றார்கள். கீழ்ச்சாதியினர் கோவில் கருவறையினுள் நுழைந்தால் கோயில் புனிதம் கெட்டுவிடும் என்ற தங்கள் கருத்தை அவர்கள் இவ்வாறெல்லாம் சுற்றி வளைத்துச் சொன்னார்கள். கருவறை நுழைவுப் பிரச்சனையில் அடிகளார் பெரியாரையும் ஆதரிக்கவில்லை.

பழமைவாதிகளையும் ஆதரிக்கவில்லை. எதிரெதிரான இந்த இரண்டு தீவிர நிலைகளுக்கும் இடைப்பட்ட நியாயமான நிலை எடுத்தார் அவர். எந்த வரைமுறையுமில்லாமல் யார் வேண்டுமானாலும் கருவறையினுள் நுழையலாம் - பூசை செய்யலாம்- என்ற பெரியார் கருத்தை அவர் ஏற்றுக் கொள்ளவில்லை. வழிபடும் பக்தனுக்கும் இறைவனுக்கும் இடையில் ஒரு மேற்சாதி இடைத்தரகர் இருந்தே ஆகவேண்டும் என்ற சனாதனிகளின் கருத்தையும் அவர் ஏற்றுக் கொள்ளவில்லை.

வழிபாடு என்பதுதான் என்ன? அடிகளார் சொல்லுகிறார்:

"வழிபாடு என்பது ஒரு உயிர் தன் உய்வுக்காகத் தானே செய்யும் ஒருவகை அறிவு உணர்வுப் பயிற்சி. ஒருவர் அறிவுக்காகப் பிறிதொருவர் படிக்க முடியாது. ஒருவர் பசிக்காகப் பிறிதொருவர் உண்ண முடியாது. ஆனால் விந்தை இன்று மக்களுக்காகச் சிலர் வழிபாடு செய்கிறார்களாம். இஃது எங்ஙனம் சாத்தியம்? தண்ணீரைக் குடித்து ஜீரணித்த விதைதான் முளைக்க முடியுமே தவிர அண்டாவில் தண்ணீர் இருப்பதினால் விதை முளைத்துவிடாது. தண்ணீரைக் குடிக்கும் இயல்பில்லாத விதை தண்ணீரில் கிடந்தாலும் முளைக்காது. ஆண்டாண்டு அழுதாலும் அவளே பெறவேண்டும் என்ற பழமொழிபோல ஒவ்வொரு உயிரும் தத்தம் உய்வுக்குத் தானே அழுது வழிபாடாற்ற வேண்டும். இதுவே சமயத் தத்துவத்தின் அடிப்படை; கடவுள் வழிபாட்டின் நோக்கம்.[40]

ஆகவே உய்வு பெறவேண்டுமானாலும் ஒவ்வொரு உயிரும் தானே வழிபாடு செய்து இறையனுபவம் பெற வேண்டும் என்பது அடிகளார் முடிவு. அதற்காக பக்தர்கள் கோயில் கருவறையினுட் செல்லலாம், பூவும் புனலும் சொரிந்து இறைவனை நேரடியாக வழிபடலாம் என்பது அவர் வழி.

அப்படியானால் அர்ச்சகர்கள்? அர்ச்சகர்கள் என்பவர்கள் நாள்தோறும் இறைவன் திருமேனியைப் பூசனைக்குரியவாறு அமைத்து வைக்கும் ஆலய ஊழியர்கள். இவர்கள்

67

தேவைப்படலாம், தேவைப்படாமலும் இருக்கலாம் கோயிலிலிருக்கும் திருமேனியில் இறைவனை எழுந்தருளச் செய்பவர்கள் இவர்களல்ல. சமய ஆசிரியர்களான ஆசிரியர்களே. அவர்களும் கூட இறைவனைத் திருமேனியில் எழுந்தருளச் செய்தபின் பக்தர்களுக்கும் இறைவனுக்கும் இடையில் குறுக்கிடுவது தவறு என்பது அடிகளார் கருத்து. பக்தன் நேரடியாக வழிபட்டு இறை அனுபவம் பெற வேண்டும். சாதியோ குலமோ இதற்குத் தடையாக இருக்கக் கூடாது. சமய வழிபட்ட ஒவ்வொரு இந்துவுக்கும் இது பிறப்புரிமை. யாராலும் இதைத் தடுக்க முடியாது.

இதன் அர்த்தம் கோவில் கருவறையை எல்லாருக்கும் திறந்து விட்டுவிட வேண்டும் என்பதல்ல. கருவறையில் நுழைந்து வழிபாடு செய்ய விரும்புபவன் சமயசீலமுடையவனாக வழிபாட்டு நாட்டமுடையவனாக முறை தெரிந்தவனாக இருக்க வேண்டும். பிறப்பின் காரணமாகத் தடை இருக்கக்கூடாது என்பதுதான் நோக்கமே தவிர சீலத்தின் வழி தடை இருக்கக்கூடாது என்பதன்று.

ஏற்கெனவே அடிகளார் பெரியாருடன் இந்தப் பிரச்சனை பற்றித் தெளிவாகப் பேசியிருந்தார். அதன் பின்னரும் பெரியார் இப்படித் திடீரென்று அறிவித்தது அடிகளாரைக் குழப்பத்தில் ஆழ்த்திற்று. தன் சந்தேகங்களை அவர் பெரியாருக்கே எழுதி விளக்கம் கேட்டார்.

"தாங்கள் 15.12.56-ல் மதுரையில் நடத்திய திராவிடர் கழகப் பொதுக்கூட்டத்தில் அறிவித்திருக்கும் போராட்டச் செய்தியைப் படித்தோம். இது சம்பந்தமாக நாம் இருவரும் திருப்பரங்குன்றத்திலிருந்து திருநெல்வேலி போகும் வரை பேசிக் கொண்டதும் நினைவிருக்கலாம். இது சம்பந்தமாக பின்னர் தாங்கள் வெளியிட்டதாக வந்துள்ள செய்திகள் அவ்வளவு திருப்தியாக இல்லை.

மேலும் இது சம்பந்தமாக ஆத்திகத்தின் பேரில் சிலர் வெளியிட்டுள்ள அருவருக்கத்தக்க அறிக்கையை மறந்து விடுவதற்கில்லை

இது சம்பந்தமாக ஒரு வரையறுத்த முடிவுக்கு வருவது நம் இருவருடைய கடமையாக இருக்கிறது. அவசியமாகவும் இருக்கிறது.

தாங்கள் நடத்த இருக்கும் போராட்டத்துக்குக் கடவுள் நம்பிக்கையையும், திருக்கோயில் வழிபாட்டையும் அடிப்படையாக வைத்திருக்கிறீர்களா? அல்லது சிலர் கருதுவது போல இனம் அல்லது சாதியின் அடிப்படையில் கிளர்ச்சிதான் நோக்கமா?

.தமிழன் வழிபாட்டுக்கு நியமிக்கப் பெறவேண்டும் என்று நிபந்தனை கூறியுள்ளீர்கள். தமிழன் என்றால் தாங்கள் யாரைத் தமிழன் என்று கருதுகின்றீர்கள்? இதில் சாதி அல்லது இன உணர்ச்சி தலை காட்டுகிறதா? இது சம்பந்தமாகத் தாங்கள் தெளிவுபடுத்துவீர்கள் என்று எதிர்பார்க்கிறோம்.

அடிகளாரின் இந்தக் கடிதத்துக்கு பெரியார் விளக்கமாகப் பதிலளித்தார்.

1. தமிழ்நாட்டில் தமிழன் கோயிலில் உள்ள கடவுள் என்பதற்குத் தமிழில் பூசை செய்யப்பட வேண்டும்.

2. தமிழ்நாட்டில் தமிழன் கோயிலுக்குள் தமிழரால் பூசை செய்யப்பட வேண்டும்.

இந்த இரண்டு காரியமும் கடவுளையும் வழிபாட்டையும் பற்றியது மாத்திரமல்ல. தமிழ் மொழியின் தன்மானத்தையும் தமிழனின் தன்மானத்தையும் பற்றியதுமாகும்.

கோயிலிலுள்ள கடவுள் என்பதைத் தமிழில் பூசை செய்யாததற்குக் காரணம் - வடமொழியிலேயே பூசை செய்வதற்குக் காரணம் - தமிழ் மிலேச்ச மொழி என்பதும், வடமொழி தேவமொழி என்பதுமேயாகும்.

அதுபோல் தமிழன் பூசை செய்யக்கூடாது என்பதற்கு தமிழன் சூத்திரன் -இழிமகன்-பார்ப்பான் மேல்மகன்-பிராமணன் என்பதுமே காரணம். இதை அடிகளார் ஒப்புக் கொள்ளாதிருக்கலாம்.

இந்தப் போராட்டத்துக்குக் கடவுள் நம்பிக்கையும் வழிபாடு நம்பிக்கையும் அடிப்படையா அல்லது இனம் -சாதி அடிப்படையா என்று அடிகளார் கேட்கிறார்கள். அடிகளார் அருள்கூர்ந்து முன்னின்று செய்யும் போராட்டத்துக்குக் கடவுள் நம்பிக்கையும் வழிபாடு நம்பிக்கையும் உடையவர்களையே கலந்துகொள்ளும்படிப் பார்த்துக் கொள்கிறேன். இதில் அடிகளாருக்குச் சங்கடம் வேண்டியதில்லை.

தவிர, தமிழன் என்று யாரைக் கருதுகிறீர்கள் என்று அடிகளார் கேட்டிருக்கிறார்கள். நான் தமிழன் என்று கருதுவது பெரிதும் நாட்டில் சூத்திரர்கள் என்று சொல்லப்படுகிறவர்களையாகும். இப்பொழுது கோயில்களில் பூசை செய்கிறார்கள் சூத்திரர்கள் என்று ஒரு சாரார் சொல்லக் கூடும். அதாவது குருக்கள் சூத்திரர்கள் என்பதே.

அது வெறும் பேச்சு. காரியத்தில் குருக்கள் எல்லாம் நம்மைத் தீண்டாதவர்களாகவும் கருதுவதோடு நம்முடனிருந்து உண்ணக்கூடாதவர்கள் என்றே இருந்து வருகின்றனர். பூணூல் அணிந்திருக்கிறார்கள்.

பெரியாரின் இந்தக் கருத்துக்களில் அடிகளாருக்கு உடன்பாடில்லை. தன் கருத்தைப் பிரச்சாரம் செய்ய அவர் தமிழகம் முழுவதும் சுற்றுப்பயணம் மேற்கொண்டார். அருள் நெறித் திருக்கூட்டம் இதில் அடிகளாருக்கு மிகுந்த ஒத்துழைப்புக் கொடுத்தது.

இந்த நேரம் 1957 பொதுத் தேர்தல் வந்தது. பெரியார் தன் கருவறை நுழைவுப் போராட்டத்தை ஒத்திவைத்தார். சில

மாதங்களுக்குப் பின் பெயர்ப் பலகைகளில் பிராமணாள் என்ற சாதிப்பெயர் அழிக்கும் போராட்டம் தொடங்கினார்.

அடிகளார் தன் போராட்டத்தை விடவில்லை. 19.10.1960ல் மதுரையில் கூடிய அருள்நெறித் திருக்கூட்டத்தில் கீழ்க்கண்ட தீர்மானத்தை நிறைவேற்றி தன் கருத்தைப் பிரச்சாரம் செய்தார்.

"திருக்கோவில் கருவறைக்குள் இருக்கும் மூர்த்திக்குப் பூவும் நீரும் இட்டு வழிபடும் உரிமை இந்து சமுதாயத்தைச் சேர்ந்த - சமய சீலம் உடைய அனைத்து மக்களுக்கும் வேண்டும் என்பதைத் தனது கொள்கையாகக் கொண்டு அருள் நெறித் திருக்கூட்டம் பேசியும் எழுதியும் வந்திருக்கிறது. ஆனால் அந்த உரிமையைக் கருத்துப் புரட்சியின் மூலம் - மனமாற்றத்தின் மூலமே -அடைய விரும்பியது. அதன் காரணமாகக் கிளர்ச்சியில் ஈடுபடவில்லை. மதிப்பிற்குரிய திராவிடக் கழகத் தலைவர் பெரியார் ஈ.வெ.ராமசாமி இந்த உரிமையை அடைவதற்காக முயற்சி எடுக்க முன்வந்திருப்பதற்குக் கொள்கை அளவில் அருள்நெறித் திருக்கூட்டம் தனது வரவேற்பைத் தெரிவித்துக் கொள்ளுகிறது. ஆயினும் கடவுள் நம்பிக்கை முற்றிலும் இல்லாத திராவிடக் கழகம் இந்தக் கிளர்ச்சியில் ஈடுபடுவது வரவேற்கத்தக்கதன்று. அதனால் இந்த உரிமையினைச் சார்ந்துள்ள நியாயத் தன்மை வலுவற்றதாய்ப்போய், சாதியற்ற சமுதாய லட்சியத்துக்கே இடையூறு ஏற்படும். அருள்நெறித் திருக்கூட்டம் இந்த உரிமையை அடையக் கங்கணம் பூணுகிறது. ஆதலால் தி.க. தலைவர் ஈ.வெ.ரா. அவர்களைக் கிளர்ச்சியை நிறுத்தி வைக்கும்படி கேட்டுக்கொள்ளப்படுகிறது. தொடர்ந்து அருள்நெறித் திருக்கூட்டம் பிரச்சாரம் செய்து வருகின்றது.

அடிகளார் அதோடு நிற்கவில்லை. தன் ஆதீனத்தைச் சேர்ந்த திருக்கோவில்களில் திட்கை பெற்றுப் பதிவுசெய்து கொண்ட அனைவரும் சாதி வித்தியாசமின்றி கருவறையினுள் நுழைந்து பூவும் நீரும் இட்டு இறைவனை நேரில் வழிபடலாம் என்று 1969 டிசம்பர் 24 ல் அறிவித்தார். நடைமுறைப்படுத்தினார்.

8. தெய்வீகப் பேரவை

"ஒருவரையொருவர் சந்திக்காமல் ஒதுங்கி, தன் சாதி வட்டத்துக்குள்ளே (தமிழகத்தின் மடங்கள் எல்லாமே சாதி மடங்கள்தான்) மடாலய ஓட்டுக்குள்ளே ஒடுங்கி, ஆமை போல் வாழும் மாடதிபதிகளை ஒன்றுபடுத்தி ஒன்றிணைக்க வேண்டும். அவர்களுடைய கூட்டு முயற்சியால் தமிழகச் சமய வாழ்வைச் சாதி எல்லை கடந்த முற்போக்கான திசையில் வளரச் செய்யவேண்டும்" என்பது அடிகளாரின் நீண்டகால ஆசை, தனித்தனியாக மற்ற மடாதிபதிகளைத் தேடிச் சென்று சந்தித்துப் பேசினார். காலங்கனிந்தது, தமிழக மடாதிபதிகள் இணைந்து, 1966ல் தமிழ்நாடு தெய்வீகப் பேரவை என்ற பேரமைப்பு உருவாயிற்று. தமிழகச் சமய வரலாற்றில் இந்த நூற்றாண்டில் நடந்த மாபெரும் சம்பவம் இது.

இந்தியாவில் புராதனமான இந்து மடம் எதுவும் இருந்ததில்லை. இந்து மதபீடங்களும் இல்லை. பீடாதிபதிகளும் இல்லை. இங்கிருக்கும் மதபீடங்கள் எல்லாமே சாதிப் பீடங்கள்தாம். உதாரணத்துக்குச் சொன்னால் பேரூர் மடம், வேளாளக் கவுண்டர் மடம். குன்றக்குடி மடம், சைவ வேளாளர் மடம், காஞ்சி சங்கர மடம் பிராமண மடம், கோயிலூர் ஆதீனம் நகரத்தார் மடம், ஸ்ரீபெரும்புதூர் ஜீயர் மடம், அய்யங்கார் மடம்.

இப்படியே எல்லா மடங்களையும் ஏதாவது ஒரு சாதிக்குள் சேர்த்துவிட வேண்டியதுதான். புரட்சித் துறவி விவேகானந்தர் தொடங்கிய புதிய ராமகிருஷ்ண மடமே ஜாதியைத் தாண்டிய இந்திய சமய மடம் என்று சொல்லத்தக்க முதல் மடம்.

இந்த மடங்களும் எந்த ஜனநாயக விதிமுறைகளுக்கும், நடைமுறைக்கும் உட்பட்டவையல்ல. இதனால் இந்துக்களின்

சமயப் பிரச்சனைகள் சம்பந்தமாக அரசு யாரிடமும் அபிப்பிராயம் கேட்க முடியாத இக்கட்டு. ஏனென்றால் ஜாதி ரீதியாகப் பிளவு பட்டுக் கிடக்கும் இந்து சமூகத்தில், எந்த ஒரு சமயப் பிரச்சனையானாலும் எதிரெதிரான ஜாதிகளிடையே எதிரெதிரான அபிப்பிராயங்களையே ஏற்படுத்தும். ஊர் இரண்டுபட்டால் கூத்தாடிக்குக் கொண்டாட்டம் என்பதுபோல, இந்தச் சூழ்நிலை அரசு தன்னிச்சையான முடிவுகள் எடுக்க வாய்ப்பாகி விடுகிறது.

இதை மாற்றவேண்டும் என்று விரும்பினார் அடிகளார். கத்தோலிக்கத் திருச்சபை, தென்னிந்தியத் திருச்சபை போல இந்து மடங்களை ஒன்றிணைத்து ஒரு திருச்சபை அமைப்புக்குக் கொண்டு வரவேண்டும் என்பது அவர் நோக்கம். அப்படிக் கொண்டு வந்து, அதில் ஒரு பொதுக் கருத்து உருவாக்கி விட்டால், அக்கருத்தே இந்து சமயத்தினர் அனைவரும் ஒப்புக் கொள்ளத்தக்க கருத்தாகிவிடும். இந்த எண்ணத்தில்தான் அவர் தெய்வீகப் பேரவையை ஏற்படுத்த முயற்சி செய்தார். அவர் சொல்லுகிறார் :

"விவிலிய சமயத்தில் அரசின் தலையீடு இல்லை. ஏன்? அது அத்தகைய கூட்டாட்சி முறையை மேற்கொண்டிருப்பதே காரணம். கிறித்துவத் துறவிகள் இடமாற்றங்களுக்கு பணி மாற்றங்களுக்கு உரியவர்கள். அவர்களிடத்தில் வரம்புகள் வரையறுக்கப்படாத வைப்பு நிதியும் இல்லை, வரையறுக்கப்படாத அதிகாரங்களும் இல்லை.

தன்னிச்சைக்கும், சுதந்திரத்திற்கும் உள்ள வேறுபாட்டை நமது சமயத் தலைவர்கள் அருள்கூர்ந்து எண்ணிப்பார்க்க வேண்டும். தன்னிச்சைப் போக்கு கீழ்மையானது. யாருக்கும் கட்டுப்படாதது. ஏன், தமக்குத் தாமே கூட-மனசாட்சிக்குக் கூட- கட்டுப்படமாட்டார்கள்[41]"

இப்படிப்பட்ட மடத்தின் தலைவர்களை ஒன்றுபடுத்து வதன் மூலம் இந்து சமயத்தை-இந்து சாதிகளை-இந்து

மக்களை—இந்துப் பண்பாட்டை—ஒருமைப்படுத்த விரும்பினார் அடிகளார். அதில் வெற்றியும் பெற்றார்.

தெய்வீகப் பேரவை தமிழகத்திலுள்ள திருமடத் தலைவர்களை—பீடாதிபதிகளைக் கொண்ட பேரமைப்பாகும். இதன் உறுப்பினர்கள் :

1. திருவாடுதுறை ஆதீன கர்த்தர்
2. தருமபுரம் ஆதீன கர்த்தர்
3. காஞ்சி காமகோடி பீடாதிபதி
4. திருக்குறுங்குடி வானமாமலை மடாதிபதி
5. திருப்பனந்தாள் ஸ்ரீ காசிமடம் அதிபர்
6. மதுரை திருஞான சம்பந்தர் ஆதீன கர்த்தர்
7. குன்றக்குடி ஆதீன கர்த்தர்
8. சென்னை வியாசர்பாடி வைணவ மடாதிபதி
9. நஞ்சன் கூடு ஸ்ரீ ராகவேந்திர சுவாமிகள் மடம் மடாதிபதி
10. காஞ்சி தொண்டை மண்டல ஆதீன கர்த்தர்
11. மயிலம் பொம்மபுர ஆதீன கர்த்தர்
12. திருவண்ணாமலை ஈசானிய மடம் மடாதிபதி
13. பேரூர் ஆதீன சுவாமிகள்
14. கோவை சிரவணபுரம் ஆதீனம் சுவாமிகள்
15. திருப்பாதிரிப்புலியூர் ஞானியார் சுவாமிகள் மடம் சுவாமிகள்

தெய்வீகப் பேரவைக்கு அன்றைய அறநிலையத்துறை அமைச்சர் எம்.பக்தவச்சலமும், அறநிலையத்துறை ஆணையாளர் கே.சாரங்கபாணி முதலியாரும் ஊக்கமும் உதவியும் அளித்தனர். முதல் மூன்று ஆண்டுகளுக்கு தருமபுரம் கயிலைக் குருமணி மகா சன்னிதானம் தலைவராயிருந்தார்.

பேரவை தொடங்கப் பெற்ற காலத்தில் காஞ்சி காமகோடி பீடம் பெரிய முனிவர் அதில் ஆர்வத்தோடு பங்கு ஏற்றார். ஆனால் தருமை ஆதீனம் மகாசன்னிதானம் பேரவைத் தலைவராகத் தேர்ந்தெடுக்கப்பட்ட பிறகு அவர் பேரவைக் கூட்டங்களில் கலந்து கொள்வதில்லை. பேரவைக்கு எதிராகவும் செயல்படவில்லை. ஒதுங்கி இருந்தார்.

தொடக்க காலத்தில் தெய்வீகப் பேரவை கோயில் திருப்பணி செய்தல், ஆத்திக வெளியீடுகள் கொண்டு வருதல், சமய விழாக்கள் நடத்துதல், சமயப் பிரச்சாரம் செய்தல் போன்ற எளிய தொண்டுகளே செய்து வந்தது. ஆனால் 21–12–1969–ல் அடிகளார் தலைமைப் பொறுப்பேற்றபின் அது ஒரு சமயம் சார்ந்த சமூகப் பேரியக்கமாகப் பரிணமித்தது. மாவட்டந்தோறும் கிளைகள், ஒவ்வொரு மாவட்டத்திலும் நூற்றுக்கணக்கான உட்கிளைகள் என அது ஆல்போல் படர்ந்து அறுகுபோல் வேரோடிற்று. மக்கள் பணியே மகேசன் பணி என்பது அதன் தாரகமந்திரமாயிற்று. தீண்டாமைக்கு எதிரான, சாதி ஏற்றத் தாழ்வுக்கு எதிரான–மதப்பகைமைக்கு எதிரான - முற்போக்குச் சமய இயக்கமாக அது தமிழகமெங்கும் கொடி வீசிப் படர்ந்தது.

ஒரு தெய்வீகப் பேரவைக்கிளை என்றால் அதில் அரி ஜனங்கள் குறைந்தது இத்தனை பேராவது இருக்க வேண்டும், மாதர்கள் இத்தனை பேராவது இருக்க வேண்டும், என்றெல்லாம் வரையறைகள் செய்யும் அளவுக்கு அது சமுகப் பிரக்ஞையோடு செயல்பட்டது.

கோயில் திருப்பணிகள், உழவாரப்பணிகள், அரிஜன சேவை, வெளியீடுகள், விழாக்கள், கருத்தரங்குகள் என அதன் செயல்வடிவங்கள் பல்கிப் பெருகின.

அடிகளார் மும்முறை அதன் தலைவராகத் தேர்ந்தெடுக்கப் பட்டார். அவர் பதவி ஏற்றபோது 16 கிளைகளில் 684 உறுப்பினர்களைக் கொண்ட அமைப்பாக இருந்த அது, 1976—ல் அவர் பதவி விடும்போது 2606 கிளைகளில் 92,869 உறுப்பினர்களைக் கொண்ட மாபெரும் சமயப் பேரவையாக வளர்ந்திருந்தது. 115 கோயில்களில் உழவாரப்பணிகள் செய்யப்பட்டன. பேரவையின் சமயப் பரப்புநர்களாக 33 பேர் பணியாற்றினர். சுமார் 10000 பிரதிகள் வீதத்தில் கிட்டத்தட்ட 50 வெளியீடுகள் கொண்டு வரப்பட்டன. "அருளோசை" என்ற மாத இதழையும், "செய்திக்கதிர்" என்ற மாதமிருமுறை இதழையும் பேரவை நடத்திற்று.

1967—ல் அண்ணா தலைமையில் திராவிட முன்னேற்றக் கழகம் தமிழகத்தின் ஆட்சிப் பொறுப்பை ஏற்றது. காங்கிரஸ் அரசு செய்திருக்க வேண்டிய—ஆனால் செய்யத் தவறிய அனேக சின்னஞ்சிறிய நல்ல காரியங்களை அது செய்யத் தொடங்கிற்று. சுயமரியாதைத் திருமணங்கள் சட்டப்படி செல்லும் என்று அது சட்டம் இயற்றியது. 1956—ல் மொழிவழி மாநிலங்கள் பிரிந்தபோது தமிழ் மாநிலத்துக்கு வைக்கப்பட வேண்டிய தமிழ்நாடு என்ற தேசியப் பெயர் 13 ஆண்டுகள் கழித்து 69—ல் சூட்டப் பெற்றது. சென்னை வானொலியின் பிராந்தியச் செய்தி மாநிலச் செய்தி ஆக்கப்பெற்றது. தமிழ் தேசிய இனத்தின் நீண்டகால இன அபிலாசைகள் படிப்படியாக நிறைவேறத் தொடங்கின.

தி.மு.க. அரசும் தெய்வீகப் பேரவைக்குத் தொடர்ந்து ஆதரவளித்தது. அதுமட்டுமல்ல, 1969—ல் முதல்வரான கலைஞர் கருணாநிதி அடிகளாரைச் சட்டமன்ற மேலவை உறுப்பினராக்கிப் பெருமைப்படுத்தினார். ஒரு மடாதிபதி சட்டமன்ற, அல்லது மேலவை உறுப்பினராகப் பதவி ஏற்றதாக அதுவரை வரலாறு இல்லை. அடிகளார் மிகவும் தயங்கினார். திருமடங்களின் தலைவர்கள் சிலருடன் கலந்து ஆலோசித்தார். அவர்கள் உற்சாகமளித்ததன் பேரில் இப்பதவியை அடிகளார் ஏற்றுக்

கொண்டார். தமிழக சமயத்துறையில் ஏற்பட்ட மற்றுமொரு வளர்ச்சி இது.

இந்தச் சூழ்நிலையில் பெரியார் 1969 அக்டோபரில் கோயில் கருவறையில் நுழையும் போராட்டமான இழிவு நீக்கும் கிளர்ச்சிக்குப் புத்துயிர் ஊட்டினார்.

"இந்த இழிவு நீக்கும் கிளர்ச்சி என்பது உலகில் எங்குமே இல்லாத அக்கிரமக் கொடுமையிலிருந்து மனிதன் விடுதலை – மானம் – பெறவேண்டும் என்பதற்காக நடத்தப்படும் கிளர்ச்சியேயாகும்..... நம் நாட்டில் (இந்து என்னும் சமுகத்தில்) 100க்கு 97 பேர்களாக உள்ள மக்கள்–அதிலும் படித்தவர்கள், செல்வவான்கள், உயர்தர அய்க்கோர்ட் நீதிபதிகள், கலெக்டர்கள், உப அத்யட்சர்கள், மடாதிபதிகள், சமீபகாலம் வரை மகா ராஜாக்கள், அரசர்கள், ஜமீந்தார்கள், பலகோடி ரூபாய்க்குச் சொந்தக்காரர்கள். பிரபுக்கள்[42] உட்பட இவர்கள் சமுதாயத்தில் கீழ்ப்பிறவியாக, கீழ் மக்களாக, கடவுள் என்கிற (அதிலும் அவர்களுடைய கடவுள்) சிலையிடம் நெருங்கக் கூடாதவர்களாக அறைக்கு வெளியே நிற்கக் கூடியவர்களாக, தலைமுறை தலைமுறையாகத் தடுக்கப்பட்டு நிரந்தரமாகக் கீழ் மக்களாக ஆக்கப்பட்டிருக்கும் கொடுமைக்கும் இழிவுக்கும் உட்பட்டிருப்பதிலிருந்து விலக்கி - மானமுள்ள மக்களாக ஆக்கப் பட வேண்டும் என்பதற்குக் கிளர்ச்சி...." என்று அவர் பிரகடனம் செய்தார்[43]"

இந்தப் பிரச்சனையைத் தீர்க்கும் வகையில் தமிழ்நாடு அரசு அர்ச்சகா மசோதாவைக் கொண்டு வர விரும்பிற்று. சாதி வேறுபாடின்றி அனைத்துச் சமுகத்தினருக்கும் பயிற்சியளித்து அனைவரையும் இந்து அறநிலையத்துறைப் பராமரிப்பிலுள்ள ஆலயங்களில் அர்ச்சகராக்கும் மசோதா இது. கோயில் அர்ச்சகர் பணியில் பிராமண ஏகபோகம் கூடாது என்பதே பெரியார் கோரிக்கை. இந்த மசோதா அதைத் தீர்த்து வைக்கும். எனவே பெரியார் தன் போராட்டத்தை நிறுத்தி வைக்க வேண்டும் என்று

முதல்வர் கருணாநிதி பெரியாருக்கு வேண்டுகோள் விடுத்தார். போராட்டம் ஒத்திவைக்கப்பட்டது.

ஆனால் புதுப்பிரச்சனை வேறு விதமாக முளைத்தது. காஞ்சி ஸ்ரீ சங்கர மடத்தில் புதிதாகப் பட்டமேற்றிருந்த இளைய பெரியவர் ஸ்ரீ ஜெயேந்திர சரஸ்வதி சுவாமிகளுக்கு அரசு இம்மாதிரிச் சட்டமியற்றுவதில் விருப்பமில்லை. மசோதாவை வெளிப்படையாக அவர் எதிர்க்கவுமில்லை. ஆனாலும் மசோதாவை தடுக்க வேண்டுமென்று விரும்பினார். இதற்காக அவர் குன்றக்குடி அடிகளாரைச் சந்திக்க விரும்பி தருமபுரம் ஆதீன மகாசன்னிதானத்தின் உதவியை நாடினார்.

காஞ்சி மடத்து முனிவர்கள் பழைய வழக்கப்படி இன்னும் நடந்தே பயணம் மேற்கொள்கிறவர்கள். யந்திரவாகனங்களைப் பயன்படுத்தாதவர்கள். அடிகளாரோ கால வளர்ச்சிக்கேற்ப யந்திரவாகனங்களைப் பயன்படுத்திக் கொள்ளுகிறவர். எனவே காஞ்சி புதுப்பெரியவர் தன்னைச் சந்திக்க விரும்பியதை அறிந்ததும் அடிகளார் தன் காரில் காஞ்சிபுரம் போனார்.

அரசாங்கம் கொண்டு வரும் மசோதாவால் இந்து சமயத்திற்கு பெரிய வீழ்ச்சி ஏற்படும். எனவே தெய்வீகப் பேரவைத் தலைவர் என்ற முறையில் அடிகளார் அம்மசோதாவைச் சட்டமன்ற மேலவையில் எதிர்த்துப் பேச வேண்டும் என்று அடியார்களிடம் புதுப்பெரியவர் கேட்டுக் கொண்டார்.

பூவும் புனலும் சொரிந்து, சமயசீலம் உடைய அனைவரும் இறைவனைச் சாதி வேறுபாடின்றி வழிபாடு செய்யும் உரிமை வேண்டும் என்பதுதான் அடிகளாரின் விருப்பம். அரசு கொண்டு வர இருக்கும் மசோதா இந்த விருப்பத்தை நிறைவேற்றாது. ஆயினும் சாதி வேறுபாடின்றி எல்லாருமே பயிற்சி பெற்று அர்ச்சகராக இந்த மசோதா வாய்ப்பளிக்கிறது. அந்த அளவில் அது முற்போக்கானது. சாதி வேறுபாடற்ற சமுதாயம் என்ற லட்

சியத்தில் தமிழினம் மேலும் ஒருபடி ஏற இம்மசோதா உதவும். ஆகவே இது சட்டமன்றத்தில் நிறைவேற வேண்டும், செயல் வடிவம் பெறவேண்டும், என்ற பெரு விருப்பம் அடிகளாருக்கு. புதுப்பெரியவரின் வேண்டுகோளை அவர் நிராகரித்தார்.

தெய்வீகப் பேரவை அனைத்து மடங்களின் பொது அமைப்பு. அதன் தலைவர் என்ற முறையில் மசோதாவை எதிர்த்துப் பேசுவது அடிகளாரின் கடமை என்று புதுப் பெரியவர் வாதாடினார்.

அடிகளார் அதை ஏற்றுக்கொள்ளவில்லை. அவர் சொன்னார் : "இந்தச் சட்டம் மேலவைக்கு நாளையே வர இருக்கிறது. நாடு முழுவதும் விரிவாகப் பேசப்பட்ட மசோதா இது. தனிப்பட்ட முறையில் இந்த மசோதா நிறைவேறுவதை நான் மிகவும் விரும்புகிறேன்.

ஆயினும் உங்கள் கருத்தை நீங்கள் முன்கூட்டியே எனக்குச் சொல்லி, அதன் அடிப்படையில் தெய்வீகப் பேரவையின் மாநிலக் குழுவைக் கூட்டி, நாம் ஏதாவது தீர்மானம் எடுத்திருந்தால், அதன் தலைவர் என்ற முறையில் என் சொந்தக் கருத்துக்கு மாறாகக் கூட அந்த மசோதாவை மேலவையில் நான் எதிர்த்துப் பேசியிருக்க முடியும். அப்படி எதுவும் செய்யாத சூழ்நிலையில், என் மனச்சாட்சிக்கு விரோதமாக—கொள்கைக்கு விரோத மாக—நீங்கள் சொல்லுவதன்படி நடக்க முடியாது"

புதுப் பெரியவருக்கு இது மிகுந்த வருத்தத்தைத் தந்தது. தெய்வீகப்பேரவை அரசியல் சார்பான அமைப்பு ஆகிவிட்டது என்று அவர் அடிகளாரைக் குற்றம் சாட்டினார். அரிஜனங்களுக்கு அர்ச்சகராகும் பயிற்சியை அவரே அளிக்கப்போவதாக அறிவித்தார், அதன்படி அரிஜனங்களுக்கு மாடன், காடன், காளி, கருப்பன் போன்ற சேரிவாழ் தெய்வங்களை வழிபடப் பயிற்சி அளிக்கப்பட்டது.

இந்தத் திட்டத்தை ஒரு ஏமாற்று வித்தை என்று விமர்சனம் செய்தார் அடிகளார். புதுப்பெரியவர் நேர்மையானவராக இருந்தால் அர்ச்சனைப் பயிற்சி தரபபட்ட அரிசனர்களை மதுரை மீனாட்சி அம்மன் கோயிலிலோ, திருப்பரங்குன்றக் கோயிலிலோ அர்ச்சனை செய்ய ஏற்பாடு செய்ய வேண்டும். அப்படி அர்ச்சனை செய்யவிடுவாரா புதுப்பெரியவர் என்று கேட்டார். அடிகளார் கூட்டத்துக்கும் புதுப்பெரியவர் கூட்டத்துக்கும் இடையில் விரிசல் ஏற்பட்டது.

எல்லாச் சாதியினரும் பயிற்சிபெற்றுப் பெருங் கோயில்களில் அர்ச்சகராவதற்கு வகை செய்யும் அர்ச்சகர் மசோதாவை, அறநிலையத்துறை அமைச்சர் கே.வி.சுப்பையா 30–11–70 அன்று சட்டமன்றத்தில் முன் மொழிந்தார். 2–12–70 அன்று அது எதிர்ப்பின்றி நிறைவேறியது.

வைதீகர்களின் பலத்த எதிர்ப்புகளுக்கிடையே, 1970 பிப்ரவரி 1–ஆம் தேதி தமிழக அரசின் புதிய திட்டப்படி பயிற்சி பெற்றவர்களின் அர்ச்சனை தமிழகக் கோயில்களில் தொடங்கப்பட்டது.

பழனியில் அர்ச்சகர் பள்ளி தொடங்குவதற்கும் ஏற்பாடு நடந்தது.

தி.மு.க. அரசின் இந்தச் சட்டத்தை எதிர்த்து 28 அர்ச்சகர்கள் உச்ச நீதிமன்றத்தில் ரிட் மனு தாக்கல் செய்தனர்.

அந்த மனுவை உச்ச நீதிமன்றம் தள்ளுபடி செய்தது. தமிழ்நாடு அரசு நிறைவேற்றிய சட்டம் செல்லுப்படியாகும் என்று அறிவித்தது. அர்ச்சகர்களை அறங்காவலர்கள் நியமிக்கும் செயல் மதக்காரியம் அல்ல, அது மதச்சார்பற்ற காரியமே என்றது நீதிமன்றம்.

ஆனால் சைவக் கோயில்களிலோ,வைணவக் கோயில் களிலோ அர்ச்சகர்கள் நியமிக்கப் படுவதென்பது அந்தந்தக் கோயில்களுக்கென உள்ள ஆகம விதிகளின்படிதான் நடத்தப் படவேண்டும். அப்படிச் செய்யத் தவறினால் அது 28- வது செக்ஷனுக்கு முரணாவது மட்டுமல்ல. மதானுஷ்டானத்தில் அரசு தலையிட்டதும் ஆகும். அதன் தவிர்க்க முடியாத விளைவு என்ன வென்றால் கோயிலில் உள்ள சிலை தீட்டுப்பட்டதாகி விடும்.[44] என்று தமிழக அரசின் சட்டத்துக்குக் கடிவாளமும் போட்டது.

சாமி சிலை தீட்டாகி விட்டால் பரிகாரம் என்ன?

வைகாசன ஆகமத்தில் உள்ள பிருகு சம்ஹிதையின் கிரியாதிகாரம் பற்றிய 24- வது அத்தியாத்தில் தரப்பட்டிருக்கும் பிராயசித்தம் மீதான குறிப்பு.

'பொது வழிபாட்டுகுரியதான கோயில்களில் கடவுள் –விஷ்ணு உருவத்தையோ சிலையையோ அல்லது பிற இது போன்ற உருவத்தையோ அர்ச்சகர் தவிர பிற பிராமணன் தொட் டுவிட்டால் பின்னர் அந்தச் சிலையோ அல்லது உருவமோ தூய நீரினால் சம்ப்ரோட்சனம் செய்யப்பட வேண்டும். சத்திரியர்களால் தொடப்பட்டு விட்டால் ஏழு கலசங்கள் வைத்து மு றைப்படி வணங்கியபின், சம்ப்ரோட்சனம் செய்யப்பட வேண்டும்.

வைசிய சமூகம் தொட்டுவிட்டால், இருபத்துநாலு கலசங்கள் வைத்து முறைப்படி வணங்கிய பின் பிம்பங்களுக்கு சம்ப்ரோட் சனம் செய்ய வேண்டும். அதைத் தொடர்ந்து சாந்தி ஹோமமும் பிராமண போஜனமும் செய்யப்பட வேண்டும்,

சூத்திரர்கள் தொட்டுவிட்டால் நூற்றியெட்டு கலசங்கள் வைத்து முறைப்படி வணங்கிய பின், பிம்பங்களுக்கு சம்ப்ரோட் சனம் செய்யப்பட வேண்டும், தொடர்ந்து மஹா சாந்தி ஹோம்ம செய்யப்பட வேண்டும்.

அனுலோமர்களால் தொடப்பட்டு விட்டதனால் பின்னர் பிராயசித்தமும் சூத்திர ஸ்பரிசத்துக்கு விதிக்கப்பட்டிருப்பது போலச் செய்யப்பட வேண்டும்45.

கருவரை நுழைவுப் பிரச்சனையில் ஆகமத்தின் கருத்து பற்றி பி.சிதம்பரம் பிள்ளை கீழ்க்கண்டவாறு குறிப்பிடுகிறார்.

1. இந்துக்கோயில் பூசாரி ஆவதற்குத் தீட்சை பெறுவது ஒன்றே வழி. இதில் சாதியோ குலமோ பிரச்சனை இல்லை.

2. தீட்சை பெறாத பிராமணன் இந்துக் கோயிலின் கற்பக்கிரகத்தினுள் நுழைய முடியாது. விக்கிரகங்களைத் தொடவும் முடியாது. கோயில் ஊழியனாகக்கூட ஆகவும் முடியாது.

3. பிராமணனைப் போலவே பிறரும் - ஒரு சண்டாளன், பறையன் கூட தீட்சை பெற்றுக்கொள்ளலாம்.

4. ஆகமத்தின்படி கருவறையினுள் நுழைவதற்கும், வழிபடுவதற்கும் சாதி ஒரு பிரச்சனையே இல்லை. சாதி இந்துக்கள் சாதி அல்லாத இந்துக்கள் எல்லாருமே கடவுளின் பார்வையில் ஒன்றே. ஆகமங்களின் மையக்கருத்தும் இதுவே.

5. ஒரு சாதியையை உயர்வாகவும் இன்னொரு சாதியை இழிவாகவும் கருத ஆகமத்தில் இடமே இல்லை.

ஆனால் ஆகமங்களைப் பழமைவாதிகள் வேறு விதமாக- மக்களின் ஜனநாயக ஆசைகளுக்கு எதிராக- விளக்கினார்கள். ஆகமப்படி இன்னின்ன சாதியார் தான் தீட்சை பெறலாம். கருவறையில் நுழையலாம் என்று வரையறை செய்தனர்.

அடிகளார் இதை ஒப்புக்கொள்ளவில்லை. அவர் சொல்லுகிறார். 'ஆகமங்கள் ஒரே காலத்தில் எழுதப்பட்டவை.

அல்ல. அவற்றில் முரண்பாடுகளும் உள்ளன. எனவே முரண்பாடுகள் வரும்போது ஆகமங்களைக் காட்டிலும், சமய ஆசிரியர்களும் அருளாசிரியர்களும் அருளிய தேவார திருவாசகமும், இவற்றைச் சார்ந்து தோன்றிய திருமுறைகளும் காட்டும்ம வழியில் செல்ல வேண்டும். திருமுறைகள் நமக்குக் காட்டுவது என்ன? தமிழ்க் கோயில்களில் சாதி வேற்றுமை- வருண வேற்றுமை- இன்றி எல்லா மக்களும் வமிபட்டார்கள் என்பதே. உதாரணமாக. திருப்புகலூர்த் தேவாரத்தில் மலையாளிகூட வந்து வழிபட்டதாக திருஞான சம்பந்தர் அருளிச்செய்துள்ளார். திருவையாற்றுக் கோயிலில் இறைவனை வழிபட புனலும் பூவும் சுமந்து சென்றவர்கள் வரிசையில் தானும் சென்றதாக அப்பரடிகள் குறிப்பிடுகிறார். திருக்காளத்தி அப்பரை கணப்பர் வழிபட்ட முறை உலகறிந்தது. இராமன், பஞ்ச பாணடவர், கணணன், வாலி போன்றவர்கள் மட்டுமல்ல, யானை, சிலந்தி, எறும்பு, பசு, புல், நண்டு போன்றவைகளும் இறைவனைப் பூசித்ததாகச் செய்திகள் உள்ளன. ஆகவே கருவறையில் நுழைந்து பூசனை செய்ய உரிமை எல்லாருக்கும் உண்டு[46],

இவ்வாறு அவர் சமய சிந்தனையின் மனித நேத்திசைவழியைச் சுட்டிக் காட்டினார்.

உச்சநீதி மன்றத்தின் இந்தத் தீர்ப்பு தமிழக அரசுக்கும் திராவிட இயக்கத்தினருக்கும் கடுமையான கோபத்தை உண்டாக்கிற்று.

தான் அமரராவதற்கு நான்கு நாட்களுக்கு முன் தன் தள்ளாத 94- வது வயதிலும் எதிர்த்துப் போர்க்குரல் கொடுக்கிறார் பெரியார்.

நம்முடைய கலைஞர் கருணாநிதி அவர்கள், கல்தானே, யார் வேண்டுமென்றாலும் பூசை பண்ணலாம். ஆனால் முறைப்படி செய்யணும் என்று யாவருக்குமே அனுமதி

கொடுத்தார். பார்ப்பான் கோர்ட்- சுப்ரீம் கோர்ட் என்றால் பார்ப்பான் கோர்ட்தான் -பார்ப்பனத்தியால் நியமிக்கப்பட்டவர்கள் -கோயிலுக்குள் போகிறது சாஸ்திர விரோதம், ஆகமம்படிச் செய்ய வேணும் என்றார்களே - எந்த ஆகமத்தை எவன் எப்போது எழுதினான்? யாருக்காவது தெரியுமா? எழுதியவனுக்கு வயது என்ன? யாராவது சொல்ல முடியுமா?

அர்ச்சகர் சட்டத்துக்காகத் திராவிட முன்னேற்றக் கழகம் நாடாளுமன்றத்தில் போராடும் என்று அறிவித்தார் முதல்வர் கருணாநிதி.

தொடர்ந்து நீதிமன்றத்துக்குப் போவதும், விளக்கம் பெறுவதும், பத்திரிகைகளில் எதிரும்புதிருமாக விவாதிப்பதுமாக இந்தப் பிரச்சனை நெடுங்காலத்துக்கு இழுபடுகிறது. சுமுகமான முடிவு என்று ஏற்படுமோ?

தெய்வீகப் பேரவையை ஒரு நிலையான நிறுவனமாக ஆக்கவேண்டும். அதற்கு நிலையான நிதிவாயில்கள் ஏற்படுத்த வேண்டும் என்ற கருத்துக்கள் தோன்றி பேரவை உறுப்பினர்களிடையே வலுப்பெற்றன. அடிகளார் மேலவை உறுப்பினராக இருந்தது இந்தக் கருத்தைச் செயலாக்க வாய்ப்பளித்தது. அடிகளார் தமிழ்நாடு அரசை அணுகி, தெய்வீகப் பேரவையை ஒரு சட்ட பூர்வமான நிறுவனமாக ஆக்கும்படிக் கேட்டுக் கொண்டார். அதுபோலவே அறநிலையத்துறை ஆணையரின் ஆணை இல்லாமல், திருக்கோயில்களின் நிதிநிலைத் திட்டத்திலேயே பேரவைக்கு நிதி அளிப்பதை எல்லா இந்து சமய நிறுவனங்களும் ஏற்கும்படியும் சட்டம் இயற்ற வேண்டும் என்றும் வேண்டினார். அவை சட்டம் இயற்ற வேண்டும் என்றும் வேண்டின்ார். அவை சட்ட மன்றத்தில் 1975 நவம்பரில் ஒருமனதாக ஏற்றுக் கொள்ளப்பட்டுச் சட்டமாயின.

இந்த காலத்தில் இந்திய அரசியலில் ஒரு மிகவும் வித்தியாசமான சூழ்நிலை தோன்றிற்று. 1975 ஜூன் 12-ம் தேதி, அலகாபாத் உயர்நீதி மன்றம் அப்போதைய பிரதமர் இந்திரா காந்தியின் தேர்தல் செல்லாது என்று அறிவித்தது. இந்திராவுக்கு எதிராக நீண்ட காலமாக தொடர்ந்து அரசியல் போராட்டம் நடத்தி வந்த சக்திகள் இந்த வாய்ப்பைப் பயன்படுத்திக்கொண்டு குற்றவாளி இந்திராவே பதவியை விட்டு வெளியேறு என்ற போராட்டத்தைத் தொடங்கின. இந்திரா, ஜூன் 27 அன்று அவசர நிலையைப் பிரகடனம் செய்து, இந்த சக்திகளை பலாத்காரமாக ஒடுக்கினார். அப்போதைய தமிழக முதலமைச்சர் கருணாநிதி இந்திராவின் அவசர நிலையைத் துணிச்சலோடு எதிர்த்தார். கலைஞருக்கும் இந்திராவுக்கும் இடையிலான அரசியல் மோதல் உச்ச கட்டத்தை நோக்கி வேகமாக வளரத் தொடங்கிற்று.

இந்தச் சூழ்நிலையில்தான் தெய்வீகப் பேரவையை தமிழ்நாடு அரசு சட்டபூர்வமான நிறுவனமாக ஏற்று, நிதிநிலை அறிக்கையிலேயே அதற்கு எல்லாத் திருக்கோயில்களிலிருந்தும் நிதிவர வழிவகை செய்து சட்டமியற்றியது.

இந்த நேரத்தில் காஞ்சிப் பெரியவர் பேரவையின் மீது ஆர்வம் காட்டத் தொடங்கினார். பேரவையின் வளர்ச்சி பற்றிய தகவல்கள் கேட்டு அவரிடமிருந்து பேரவைக்குத் தூதுவர்கள் வரத்தொடங்கினர். அவர்கள் அடிகளாரையும் சந்தித்துப் பாராட்டுதல்களைத் தெரிவித்தனர். புதுப்பெரியவரின் விருப்பப்படி பேரவைச் செயலாளர் அவரை நேரில் சென்று சந்தித்து, பேரவைச் செயல்களை விளக்கும் சூழ்நிலை ஏற்பட்டது. புதுப்பெரியவர் பேரவைச் செயலாளரிடம் பேரவைப் பணிகளைப் பலபடப் பாராட்டினார். பேரவைப் பணிகளை எல்லாரும் சேர்ந்து செய்ய விரும்புவதாகவும் அவர் சொன்னார். அதற்காக தெய்வீகப் பேரவையின் மாநிலக் குழுவைக் கூட்டும்படி அவர் செயலாளரைக் கேட்டுக் கொண்டார். அது மட்டுமல்ல, குன்றக்குடி அடிகளாரிடம் தான் கலந்து பேச விரும்புவதாகவும் அவர் அடிகளாருக்குச் சொல்லியனுப்பினார்.

இதனடிப்படையில் பேரவையின் மாநிலக்குழு 1976 ஜனவரி 28=ல் சென்னையில் தெய்வீகப்பேரவை அலுவலகக் கட்டடத்தில் கூடியது.

இதற்கு முந்திய நாள் - அதாவது ஜனவரி 27- ல் அடிகளாருக்குக் சென்னை கற்பகாம்பாள் மண்டபத்தில் தெய்வீகப் பேரவை சார்பாகப் பாராட்டுவிழா நடந்தது. புதுப் பெரியவர் விருப்பப்படி நடந்த இந்தத் திருவிழாவில் புதுப் பெரியவர் அடிகளாரைப் பலபடப் பாராட்டி, அவருக்குப் பொன்னாடையும் போர்த்தி சிறப்பித்தார். தமிழ்நாட்டு மடாதிபதிகள் பெரும்பாலோரும் கலந்து கொண்டனர்.

கொஞ்ச காலத்துக்கு முன்தான் சென்னை அண்ணா சாலையில் முதல்வர் கருணாநிதியின் திருவுருவச் சிலையை பெரியார் தலைமையில் அடிகளார் திறந்து வைத்திருந்தார். எடுத்த எடுப்பிலேயே இந்தச் சம்பவத்தைக் கண்டித்தார் புதுப் பெரியவர், 'கலைஞர் நாஸ்திகர். நீங்கள் பேரவைத் தலைவர் எங்கள் பிரதிநிதி, எனவே நீங்கள் திறந்து வைத்தது நாங்களும் அதில் சம்பந்தப்பட்டது மாதிரி ஆகிவிட்டது. இந்தச் செய்கை அரசியல் ஆகிவிடாதா? எனக்கு வருத்தமாக இருக்கிறது" என்ற முறையில் பேசினார்.

தான் தனிப்பட்ட முறையில் அன்பின் காரணமாக முதல்வர் கருணாநிதி சிலையைத் திறந்ததாகவும், இதற்கும் பேரவைக்கும் சம்பந்தமில்லை என்றும் அடிகளார் பதிலளித்தார்.

இந்து அறநிலையைத் துறையின் நிர்வாகத்திலுள்ள சமய நிறுவனங்கள் தெய்வீகப் பேரவைக்கு நிதி வழங்க வகை செய்த சட்ட திருத்தம் பற்றிய விவாதம் அடுத்து எழுந்தது. மதுரை

மடாதிபதியும் காஞ்சிப் புதுப் பெரியவரும் இந்தத் திருத்தத்தை—அதாவது ஒவ்வொரு கோயிலும் பேரவைக்குச் சட்டபூர்வமாக நிதி கொடுக்க வேண்டிய திருத்தத்தை எதிர்த்தனர்.

அடிகளார் இதையும் மறுத்தார். தமிழக அரசு தானாக விரும்பி இதனைச் செய்யவில்லை. தெய்வீகப் பேரவை கேட்டுக்கொண்டதன்பேரிலேயே செய்திருக்கிறது. பேரவையின் வளர்ச்சிக்கு இது நன்மைதானே தவிர கெடுதல் இல்லை. ஒரு வேளை இது பேரவை வளர்ச்சிக்குப் பாதகமானது என்று இந்த மாநிலக் குழு தீர்மானிக்குமேயானால், அந்த நிதியை நாம் மறுத்துவிடலாம் என்றார் அவர். மேலும் இந்த நிதி வேண்டாமென்றால், பேரவைக்கு வேறு சரியான நிதியாதாரம் ஏது என்றும் கேட்டார். பேரவைக்குத் தேவையான நிதியை தங்கள் மடமும் இதர மடங்களும் தாங்களாகவே மனமுவந்து தரும் என்ற புதுப் பெரியவர், இப்போது வேறொரு கோணத்தில் அடிகளாரை எதிர்த்தார். அதாவது இந்தச் சட்டத் திருத்தத்தின் மூலம் தெய்வீகப் பேரவை ஒருவகை அரசு நிறுவனமாகி விடுகிறது. ஆகவே இனி கோயில் மற்றும் இந்து மத விசயங்களுக்கு அரசு தெய்வீகப் பேரவையைத்தான் கலந்து ஆலோசிக்கும் என்று வருத்தம் தெரிவித்தார்.

தெய்வீகப் பேரவை அரசாங்க அந்தஸ்து பெறுவது நல்லதுதான் என்றார் அடிகளார். கோயில் மற்றும் மத விசயங்களில் இனி பேரவையைக் கலந்து ஆலோசனை கேட்டுத்தான் அரசு செயல்படும் என்றால், அது பேரவைக்குப் பெருமைதானே. அதோடு இந்து சமயச் சிந்தனையின் ஜனநாயக முடிவுகளையே அரசு நடைமுறைப்படுத்தும் வாய்ப்பு ஏற்படுகிறதல்லவா. இது எவ்வளவு நல்லது எனறார் அவர்.

ஆனால் புதுப் பெரியவரோ எதிர்மறையாகச் சிந்தித்தார். பேரவையில் நீங்கள் தமிழ் மடாதிபதிகள் பலர் இருக்கிறீர்கள்.

நாங்கள் பிராமண மடாதிபதிகள் ஓரிருவர் தான் இருக்கிறோம். அதனால் உங்கள் கருத்தே அரசாங்கத்தின் கருத்தாகி விடும். அது எங்களைப் பாதிக்கும் என்று தமிழர் தமிழரல்லாதார் என்ற கண்ணோட்டத்துடன் வெளிப்படையாகவே பேசினார்.

தமிழர்கள் பார்ப்பனர்கள் என்று சமயவாதிக்ளையே புதுப்பெரியவர் பிரித்துப் பார்ப்பதும், நியாயம் நியாயமின்மை என்று பாராமல் பெரும்பான்மைத் தமிழ் மடாதிபதிகள் கருத்தே சமயத் துறையில் அரசின் கருத்தாகி விடும் என்று சந்தேகித்துப் பேரவையை அரசாங்கத்திலிருந்தே பிரித்துவிட வேண்டும் என்று அவர் விரும்புவது அடிகளாருக்கும் இதர பல மடாதிபதிகளுக்கும் வேதனையைத் தந்தன. எந்த முடிவும் எடுக்க முடியவில்லை. தெய்வீகப் பேரவையை இந்து அறநிலையத் துறையின் தொடர்பிலிருந்து துண்டித்து, தனி நிறுவனமாக இயக்குவது குறித்துக் கலந்தாலோசிப்பதற்காக மாநிலக்குழுவை மீண்டும் கூட்டுவது என்ற முடிவோடு பேரவை ஒத்திவைக்கப்பட்டது.

நாலுநாள் கழித்து அதாவது 1976 பிப்ரவரி 1–ஆம் நாள் இந்திராகாந்தியின் அவசரகால மத்திய அரசு தமிழகத்தில் கலைஞர் தலைமையிலான தி.மு.க. அரசைக் கலைத்து தமிழ்நாட்டிலும் நெருக்கடி கால ஆட்சியை நேரடியாக ஏற்படுத்தியது. புதிய கவர்னர் ஆட்சி சமயத்துறையில் காஞ்சி புதுப்பெரியவரின் குரலை அப்படியே பிரதிபலித்தது. பேரவை மீது கவர்னர் ஆட்சி பழி தூற்றிற்று. பேரவைக்கு அரசு நிதியுதவி இல்லை என்று அறிவித்தது.

நெருக்கடிநிலை காலத்தில் அடிகளாருக்கும் மிகுந்த நெருக்கடி ஏற்பட்டது. தெய்வீகப் பேரவைக்கும் பல வகையில் நெருக்கடி ஏற்பட்டது. குன்றக்குடி மடம் மத்திய புலனாய்வுத்துறை அதிகாரிகளால் முற்றுகையிடப்பட்டது. கடுமையான சோதனைகள் மேற்கொள்ளப்பட்டன. புலனாய்வு

அதிகாரிகளின் சோதனைகளுக்கு மடத்து அலுவலர்கள் மிகுந்த ஒத்துழைப்பு நல்கினர். மடத்தின் நடவடிக்கைகளில் தவறுகளோ, குறைகளோ இல்லை என்பதை அதிகாரிகள் கண்டனர். ஆனாலும் கூட சிறிது காலத்துக்குப் பிறகு மீண்டும் அவர்கள் மடத்தை முற்றுகையிட்டு ஆய்வுகள் நடத்தினர்.

கவர்னர் ஆட்சி தம் மீது காழ்ப்புணர்ச்சியோடு நடந்து கொள்வதை உணர்ந்த அடிகளார் தெய்வீகப் பேரவையை அரசின் கோபத்திலிருந்து காப்பாற்ற விரும்பினார். தன் தலைமைப் பொறுப்பை 1976 மே 10 அன்று ராஜிநாமா செய்தார். மயிலம் ஆதீனகர்த்தர் பேரவையின் புதுத் தலைவரானார்.

அடுத்து திருவண்ணாமலையில் கூடிய பேரவையில் முந்திய பேரவைத் தீர்மானங்கள் ஏற்றுக் கொள்ளப்பட்டன. ஆனால் அறநிலையத் துறை ஆணையரைப் பேரவையின் துணைத் தலைவராக இருக்கும்படிக் கேட்டுக் கொள்ளும் தீர்மானமும் அங்கு நிறைவேற்றப்பட்டது.

பேரவை அரசிலிருந்து விலகிவிட்டது என்றதும் புதுப் பெரியவர் தெய்வீகப் பேரவையிடம் உறவை மேலும் வலுப்படுத்தினார். பேரவையின் பெயரை மாற்றுவதற்கும், வேறு சில மாற்றங்கள் கொண்டு வருவதற்கும் புதுப் பெரியவர் முயற்சித்தார். ஆனால் இவற்றிற்குப் பேரவைத் தலைவர் இடம் கொடுக்கவில்லை.

பேரவைக் கணக்குகளைச் சிறப்புத் தணிக்கை செய்வதற்கு ஆளுநர் ஆட்சி ஆணை பிறப்பித்தது. சிறப்புத் தணிக்கைக் குழுவினரால் குறைகள் எதுவும் கண்டுபிடிக்கப்படவில்லை. இதற்கிடையில் புதுப் பெரியவர் எப்படியோ சில முயற்சிகளை மேற்கொண்டு, பேரவைச் செயலாளர் திருப்பனந்தாள் சுவாமிகளிடமிருந்த பேரவைச் சாவியை அரசாங்கத்திடம்

ஒப்படைக்கும் படியும், செயலாளர் பதவியை அவர் ராஜினாமா செய்யும்படியும் செய்துவிட்டார். ஆக மீண்டும் தெய்வீகப் பேரவை கொல்லைப்புற வழியாக அரசிடம் ஒப்படைக்கப்பட்டது.

அவசரநிலை வீழ்ந்த பிறகு, அடிகளார் மீண்டும் தெய்வீகப் பேரவையைப் புனரமைக்கும் பணியை மேற்கொண்டார். தொடர்ந்து வந்த எம்.ஜி.ஆர் தலைமையிலான அ.தி.மு.க. அரசு பேரவைக்கு ஆதரவு தெரிவித்தது. பேரவை மாநிலக்குழு 1978 ஜனவரி 30–ல் மதுரையில் கூடிற்று.

மாநிலக் குழுவில் கலந்து கொள்ளுவதற்காக முந்திய நாளே மதுரை சென்று தமிழ்நாடு ஹோட்டலில் தங்கியிருந்தார். அப்போது புதுப் பெரியவர் சார்பாக ராமமுர்த்தி அய்யர் என்பார் அடிகளாரைத் தேடிவந்து, புதுப் பெரியவர் தங்களைப் பார்க்க விரும்புகிறார் என்றார். பேரவைத் தலைவர் மயிலம் சாமியுடன் அடிகளார் புதுப் பெரியவர் தங்கியிருந்த சேதுபதி உயர்நிலைப் பள்ளிக்குச் சென்றார். நடந்துபோனவைகளுக்கு மாறாகப் புதுப் பெரியவர் அடிகளாரை அன்போடு வரவேற்றுப் பேசினார்.

மறுநாள் நடந்த மாநிலக் குழுவில் புதுப் பெரியவர், "நேற்று நடந்தது நேற்றோடு, இன்று புதிதாக இருக்கட்டும்" என்றார். அதாவது அரசுக்கும் தெய்வீகப் பேரவைக்கும் இடையில் உள்ள உறவு நீக்கப்பட்டதாக முந்திய மாநிலக் குழுக்களில் நிறைவேற்றப்பட்டிருந்ததே - அந்தத் தீர்மானத்தை ரத்து செய்து. மீண்டும் அரசுக்கும் தெய்வீகப் பேரவைக்கும் இடையில் உறவு ஏற்படுத்தி, நிதிநிலை அறிக்கையிலேயே நிதி ஒதுக்கீடு செய்யும்படி அரசைக் கேட்டுக்கொள்ள வேண்டும் என்றார் அவர். அதோடு அவர் நிற்கவில்லை. 10–5–76–ல் பேரவை எந்த நிலையில் இருந்ததோ அந்த நிலையிலேயே அது தொடர்ந்து செயல்படலாம் என்றார். புதுப் பெரியவரின் கருத்துக்கள் எல்லா உறுப்பினர்களாலும் ஏற்றுக்கொள்ளப்பட்டுத் தீர்மானங்களாயின.

அவசரநிலை நீக்கப்பட்டதைத் தொடர்ந்து நாட்டின் பல பாகங்களில் ஜாதி கலவரங்களும் மதக் கலவரங்களும் வெடித்தன. இந்தக் கலவரங்களுக்கு முக்கியக் காரணங்கள் தீண்டாமையும் வறுமையுமே என்று உணர்ந்த அடிகளார் அவற்றை நீக்குவதற்குத் தெய்வீகப் பேரவை உடனே முயற்சிகள் தொடங்க வேண்டும் என்று விரும்பினார். அந்தக் கண்ணோட்டத்தில் அவர் இந்த மாநிலக் குழுவில் விவாதித்து முடிவெடுக்கவென 15-11-77 அன்றே ஒரு ஆய்வுச் செய்தி அனுப்பி வைத்திருந்தார். அதன் முக்கிய அம்சங்களாவன :

1. இந்து சமய வழிப்பட்ட சமூகத்தில் நிலவும் தீண்டாமை மிகக் கொடியது. இந்தத் தீண்டாமையை அகற்றுவதற்குரிய பணியைத் தலையான பணியாகப் பேரவை மேற்கொள்ளுதல்.

2. இந்து சமய வழிப்பட்ட சமூகத்தில் நிலவும் சாதி வேற்றுமைகள் ஆன்மநேய ஒருமைப்பாட்டுக்கு எதிரானவை யாகவும், அன்பின் வழிப்பட்ட சமுதாயத்துக்கு களையாகவும் இருக்கின்றன, ஆதலால் நாயன்மார்கள் ஆழ்வார்கள் காட்டிய வழியில் சாதி வேற்றுமைகளை நீக்கவும், ஒரு குலப்பாங்கினை உருவாக்கவும் பணி மேற்கொள்ளுதல்.

3. இந்து சமய வழிப்பட்ட சமுதாயத்தில் அறுபது விழுக்காட்டுக்கு மேல் வறுமை விளிம்புக்குக் கீழே வாழ்பவர்கள். இவர்கள்தாம் மத மாற்றங்களுக்கும் நாத்திக நச்சுக் கருத்துக்களுக்கும் பெரும் இரையாகின்றனர். ஆதலால் தாழ்த்தப்பட்டவர்கள், பின் தங்கியவர்கள், வாய்ப்பிழந்தவர்கள் முன்னேற்றத்துக்குரிய ஆக்கப் பணிகளை மேற்கொண்டு செய்தல்.

தமிழ் மக்களின் சமயம் சார்ந்த சமூக வாழ்வைத் தீர்மானிக்கும் ஆற்றலுள்ள—முக்கியமான—ஒன்பது மடாதிபதிகள்

கூடியிருந்த கூட்டத்தில் இந்தத் தீர்மானங்களில் ஒன்றுகூட நிறைவேறவில்லை! எல்லாமே ஒத்திவைக்கப்பட்டன! பேரவை மட்டும் அன்று அடிகளாரின் கருத்துக்களை ஏற்றுச் செயல்படுத்த முனைந்திருக்குமானால், 80-களில் தமிழகத்தைக் குலுக்கிய பெருந்தொகையான மதமாற்றங்களோ, அவற்றைத் தொடர்ந்து ஏற்பட்ட மதக் கலவரங்களோ ஏற்பட்டிருக்குமா என்று ஏக்கத்தோடு யோசிக்க வேண்டியதிருக்கின்றது.

மறு மாதம் 18-ம் தேதி முறிப்புக் கடிதம் அளித்து பேரவையிலிருந்து முற்றிலும் விலகிக் கொண்டார் புதுப் பெரியவர்.

9. இனநலம்

இன்றைய மனித குலத்தின் அடிப்படை சமூக அலகு எது? சாதியா? சமயமா? இல்லை! இவை இறந்த காலத்துக்குரியவை. ஏற்றுக் கொண்டவர்களை இறந்த காலத்துக்கு இழுப்பவை. சமூகத்தை உள்ளுக்கிருந்து பிளப்பவை. வலிமையைக் குறைத்து, வளர்ச்சியைத் தடுப்பவை சந்தேகமில்லாமல் விரைவில் தேய்ந்து மாய்ந்து மறையப் போகிறவை.

இன்றைய மனித குலத்தின் அடிப்படையான சமூக அலகு தேசிய இனமே. பொதுவான வாழுமிடம், பொதுவான மொழி, பொதுவான நாகரிகம், பொதுவான பண்பாடு இவை மூலம் சமூகம் மேலும் மேலும் நெருங்கி வளர இடமளிக்கின்றன சமூக அலகு அதுவே. தேசிய இன உணர்வு ஓங்க ஓங்கத்தான் சமூகத்தினுள்ளே சாதி-சமயப் பிளவுகள் மங்கும். ஒற்றுமையும், ஒட்டுறவும், சமத்துவமும், சகோதரத்துவமும் ஓங்கும். எனவே சமூக விடுதலையின் பிரதான அம்சம் தேசிய இன விடுதலையே.

தேசிய இனத்தின் உயிர்நிலையான அம்சங்கள் வாழும் நிலம், பேசும் மொழி, பண்பாடு ஆகியவை. இவற்றில் தமிழகத்தைப் பொறுத்தவரை வாழுமிட விடுதலைக்கான போராட்டம் அரைகுறையாகவேனும் 1956 ல் முடிந்து, தமிழ்த் தேசத்துக்கு ஒரு எல்லை வரையறை செய்யப்பட்டது. மொழி, பண்பாடு ஆகியவற்றுக்கான போராட்டம் இன்னும் தொடர்ந்து நடந்து கொண்டிருக்கிறது.

மனிதச் சிந்தனை தாய்மொழியின் வழிப்பட்டதே. ஒரு சமூகம் சுயசிந்தனையும் சுய வளர்ச்சியும் காணத் தாய்மொழியில் கற்றுக் கொள்வதும், சிந்திப்பதுமே வழி. தாய்மொழியல்லாத பிறிதொரு மொழியில் பயிற்சி பெறும் ஒருவன், எவ்வளவுதான்

திறமை பெற்றாலும் அறிவாற்றலில் அவன் என்றென்றும் இரண்டாம் தரத்திலேயே இருப்பான். அவன் கற்றுக்கொண்ட மொழியைத் தாய்மொழியாகக் கொண்டவனுடன் போட்டி போட்டு அவனை இவன் மிஞ்ச முடியாது. உதாரணத்துக்குச் சொன்னால் தமிழன் எவ்வளவுக்கு முயன்று ஆங்கிலம் அல்லது இந்தி படித்தாலும், அவன் ஆங்கிலேயனுக்கு அல்லது இந்திக்காரனுக்கு இணையாக வளரவே முடியாது. எங்காவது ஒரு சில விதிவிலக்குகள் இருக்கலாம். விதிவிலக்குகள் ஒருபோதும் விதிகள் ஆகமாட்டா.

அதேபோலத்தான் பண்பாடும். தமிழன் வளர வேண்டுமானால் தமிழ் இலக்கியம், தமிழ்க்கலை, சமயம் வளர வேண்டும். அன்னியக் கலைகளும், சமயங்களும் வளருமானால் பண்பாட்டுத் துறையிலும் தமிழினம் இரண்டாந்தர இனமாகவே இருக்கும். இளையராஜாவின் இசை இன்று உலகெலாம் புகழ் பெறுகிறதென்றால் அடிப்படையில் அது தமிழக நாட்டார் இசையில் வேட்டுச்சத்து எடுக்கிறது.

எனவே ஒரு இனம் வளர அதன் நிலம், மொழி, பண்பாடு மூன்றும் முழு சுதந்திரம் பெற்றாக வேண்டும் என்பதில் சந்தேகத்துக்கிடமில்லை. இன்றும் தமிழகத்தில் அந்தச் சுதந்திர சூழ்நிலை ஏற்படவில்லை.

இந்த நூற்றாண்டில், தேசிய இன விடுதலை உணர்வைப் போற்றி வளர்த்த மகத்தான மானுடர்களில் முதன்மையானவன் பாரதி. தமிழ் கூறும் நல்லுலகுக்குத் தமிழ்நாடு என்று பெயர் வைத்தவன். அதன் எல்லைகளை வரையறுத்தவன், அதன் தனித்தன்மையை வாய்ப்புக் கிடைக்கும் போதெல்லாம் வலியுறுத்தியவன். தேசிய இனங்களின் கூட்டணியாகவே அவன் பாரதத்தைக் கண்டான். அவனுடைய தேசக்கொடியைக் காத்தவர்கள் ஜாதிப் பிரிவினரோ சமயப் பிரிவினரோ அல்ல. செந்தமிழ் நாட்டுப் பொருநர், சேரன் தன் வீரர், சிந்தை துணிந்த தெலுங்கர், தாயின் சேவடிக்கே பணி செய்திடும் துளுவர்,

கன்னடர், ஒட்டியர், காலனும் அஞ்சக் கலக்கும் மராட்டர், பஞ்ச நதத்துப் பிறந்தோர்... என தேசிய இனவீரர்களே, வாழிய செந்தமிழ் வாழ்க நற்றமிழர் என வாழ்த்திய பிறகே அவன் வாழிய பாரத மணித்திரு நாடு என்கிறான். வடமொழி நிபுணனான அவன் யாமறிந்த மொழிகளிலே தாய்மொழிபோல் இனிதாவதெங்கும் காணோம் என்பது இந்த உணர்விலேயே தான்.

பெரியார் தமிழினத்துக்காகத் தன் வாழ்வையே அர்ப்பணித்துக் கொண்ட மாபெரும் தியாகி. ஆனால் அவர் தன் இன உணர்வுகளுக்கு விஞ்ஞான பூர்வமான தேசிய இனச் சிந்தனையை ஆதாரமாகக் கொள்ளவில்லை. சமயச் சிந்தனையை ஆதாரமாகக் கொண்டு, பிராமணீய எதிர்ப்பு என்ற நிலையில், தமிழினத்தைத் திராவிட இனம் - சூத்திர இனம் என்று கண்டதால் அவருடைய இன வரையறை குறையுடையதாக – தமிழகத்தின் சகல இனங்களையும் உட்படுத்தாததாக – எதிர்நிலையில் மதமாச்சரியத்தினுள் சிக்கிக் கொண்டது. குறையுடைய இந்த சமயப்பார்வை தேசிய இன வளர்ச்சிக்குத் தவிர்க்க இயலாத தீங்குகளைக் கொண்டு வந்தது. தமிழ் மொழிக்கும் தமிழ்ப் பண்பாட்டுக்கும் பெருமளவு பங்களிப்புச் செய்த பிராமண வகுப்பினரை தமிழினத்துக்கு வெளியே ஒதுக்கி வைத்ததும், தமிழ்ப் பண்பாட்டின் ஒரு பகுதியான சமயப் பண்பாட்டை நிராகரித்ததும் அவற்றில் முக்கியமானது.

அடிகளார் அழுத்தமான தேசிய இன வழிச் சிந்தனையாளர். ஆனால் அவர் வழி பெருமளவுக்கு பாரதி வழி.

அவர் சொல்லுகிறார்:

"மனிதகுலம் ஒன்றேயாகும். அதில் நமக்கு எட்டுணையும் ஐயமில்லை. மனித குலத்தை ஒரு கலமாகக் கருதி அன்புகாட்ட எந்த ஒன்றும் தடையாக இருக்கக் கூடாது... ஆயினும் நாம் இனவழி அன்பை வரவேற்கின்றோம், ஏற்றுப் போற்றுகின்றோம்.

இது என்ன முரண்பாடு என்று சிலர் கேட்கலாம். முரண்பாடு இல்லை என்பது நமது கருத்து. ஒரு மனிதன் உலக மனிதனாக வளர்ந்து உயரலாம். வளர்ந்து உயரவேண்டும். ஆனால் அந்த வளர்ச்சி படிப்படியாகத்தான். கடமைப்பட்டுள்ள சூழலில் உள்ள மனித சமுகத்திற்கு அன்பு காட்டாமல் உயர முடியாது, வளர முடியாது... ஆனால் இனவழிப்பட்ட அன்பில் சிறைப்படுத்திக் கொண்டு மற்ற இனங்களை வெறுப்பதை அல்லது அன்பு காட்ட மறுப்பதை நாம் ஒருபோதும் ஏற்றுக்கொள்ள இயலாது. ஏற்றுக் கொண்டதும் இல்லை. நாம் மனப்பூர்வமாகத் தமிழினத்தை நேசிக்கிறோம். தமிழினத்தை முன்னேற்ற விரும்புகின்றோம். தமிழினம் பிறிதோர் இனத்துக்கு அடிமைப்படலாகாது என்பதில் அளவற்ற அக்கறை காட்டுகிறோம்...

இப்படி இனவழிப்பட்ட அன்பில் தமிழினம் வளர்வது மற்ற இனங்களின் வளர்ச்சிக்கு எதிராக அல்ல. எந்த ஒரு இனமும் பிறிதோர் இனத்தைத் தாழ்த்தி வளர்ந்துவிட முடியாது. அப்படி வளரும் வளர்ச்சியும் நிலையானதல்ல. அமுக்கப்படுகிற இனம் என்றாவது ஒருநாள் எழுந்தே தீரும். அப்பொழுது அமுக்கிய இனத்தின் வரலாறு துன்பமாக முடியும்.

ஆதலால் தமிழினம் (ஏனைய) இந்திய இனங்களோடு ஒருங்கிணைந்து வாழ விரும்புகிறது. உலக இனங்களோடு உறவு கொள்ள விரும்புகிறது.[47]

இந்தப் போக்கில்தான் அடிகளாரின் மொழிப்பற்றும் இருக்கிறது. அவர் சொல்லுகிறார் – "நம்முடைய மொழி செழித்து வளர வேண்டும். புத்தம் புதிய கலைகளை பெற்று விளங்க வேண்டும். அன்றாடம் நம்முடைய வாழ்வைத் தூண்டி வளர்க்கும் புத்தம் புதிய சிந்தனையை வாரி வழங்குவதாக விளங்க வேண்டும். அன்னை மொழி உலக மொழியாக விளங்க வேண்டும். உலகம் அதற்கு உரிமையாக வேண்டும். தமிழன்னை பெற்றிருக்கும் எண்ணற்ற இலக்கியச் செல்வங்கள்

உலகோர்க்குப் பொதுமையாக வேண்டும். இதுவே நமது விழைவு!"

அதாவது மொழி, இனம் தேசம் பற்றிய பொருள்களில் பாரதியார் அடியொற்றியே அடிகளார் சிந்திக்கிறார்.

புதிய விஞ்ஞானச் சிந்தனைகளை வெளியிடும் திறன் அற்றது தமிழ் மொழி, அது காலப்போக்கில் அழிந்து போகும் என்ற சிந்தனை இந்த நூற்றாண்டின் தொடக்கத்தில் மெத்த படித்த சிலரிடம் மேலோங்கியிருந்தது. இந்தப் பேதைகள் சொன்ன வசையை மாற்றிட பாரதி பாடினானே.

சென்றிடுவீர் எட்டுத் திக்கும் கலைச் செல்வங்கள்யாவும் கொணர்ந்திங்கு சேர்ப்பீர்.

என்று அந்த ஆணையை ஏற்றுச் செயல்பட்டார் அடிகளார்.

1946 - ல் நாகபுரியில் கீழ்த்திசை மொழிகள் மாநாடு நடந்தது. அதில் கலந்து கொண்ட பேராசிரியர் வையாபுரிப் பிள்ளை நாடு சுதந்திரமடைந்து கொண்டிருக்கிற சூழ்நிலையில் மக்களுக்கு மொழிபற்றி ஒரு சரியான பார்வை இருக்க வேண்டும் என்று வற்புறுத்தினார். மனிதச் சிந்தனை வளரச் சரியான வழி தாய்மொழியே என்று விளக்கிய அவர் ஒவ்வொருவருக்கும் தாய்மொழிப் பற்று வேண்டும் என்று வற்புறுத்தினார். ஆனால் அது மொழி வெறியாக விகாரப் பட்டுவிடக் கூடாது என்று அவர் எச்சரித்தார். தமிழகத்தைப் பொறுத்த வரையில் ஆங்கிலத்தை அகற்றிவிட்டு தமிழைப் பயிற்று மொழியாக்க வேண்டும் என்றார் அவர்.[48]

பேராசிரியர் வையாபுரிப் பிள்ளையின் இந்தக் கருத்துக்களைத் தமிழகத்தில் பரப்புவதில் ஜீவாவும் நாவாவும் கணிசமான பங்காற்றினர்.

சுதந்திரம் பெற்று, 1952–ல் தேசமெங்கும் தேர்தல்கள் மூலம் தேர்ந்தெடுக்கப்பட்ட மக்கள் பிரதிநிதிகள் ஆட்சிப் பொறுப்பை முதன்முதலாக ஏற்றபோது, சட்டமன்றங்களிலும் பாராளுமன்றத்திலும் மக்கள் பிரதிநிதிகள் தத்தம் தாய்மொழியிலேயே பேசவேண்டும் என்று தீர்மானம் செய்து, அதை நடைமுறைப்படுத்தவும் செய்தது கம்யூனிஸ்ட் கட்சி. இதன்படி தமிழகத்துடன் கேரளத்தின் மலபாரும், தென்கன்னடமும். அய்தராபாத் நீங்கலான ஆந்திரமும் சேர்ந்து அமைந்திருந்த 'சென்னை மாகாணத்தின்' சட்டமன்றத்தில் முதன்முதலில் தமிழில் பேசியவர் ஜீவா. தெலுங்கில் பேசியவர் நாகிரெட்டி, மலையாளத்தில் பேசியவர் கே.சி. நம்பியார். இவர்கள் அனைவரும் கம்யூனிஸ்டுகளே. இதனால்தான் தமிழ்நாடு என்று பெயர் வைக்க 63 நாள் உண்ணாவிரதப் போராட்டம் நடத்திய தியாகி சங்கரலிங்கனார் மரணத்துக்குப்பின் தன் உடலை கம்யூனிஸ்டுகளிடமே ஒப்படைக்க வேண்டுமென்று சாசனம் எழுதினார். அதன்படி தோழியர் கே.பி. ஜானகி, தோழர் கே.டி. கே. தங்கமணி ஆகியோரிடம்தான் அவருடைய உடம்பு ஒப்படைக்கப்பட்டது.

அது மட்டுமல்ல. 'தமிழை ஆட்சிமொழியாக்கு, தமிழகத்துக்கு தமிழ்நாடு என்று பெயர் வை' என்ற கோரிக்கைகளுக்காக கம்யூனிஸ்ட்டுகள் திருவல்லிக்கேணியில் நடத்திய பிரம்மாண்டமான ஊர்வலத்தை அப்போதைய காங்கிரஸ் அரசு தாக்கி, தோழர்கள் எம். ஆர். வெங்கட்ராமன், ஜீவா போன்ற கம்யூனிஸ்ட் தலைவர்களை மிருகத் தனமாக அடித்து நொறுக்கிற்று.[49]

தமிழகத்தில் ஆட்சிமொழியும் பயிற்சி மொழியும் தமிழாகவே இருக்கவேண்டும் என்று வலிமையாகக் குரல் கொடுத்தவர்களில் முதன்மையானவர் ஜீவா. இதற்கு மூர்க்கமான எதிர்ப்பும் அப்போது இருந்தது. இது தி.மு.க. பக்கமிருந்து வந்தது. இந்த எதிர்ப்பை முறியடிக்க முதன் முதலில் தஞ்சை ராமமூர்த்தியின் ஒத்துழைப்புடன், தஞ்சை ராமநாதன் செட்டியார்

ஹாலில் தமிழ் ஆட்சி மொழி பயிற்சி மொழி மாநாடு நடந்தபோது அடிகளார் தலைமையேற்று மாநாட்டுக்கு வலிமை சேர்த்தார். தமிழால் முடியும் என்ற கருத்தரங்கு பேராசிரியர் நா. வானமாமலை ஏற்பாடு செய்து தெ. பொ. மீனாட்சி சுந்தரனார் போன்ற அறிஞர்களின் உதவியோடு நீதி, மருத்துவம், வரலாறு, பொறியியல், பொருளாதாரம், விஞ்ஞானம் போன்ற பல்வேறு துறைகளின் வல்லுனர்களைக் கொண்டு நம்பிக்கையூட்டுகின்ற விதத்தில் ஆழமான சொற்பொழிவுகள் நிகழ்த்தவும் கட்டுரைகள் படிக்கவும் ஏற்பாடு செய்தபோது அடிகளார் அந்த முயற்சிக்குப் பேருதவி செய்தார். தொடர்ந்து இம்மாதிரிக் கருத்தரங்குகள் தமிழகம் முழுவதும் நடத்த அவர் உதவினார். இம்முயற்சிகளின் கனியே 'தமிழால் முடியும்' என்ற அரியநூல். தமிழ் பயிற்று மொழித்திட்டத்திற்கு இதுவே ஆதாரநூல்.[50]

பின்னாளில் ஆட்சிக்கு வந்த தி.மு.க அரசு இந்த நிசமான தமிழுணர்வை மேலும் வளர்த்து, செழுமைப்படுத்தி, தமிழனின் சிந்தனை வாழ்விலும், அறிவியல் வாழ்விலும் தமிழுக்கு முதன்மையான இடங்கொடுக்கத் தவறியதால், இன்று தமிழகத்தை ஆங்கிலக்கல்வி என்ற பயங்கரமான சர்க்கரை வியாதி பிடித்து, தமிழை அரித்துத் தின்று கொண்டிருக்கிறது. தமிழன் இரண்டாந்தர குடிமகனாகத் தன்னுணர்வின்றியே ஆகும்படிச் செய்யப்பட்டிருக்கிறான்.

இந்தி பேசும் மத்திய மாநிலத்தினரும், மத்திய அரசும், இந்தியா சமதகுதியுள்ள பல தேசிய இனங்களின் மனப்பூர்வமான கூட்டணி - பல -தேசிய இனங்களின் சர்வ தேசியம் - என்பதை இதுவரை சரியாக உணர்ந்து கொண்டதில்லை. மேல் நாடுகளில் சர்வதேசக் கருத்தரங்குகளிலும் தொடர்புகளிலும் மொழி மாற்றத்திற்கான எளிய வழிகளைச் செய்து, தேசிய இனங்களைச் சுதந்திரமாக வளரவிடும் இந்த ஜனநாயகப் பண்பை இந்தப் பெரிய தேசத்தில் நாம் இன்னும் பேணி வளர்க்கவில்லை. மத்திய அரசு இந்தித் திணிப்பின் மீதே குறியாக உள்ளது. அகில இந்தியத்

தலைவர்களும்கூட வருந்தத்தக்க வகையில் இந்த மனோ பாவத்திற்கு இடமளித்து விடுகிறார்கள். இந்தச் சூழ்நிலையானது நேர்மையான தேசிய இனவாதிகளைக் கூட இந்தி எதிர்பாபாளர்களாக மாற்றி விடுகிறது.

ராஜாஜியின் 1937 இந்தித் திணிப்புக்குப்பின். தமிழ் நாட்டில் ஓமந்தூர் ராமசாமி ரெட்டியாரின் காங்கிரஸ் அரசு 46 லும் மீண்டும் இந்தியைத் தீணித்தது. பெரியாரின் திராவிடக் கழகமும் இதர தமிழ்ப் பற்றாளர்களும் இதற்கு எதிராகக் கிளர்ந்து எழுந்தனர். மறைமலையடிகள், திரு.வி.க, நாரணதுரைக் கண்ணனார், ம.பொ.சி, அண்ணா போன்ற பெருந்தலைவர்களெல்லாம் போர்க்களத்தில் இறங்கினர். பெரும் பெரும் மாநாடுகளும் தொடர்ந்த போராட்டங்களுமாக 59 நாள் தமிழகம் போர்க்களமாயிற்று. இந்தி பின்வாங்கிற்று.

1955-ல் காமராசர் முதலமைச்சராக இருந்தபோது டில்லி அரசு இந்தித் திணிப்புக்கான ஆணைகளைப் பிறப்பிக்கத் தொடங்கிற்று. இதற்கு எதிராக பெரியார் தேசியக் கொடியைக் கொளுத்தும் போராட்டத்தைத் தொடங்கினார். "தேர்வுகளில் இந்தி கட்டாய பாடமாக இராது. மத்திய அரசின் சார்பிலும் மாநில அரசின் சார்பிலும் இந்தி ஒரு போதும் திணிக்கப்படமாட்டாது" என்று உறுதி கூறி காமராசர் நிலைமையைச் சமாளித்தார். 1960-ல் மீண்டும் வேதாளம் முருங்கை மரம் ஏறியது. மிகப் பெரிய போராட்டம் இந்தி திணிப்புக்கு எதிராகத் தமிழகத்தில் தொடக்கப்பெற்றது. தமிழகம் நீங்கலான தேசப்படத்தை எரிக்கும் பெரியாரின் போராட்டம் வெடித்தது. இந்த இந்தி எதிர்ப்புப் போராட்டத்தில் திராவிடக் கழகத்தோடு அண்ணாவின் திராவிட முன்னேற்றக் கழகமும் ஆதித்தனாரின் நாம் தமிழர் இயக்கமும் சேர்ந்துகொண்டன. இந்தி பின்வாங்கிற்று.

இந்திய அரசியல் சாசனப்படி 1965 ஆம் ஆண்டிலிருந்து இந்தி மட்டுமே ஆட்சி மொழியாகிவிடும் நிலை இருந்தது. இந்தி பேசாத மக்கள், குறிப்பாகத் தமிழ்நாட்டு மக்கள், அந்த

நிலைமையை ஏற்றுக்கொள்ள மறுத்து, எதிர்ப்புக்காட்டி வந்தனர். இந்தி பேசாத மக்களின் அச்சத்தைப் போக்க மும்மொழித் திட்டம் ஏற்றுக்கொள்ளப்பட்டது. இத்திட்டத்தின்படி, பள்ளியில் பயிலும் மாணவர்கள் தாய்மொழி அல்லது பிரதேச மொழி பயிலுவதோடு ஆங்கில மொழியையும் அதோடு வேறு ஏதாவதொரு இந்திய மொழியையும் பயில வேண்டும் என்பதே இந்த மும்மொழித்திட்டம். இத்திட்டத்தின்படி இந்தி பேசாத மக்கள் இந்தி பயிலும் கட்டாயம் இருந்தது, ஆனால் இந்தி பேசும் பகுதிகளில் மூன்றாவது ஒரு இந்திய மொழயைப் பயிலும் திட்டம் சரியாக அமுலாகவில்லை.

இந்தி பேசாத மக்களின் அச்சத்தைப் போக்கும் வகையில் நேருஜி ஒரு வாக்குறுதி கொடுத்திருந்தார். அந்த வாக்குறுதியின்படி அரசியல் சாசனத்தில், நிர்ணயம் செய்யப்பட்டுள்ள 1965- ம் ஆண்டுக்குப் பிறகும் இந்தியோடு ஆங்கிலத்தையும் இணைப்பு மொழியாகப் பயன்படுத்தலாம் என்றும், இந்த நிலை இந்தி பேசாத மக்கள் விரும்புகின்ற வரை நீடிக்குமென்றும் குறிப்பிட்டார். 1963-ல் நிறைவேற்றப்பட்ட ஆட்சி மொழிச் சட்டத்தில் நேருவின் வாக்குறுதி சட்டபூர்வமான அங்கீகாரத்தைப் பெற்றது.

ஆனால் 1965ஆம் ஆண்டு நெருங்கிய போது, உள்துறை அமைச்சகம் இந்தியே தனி ஆட்சி மொழியாக இருக்கப்போகிறது என்பது போல உத்தரவுகளையும் தாக்கீதுகளையும் பிறப்பித்துக் கொண்டிருந்தது. இது இந்தி பேசாத மக்களிடையே மறுபடியும் குழப்பத்தைத் தோற்றுவித்தது. எல்லாவற்றுக்கும் சிகரம் வைத்தது போல தகவல் ஒலிபரப்பு அமைச்சகம் அனுப்பிய சுற்றறிக்கை 1965 ஜனவரி 26 ஆம் தேதியிலிருந்து இந்தி மட்டுமேதான் ஆட்சி மொழியாக இருக்கப் போகிறது என்பது போன்ற சூழ்நிலையை உருவாக்கியது. நேரு, மறைந்து, லால்பகதூர் சாஸ்திரி பிரதமராகப் பொறுப்பேற்றிருந்த சூழல். ஒலிபரப்பு இலாகாப் பொறுப்பு அப்போது இந்திரா காந்தியிடம் இருந்தது. ஆனால் அவருடைய கவனத்துக்கு வராமலே இந்தச் சுற்றறிக்கை

அனுப்பப்பட்டிருந்தது. மத்திய அரசிய இத்தகைய போக்குகளால் பீதி அடைந்த தமிழக மாணவர்கள். அது வரையில் தமிழகம் கண்டிராத பயங்கரமான கிளர்ச்சிகளில் ஈடுபட்டார்கள். ரயில் நிலையங்களுக்குத் தீ வைக்கப்பட்டது. தபாலாபீசுகள் போன்ற மத்திய அரசு அலுவலகங்கள் தாக்குதல்களுக்கு உள்ளாயின. நிலைமை கட்டுக்கடங்காமல் போகவே சிதம்பரம், மதுரை, திருநெல்வேலி, வேலூர், பாண்டிச்சேரி, கோவை, பொள்ளாச்சி இன்னும் வேறுபல இடங்களிலும் போலீசார் துப்பாக்கிச் சூடு நடத்தினர். கல்லூரிகளும் பள்ளிகளும் தொடர்ந்து மூடப்பட்டன. இந்தி மொழியை எதிர்த்துத் தமிழ் உணர்வு காக்க, சிலர் தீக்குளிக்கும் பயங்கரச் செயல்களிலும் ஈடுபட்டனர். திருப்பூரில் இரண்டு போலீஸ் சப்இன்ஸ்பெக்டர்கள் உயிருடன் கொளுத்தப்பட்டார்கள்.

இந்தச் சந்தர்ப்பத்தில் பிரதமர் லால் பகதூர்சாஸ்திரி விரைந்து செயல்பட்டுத் தமிழ் மக்களின் அச்சத்தைப் போக்கி இருக்கலாம். இந்தி வெறியர்களின் நிர்ப்பந்தத்திற்குப் பயந்து அவர் செயல்படமல் இருந்தார்.

நேருவின் வாக்குறுதி அரசியல் சாசனத்திலேயே இடம் பெற்றுவிடுமானால் அது தமிழக மக்களைத் திருப்திப் படுத்துமென்று அப்போது மத்திய அமைச்சர்களாக இருந்த சி.சுப்ரமணியமும், ஓ.வி.அளகேசனும் பிரதமர் சாஸ்திரியிடம் எடுத்துச் சொன்னார்கள். சாஸ்திரி அவர்களுடைய கருத்தைப் பரிசீலிக்காமல் போகவே, அவர்கள் இருவரும் மத்திய அமைச்சரவையிலிருந்து ராஜிநாமா செய்தனர். அன்றிரவே லால்பகதூர் சாஸ்திரி மத்திய அரசின் மொழிக் கொள்கையை விளக்கி வானொலியில் உரையாற்றினார். இந்தி பேசாத மாநிலங்கள், அவைகள் விரும்புகின்ற மொழியில் நிர்வாகத்தை நடத்திச் செல்லத்தடை ஏதும் இல்லையென்றும், மத்திய அரசுடன் ஆங்கில மொழியிலேயே அவர்கள் தொடர்பு வைத்துக் கொள்ளலாம் என்றும், மத்திய அரசு நடவடிக்கைகளில் ஆங்கிலமே பயன்படுத்தப்படும் என்றும் அவர் வாக்குறுதி

அளித்தார். மத்திய அரசு உத்தியோகங்களைப் பொறுத்த மட்டில் யூனியன் பப்ளிக் சர்வீஸ் கமிஷன் பரீட்சைகள் இந்தி பேசாத மக்கள் விரும்புகின்ற வரையில் ஆங்கிலத்திலும் நடைபெறும் என்றும் எடுத்துச்சொன்னார்.

இந்தி எதிர்ப்பு உணர்ச்சியின் தளபதியாக செயல்பட்ட அறிஞர் அண்ணா விடுத்த வேண்டுகோள், கிளர்ச்சியில் ஈடுபட்ட மாணவர்களை செவிசாய்க்கச் செய்தது. இரண்டு மத்திய அமைச்சர்கள் செய்த ராஜிநாமா மாணவர்கள் மத்தியில் நம்பிக்கையினை ஏற்படுத்தியது. டெல்லி அமைச்சரவையிலும் தங்களுக்காகப் போராடுகின்ற நல்லவர்கள் இருக்கிறார்கள் என்ற நம்பிக்கையினை மாணவர்கள் பெற்றார்கள். மாணவர்களின் இந்தி எதிர்ப்புப் போராட்டக் குழு போராட்டத்தைத் திரும்பப் பெற்றுக்கொண்டது.

இந்தி எதிர்ப்புப் போர் உச்சகட்டத்தில் நடந்து கொண்டிருந்த் நேரம். குன்றக்குடியிலும் இளைஞர்கள் போராட்டத்திற்கான தயாரிப்புகள் செய்து கொண்டிருந்தார்கள். அடிகளார் இதனை அறிந்தார். அவர்களை நிதானப்படுத்த விரும்பினார். பேராசிரியர் நா. வானமாமலையைக் குன்றக்குடிக்கு அழைத்து, அவர் தலைமையில் மொழிப்பிரச்சினை பற்றி மாணவர் கருத்தரங்கு ஒன்று நடத்தினார். கலந்து கொண்டிருந்த மாணவர்களிடம் மத்தியில் தமிழகத்தைச் சார்ந்த அமைச்சர்கள் சி.சுப்பிரமணியமும் ஒ வி. அளகேசனும் இருக்கிறார்கள். இவர்கள் என்ன செய்கிறார்கள் என்று பார்ப்போம். அதன் பிறகு முடிவு செய்யலாம்" என்று அவர்களுக்கு அறிவுரை கூறினார். இந்தித்திணிப்பை எதிர்த்து இரு அமைச்சர்களும் தங்கள் பதவிகளை ராஜிநாமா செய்ததும் இளைஞர்கள் மேலும் வேகம் கொண்டனர். ஒரு ஊர்வலத்துக்குத் தயார் செய்தனர். காரியங்கள் அத்து மீறிப்போய் ரசாபாசம் ஆகிவிடக்கூடாது என்று அடிகளார் அஞ்சினார். ஊர்வலத்தினரை நிதானப்படுத்துவதற்காக அவர்களிடம் நேரில் போனார். சில உள்ளூர் காங்கிரஸ்காரர்கள்

இதைத் தவறாகப் புரிந்து கொண்டு அரசுக்கும் போலீசுக்கும் தகவல் கொடுத்தனர். அதன் பேரில் அரசு அடிகளாருக்கு எதிராக வழக்குத் தொடுத்தது. அடிகளார் இந்தி எதிர்ப்போரைத் தூண்டி விட்டதாகத் தீர்மானித்து ரூ 500 தண்டம் விதித்தது. அடிகளார் இந்தத் தொகையைக் கட்டினார். 1967 - ல் காங்கிரஸ் அரசு நீக்கப்பட்டு, திமுக அரசு ஆட்சிக்கு வந்ததும், புதிய முதலமைச்சர் அண்ணா அடிகளாருக்கு எதிரான இந்தத் தண்டனையை ரத்து செய்தார். அடிகளார் கட்டிய தண்டத்தொகை ரூ 500 -யை அரசு அவருக்கே திருப்பிக் கொடுத்தது. அடிகளார் இந்தத் தொகையை அண்ணா அறக்கட்டளை நிதிக்கு வழங்கிவிட்டார்.

1968 ஆம் ஆண்டு அக்டோபர் 6,7 ஆகிய தினங்களில் புத்தகயாவில் அனைத்து இந்திய சமய -சமூக சீர்திருத்த மாநாடு கூடியது. மாநிலத்துக்கு ஒரு பிரதிநிதி வீதம் 15 பேர் கலந்து கொண்டனர். தமிழ்நாட்டின் பேராளராக அடிகளார் இம்மாநாட்டில் கலந்து கொண்டார். எல்லாருக்கும் புரிய வேண்டும் என்பதற்காக அடிகளார் தன் உரையை ஆங்கிலத்தில் தயார் செய்தார். யு. என்.தேபர், ஜெயபிரகாஷ் நாராயணன், திவாகர், குல்சாரிலால் நந்தா போன்ற பெரும் தலைவர்கள் கலந்து கொண்ட இந்த மாநாட்டுக்கு விநோபாஜீ தலைமைதாங்கினார். மாநாட்டை ஆங்கிலத்தில் நடத்தும்படி அடிகளார் தேபரைக் கேட்டுக் கொண்டார். ஏன் என்றால் அங்கு வந்திருந்த அத்தனை பேரும் ஆங்கிலத்தில் புலமைமிக்கவர்கள். தேபர் இதை ஒத்துக் கொண்டார்.

ஆனால் தலைவர் உரையிலிருந்து அத்துணை பேர் பேச்சும் இந்தியிலேயே இருந்தது. அடிகளாருக்குப் புரியவில்லை. மொழி என்பது இந்த மாநாட்டைப் பொறுத்த வரையில் ஒரு கருத்துப் பரிமாற்றுச் சாதனம் மட்டுமே. மாநாட்டுப் பொருள் மதமே. மதக் கருத்துகளைப் பரிமாறிக்கொள்ள எல்லாருக்கும் நன்கு தெரிந்த ஆங்கிலத்தைப் பயன் படுத்தியிருக்கலாம். ஏற்கெனவே இது பற்றி அடிகளார் வேண்டுகோள் விடுத்துள்ளார். அதன் பிறகும்

இந்தியில் மாநாட்டை நடத்தியது அடிகளாருக்கு எரிச்சல் ஊட்டியது. தன்னுடைய ஆங்கிலக் கட்டுரையைப் புறக்கணித்து விட்டுத் தமிழில் பேசினார். "வானாகி மண்ணாகி" என்ற திருவாசகப் பாடல்களைச் சொல்லி கீழ்க்கண்டவாறு முடித்தார்.

"நாம் இந்தியாவை வழிநடத்தும் சான்றோர்களும் செல்வாக்குப் படைத்த தலைவர்களும், இந்தியாவுக்கு வழிகாட்டுவதற்காக மத சீர்திருத்தக் கருத்துக்களை ஆலோசிக்கும் மாநாடு இது. ஆனால் ஒருத்தருக்கொருத்தர் புரியாமல் பேசுகிறோம். ஏன் இந்த நிலை? எல்லாருக்கும் ஆங்கிலம் தெரியும். இப்போது வேண்டியது கருத்துப் பரிமாற்றமே. மொழி அல்ல இங்கு முக்கியம். நீங்களோ இந்தியில் பேசுகிறீர்கள். உங்கள் பேச்சு புரியாமல் நான் என்ன பேசுவது?" இவ்வாறு பேசிவிட்டு அடிகளார் உட்கார்ந்து விட்டார்.

விநோபாஜீக்குத் தமிழ் தெரியும். ஆஹா பிழை நேர்ந்து விட்டதே என்று வருந்தினார். இந்த மாநாட்டில் கலந்துகொண்டிருந்த கிருஷ்ணம்மா ஜெகந்நாதன் என்னும் அம்மையாருக்கும் தமிழ் தெரியும். அடிகளார் பேசியதை மொழி பெயர்த்துச் சொல்லும்படி அவரை விநோபாஜி கேட்டுக் கொண்டார். இவ்வாறு முற்பகல் நிகழ்ச்சி முடிந்தது. பிற்பகலில் விநோபாஜி அடிகளாரைச் சந்தித்தார். நடந்தவைகளுக்காக அவர் அடிகளாரிடம் வருத்தம் தெரிவித்தார். அதன் பிறகு நடவடிக்கைகள் எல்லாமே ஆங்கிலத்தில் நடந்தன.

அடிகளார் சிறந்த சமயவாதி. கடவுள் நம்பிக்கையே அவர் சிந்தனைகளின் உயிர்நாடி. பிறப்பாலும், வாழ்வாலும், ஈடுபாட்டாலும் அவர் ஒரு சைவர். சைவ நெறியே மிகச் சிறந்த சமயநெறி என்ற அசைக்கமுடியாத நம்பிக்கையுடையவர்.

ஆனால் அவர் வெறும் சடங்கு ஆசார சமயவாதி அல்லர். சமயம் சமூக வாழ்வில் மனிதனை மேம்படுத்த வேண்டும். அவனை எல்லாத்தளைகளிலிருந்தும் விடுதலைப்படுத்த

105

வேண்டும். எல்லா மக்களும் மிக உயர்ந்த ஆன்மிக வாழ்வை அனுபவிக்க வேண்டும். எனவே இந்தச் சூழ்நிலைக்குத் தடையாக இருக்கும் எல்லாக்கட்டுகளையும் உடைக்க வேண்டும் என்று அவர் விரும்புகிறார். இந்த உன்னதமான விருப்பமே முழுமையான நாத்திகரும், சமய எதிர்ப்பாளரும், பகுத்தறிவாளருமான பெரியாரிடம் அவரை ஈடுபாடு கொள்ளச் செய்தது. தமிழ்த்தேசிய இனத்தின் நல்வாழ்வு என்ற பொதுத்தளத்தின் பிரிக்க முடியாத இரு துருவங்களாக இருவரும் இணைந்தனர்.

ஆயினும் அடிகளார் பெரியாரின் தேசிய இன விடுதலைக் கருத்துக்களையும் போராட்ட முறைகளையும் நூற்றுக்கு நூறு அப்படியே ஒத்துக்கொள்ளவில்லை. பெரியாரின் கருவறை நுழைவுப் பேராட்டம் அடிப்படையில் நாத்திகத் தன்மை கொண்டது. எந்த வேறுபாடும் இன்றி, கருவறையில் யாரும் நுழைந்து வழிபடலாம் என்பது அது. அடிகளாரின் கருவறை நுழைவுப் போராட்டமோ, சாதி வேறுபாடுகள் அற்றது. ஆனால் ஆத்திகத் தன்மை கொண்டது. கருவறையில் நுழைய விரும்புபவன் முறையாகத் தீட்சை பெற்று, பயிற்சி பெற்று, பக்குவப்பட்டு உள்ளே நுழைய வேண்டும் என்கிறது.

நோக்கம் ஒன்றாக இருந்தாலும் சாதிய எதிர்ப்பிலும் இருவரும் மாறுபட்ட கருத்து உடையவர்களாகவே இருந்தார்கள்.

பெரியாரின் சாதி ஒழிப்பு என்பது அடிப்படையில் பார்ப்பன ஆதிக்க ஒழிப்பே. பார்ப்பன மக்களிடம் அவர் எதிர்பார்ப்பது என்ன?

1.1.62 விடுதலையில் அவர் எழுதுகிறார். "பார்ப்பனத் தோழர்களே நான் மனிதத் தன்மையில் பார்ப்பனருக்கு எதிரி அல்லன். சமுதாயத் துறையில் பார்ப்பனர்கள் அனுஷ்டிக்கிற உயர்வும், அவர்கள் அனுபவிக்கிற அளவுக்கு மேற்பட்ட விகிதமும், ஆகியவைகளில்தான் எனக்கு வெறுப்பு இருக்கிறது. நான் நமது

நாட்டையும் சமுதாயத்தையும் ஆங்கில நாட்டுத் தன்மைக்கும், நாகரிகத்துக்கும், கொண்டு வரவேண்டும் என்ற ஆசையுடையவன். பார்ப்பன சமுதாயம் இதற்கு முட்டுக் கட்டையாக இருக்கிறது என்று சரியாகவோ, தப்பாகவோ, நான் கருதுகிறேன். தாங்கள் அப்படி இல்லை என்பதைப் பார்ப்பனர்கள் காட்டிக்கொள்ள வேண்டாமா? உண்மையிலேயே எனக்கு மாத்திரம் பார்ப்பனர்களுடைய ஆதரவு இருந்திருக்குமானால் நமது நாட்டை எவ்வளவோ முன்னுக்குக் கொண்டு வர என்னால் முடிந்திருக்கும்" இம்மாதிரி கோரிக்கைகள் பயனளிக்காதபோது அவர் ஹிட்லர் பாணியிலான படுபயங்கரங்களுக்கும் தயாரானார்.

தஞ்சையில் 4.11.57 அன்று கூடிய சாதி ஒழிப்பு மாநாட்டில் திரண்டிருந்த இரண்டு லட்சம் தொண்டர்களிடம் அவர் முழங்கினார். "சாதி ஒழிப்புக்கு சர்க்கார் இணங்காவிடில் - அதாவது பிராமணன் என்ற ஒரு சாதி கிடையாது - சட்டத்தில் அம்மாதிரி கருதமாட்டோம் என்று கூறாவிடில், அரசியல் சட்டத்தின் சாதியைப் பாதுகாக்கும் பிரிவுக்குத் தீவைப்போம்... அக்ரகாரத்தைக் கொளுத்தி 1000 பார்ப்பனர்களையாவது கொன்றால் தான் சாதி ஒழியும் என்றால் அவ்வாறே கொளுத்துவோம். அவ்வாறே கொல்லுவோம்.[28]

பெரியாரின் சாதி ஒழிப்பு மாநாடுகள் பலவற்றில் அடிகளார் கலந்து கொண்டிருக்கிறார். ஆனாலும் அவர் பார்வை பலாத்காரப் பார்வை அல்ல. மனித மனங்களை மாற்ற வேண்டும், கை தூக்கிவிட வேண்டும், மொத்தமும் மாற வேண்டும் என்ற வளர்ச்சிப் பார்வையே!

நம் தேசிய இனமொழி என்ற வகையில் தமிழுக்குப் பெரியாரும் அடிகளாரும் மிகுந்த முக்கியத்துவம் அளித்தார்கள். என்றாலும் தமிழ்நாட்டின் சகலத்துறைகளிலும் தமிழே முழு ஆதிக்கம் பெற வேண்டும் என்ற கருத்தில் பெரியாரும் அடிகளாரும் மாறுபாடு கொண்டிருந்தார்கள். தமிழகம்

ஆங்கிலமயமாக வேண்டும் என்று விரும்பினார் பெரியார். அவர் சொல்லுகிறார்.

"தமிழ் வடமொழியைவிட -இந்தி மொழியைவிட-சிறந்தது என்பதிலும், பயன்படத்தக்கது என்பதிலும் எனக்கு ஐயமில்லை. என்றாலும் இன்றைய நிலமையைவிட வேகமாக முன்னேற வேண்டுமானால் ஆங்கிலம்தான் சிறந்த சாதனம் என்றும், ஆங்கிலமே அரசியல் மொழியாகவும், போதனா மொழியாகவும் இருந்தாக வேண்டும். ஆங்கில எழுத்துக்களே தமிழ் நெடுங்கணக்கு எழுத்துக்களாக ஆவது அவசியம் என்றும், ஆங்கிலம் நமது பேச்சு மொழியாக ஆவது நலன்பயக்கும் என்றும் தெரிவித்துக் கொள்கிறேன்."

அடிகளாரோ இந்தியும் வேண்டாம், ஆங்கிலமும் வேண்டாம். தமிழே தமிழனின் சிந்தனை உயர்வுக்கும், செயல் திறத்துக்கும் உரிய வகையில் வளர்க்கப்பட வேண்டும் என்று பேசியதோடு, அதற்கான முயற்சிகளை மேற்கொண்டார். அவர் சொல்கிறார்; "நம்முடைய மொழி செழித்து வளர வேண்டும். புத்தம் புதிய கலைகளைப் பெற்று விளங்க வேண்டும். அன்றாடம் நம்முடைய வாழ்வைத் தூண்டி வளர்க்கும் புத்தம் புதிய சிந்தனையை வாரி வழங்குவதாக விளங்க வேண்டும். அன்னை மொழி, உலக மொழியாக விளங்க வேண்டும். உலகம் அதற்கு உரிமையாக வேண்டும். தமிழன்னை பெற்றிருக்கும் எண்ணற்ற இலக்கியச் செல்வங்கள் உலகோர்க்குப் பொதுமையாக வேண்டும். இதுவே நமது விழைவு."

இவ்வளவு வேறுபாட்டுக்கு இடையிலும் அடிகளார் பெரியாருடன் இறுதிநாள் வரை நெருங்கிய - உயிரோட்டமான உறவை - வைத்துக் கொண்டிருந்ததன் ஒரே நோக்கம் தமிழ்த் தேசிய இனத்தின் நல்வாழ்வே.

10. அன்னை மொழி

தமிழ் இலக்கியத்தில் அடிகளார்[51] மிகுந்த ஈடுபாடு கொண்டவர். அதை இலக்கிய ஈடுபாடு என்பதைவிட கருத்து ஈடுபாடு என்பதே பொருத்தம். இலக்கியத்தின் வழி தமிழினத்தின் உயர்ந்த பொதுமைநலம் சார்ந்த கருத்துச் செழுமையையே அவர் பெரிதும் அனுபவித்தார். சங்கப் பாடல்களிலிருக்கும் உலக உவப்புக் கருத்துக்கள், சகோதரத்துவக் கருத்துக்கள், மனித நேயக் கருத்துக்கள் ஆகியவற்றை அவர் பெரிதும் நேசிக்கிறார். உதாரணமாக,

யாயும் யாயும் யாராகியரோ
எந்தையும் நுந்தையும் எம்முறை கேளிர்,
யானும் நீயும் எவ்வழி அறிதும்
செம்புலப் பெயல் நீர் போல்
அன்புடை நெஞ்சம் தாம்கலந்தனவே.

இந்தப் பாடலில் காதலின் நெருக்கத்தையும் காதலனின் பரவசத்தையும் காணுவதற்குப் பதிலாக, அடிகளார் அன்றைய காலத்தில் இருந்த தமிழ்ச் சமூகத்தின் உன்னத நிலையை உணர்ந்து ஆனந்தித்தார்.

இரண்டுபேர் எந்த உறவுமில்லாதவர்கள்—அப்பா அம்மா யார் யார் என்றுகூடத் தெரியாதவர்கள்—செம்மண்ணில் மழைநீர் போல ஒன்றுபட்டு நிற்கிறார்கள் என்றால் அக்காலத் தமிழகத்தில் காதலைப் பிரிப்பதற்குரிய ஜாதி, வகுப்புப் பிரிவினைகளோ, பொருளாதார ஏற்றத் தாழ்வுகளோ சிறிதும் இருந்ததில்லை என்பதுதானே அதன் பொருள் என்று பிரமிக்கிறார்.

அதேபோல் பக்தி இயக்க காலப் பாடல்களில் காணப்படும் பக்திச் சுவையைவிட அடிகளார் அதில் விரவிக்கிடக்கும் உலக உவப்புக் கருத்துக்களுக்கும் மனித நேயக் கருத்துக்களுக்குமே அதிக முக்கியத்துவம் கொடுக்கிறார்.

அப்பர் அடிகளின் ஆணிக்கருத்தாக அவர் கொள்ளு பவை. "வாய்த்தது நந்தமக்கு ஈதோர் பிறவி, மதித்திடுமின்" என்ற உலக உவப்புக் கருத்தும், ""ஆவுரித்துத் தின்றுழலும் புலையரேனும் கங்கைவார் சடைக்கரந்தார்க்கு அன்பராகில் அவர் கண்டீர் யாம் வணங்கும் கடவுளாரே," என்னும் ஒருமைப்பாட்டுக் கருத்தும், "சாத்திரம் பல பேசும் சழக்கர்காள் கோத்திரமும் குலமும் கொண்டென் செய்வீர்," என்ற சாதி–குல–சாத்திர எதிர்ப்புக் கருத்துமாகும். இந்த வகையில் பார்த்தால் இலக்கியம் விழுமிய சமூகக் கருத்துக்களைக் கொண்டதாக இருக்கவேண்டும் என்பது அவர் கொள்கை என்பது தெளிவு.

அடிகளார் மிகவும் போற்றும் இலக்கியம் வள்ளுவம். அவர் சொல்லுகிறார்.

"வடபுலம் கண்டு ஆரியப்படை கடந்த நெடுஞ்செழியன் வாகை கொண்ட வெற்றியைவிட, செந்தமிழ்ப் பேராசான் திருவள்ளுவர் புகழ் போற்றுதற்குரியது. ஆரியப் படை கடந்த செழியனின் வெற்றி ஒருபொழுதே பகையைத் தடுத்தது. நாவலர் வள்ளுவர் வெற்றி ஊழி ஊழி காலத்துக்கும் வெற்றி கொண்டது."

"நெடுஞ்செழியன வெற்றி பகையை மட்டுமே தடுத்தது. பண்பினை வளர்க்கப் பயன்படவில்லை. திருவள்ளுவர் செய்த திருக்குறளோ நம் தமிழ் நெறியினை நஞ்சனைய நெறியின் கலப்பினின்று தடுத்துக் காப்பாற்றியது. நமது சமுதாயத்தை வாழ்வாங்கு வாழும் நெறியில் வழி நடத்தியதன் மூலம், பண்பியலைப் பேணிக் காத்து வந்திருக்கின்றது.[52]

1967–ல் நடந்த உலகத் தமிழ் மாநாட்டில் "திருக்குறளை இந்திய தேசிய நூலாக்க வேண்டும்" என்று வற்புறுத்தினார் அடிகளார்.

"மானிட சாதியின் ஒழுக்கம் சிறப்புற அமைய வேண்டும். மனிதகுலத்தின் பொது ஒழுக்கம் சிறக்குமாயின் ஒருலகம் தானே தோன்றும். இன்று "ஒருலகம்" என்பது வாய்ப்பேச்சே ! "யாதும்

ஊரே யாவரும் கேளிர்!" என்பது மேடையோடு சரி ! "ஒன்றே குலமும் ஒருவனே தேவனும்!" இந்த முழக்கம் பஜனை மடங்களிலேயே கேட்கிறது. ஆனால், பஜனை முடிவில் மரியாதை யாருக்கு என்ற சண்டை நீங்கினபாடில்லை. சுண்டல் விநியோகச் சிக்கல்கள் தீர்ந்தபாடில்லை. அன்பிற்பிறந்த மதங்கள் ஆதிக்க உணர்வுடையவர்களின் கையில் சிக்கி, மதச் சண்டைகள் மலிந்து வருகின்றன.

இன்று சுருங்கி காட்சியளிக்கும் மனித இதயத்தை விரிவடையச் செய்ய—வேற்றுமைகளைக் குறைக்க – வேற்றுமை களைக் கடந்த ஒருமைப்பாட்டைக் காண – ஒருமைப்பாடுடைய ஒருலகம் காண—முயற்சி செய்ய வேண்டும். அந்த வழியை நமக்குக்காட்டும் கருத்து எது? அக்கருத்தினை வழங்கும் நூல் எது? அது உலகப் பொதுமறையான திருக்குறள் ஒன்றே." அவர் மேலும் சொல்லுகிறார் :

திருக்குறள் ஒரு முழுநூல். வாழ்க்கையின் அனைத்துப் பகுதிகளையும் தழுவி வளர்க்கும் வாழ்க்கை நூல். முழுதுறழ் அறநூல், காதல் நூல், சமுதாய ஒப்புரவு நெறி காட்டும் உயர் நூல், அரசியல் சாத்திர நூல், அரசியல் உண்மைகளைச் சதுரப்பாட்டுடன் காட்டும் பெருநூல். மெய்யுணர்வினை நல்கும் ஞான நூல். ஒரு மனிதனின் பரிணாம வளர்ச்சியின் பருவங்கள்தோறும் துணை நின்று, வழி நடத்தும் அருமறை. தனிமறை, பொதுமறை. திருக்குறள் கடவுளை நம்புகிறது. ஆனால் கடவுளுக்காகச் செய்யப்பட்ட நூலன்று, திருக்குறள் அரசனை நம்புகிறது. ஆனால் அரசனுக்காகச் செய்யப்பட்ட நூல் அன்று. கடவுளையும் அரசனையும் முன்னிலைப்படுத்தி, அவரவர்களுக்காகவே தோன்றும் இலக்கியங்கள் மக்களை மறந்துவிடுவனவாகவே அமைந்துவிட்டன. திருக்குறள் மனிதனை முன்னிலைப்படுத்துகிறது. ஆதலால் திருக்குறள் புதுமறை...

...நாடு, மொழி, இனம், சமயம், ஆகிய வேறுபாடுகளைத்

திருக்குறள் தழுவவில்லை. மாறாக முற்றாக ஒதுக்கியிருக்கிறது... திருக்குறள் நாட்டின் இலக்கணம் பேசுகிறது. ஆனால் தமிழ் நாட்டைப் பற்றிப் பேசவில்லை. திருக்குறள் உலகம் தழுவிய ஒட்பம் உடையது."[53]

எழுத்தாயினும் சரி, பேச்சாயினும் சரி, உரையாடலாயினும் சரி, திருக்குறள் பற்றிய தன் கருத்துக்களை வலியுறுத்த வாய்ப்புள்ளபோதெல்லாம் அழுத்தமாகவே வலியுறுத்துகிறார் அடிகளார். மாக்சியக் கருத்துக்களுக்கும், காந்தியக் கருத்துக்களுக்கும் திருக்குறள் இடமளிப்பதால், பட்டிமன்றம் அமைக்கவிரும்பும் அன்பர்களுக்கு "வாழ்வாங்கு வாழச்சிறந்த நெறி மார்க்சியமா, காந்தியமா, வள்ளுவமா," என்ற தலைப்பைப் புரிந்துரை செய்வார், தாமே நடுவர் பொறுப்பேற்று மூன்று நெறிகளையும் விளக்குவார். கட்சிக்காரர்களின் விவாதங்களை ஆய்வு செய்வார். மக்கள் விழிப்படைந்து முன்னேறும் வகையில் அருமையான முடிவு சொல்வார்.

அதுமட்டுமல்ல, திருக்குறள் கருத்துக்களை மக்களிடம் பரப்பவும், அதனடிப்படையில் மனித குலத்தை வழிநடத்தவும், இனம், மொழி, நாடு, சமயம், அரசியல் போன்ற எல்லைகளைக் கடந்து, சமநிலையில் அமைந்த ஒருமைப்பாட்டுணர்வில் நிலைநிறுத்தவும், அத்திருவள்ளுவத்தை உலகம் முழுவதும் பரவச் செய்யவும் விரும்பி, அடிகளார் திருக்குறள் பேரவை என்னும் பேரமைப்பைத் தொடங்கினார். நாடு முழுவதும் அதன் கிளைகள் படர்ந்து, தமிழ்ச் சிந்தனையில் மாபெரும் மறுமலர்ச்சியை இக்கிளைகள் தோற்றுவித்தன.

அடிகளாரின் திருக்குறள் பணிக்காக 1986–ல் தமிழக அரசு அவருக்குத் திருவள்ளுவர் விருது முதன்முறையாக அளித்துச் சிறப்பித்தது.

நாட்டில் சிலரிடம் ஒரு வகை இலக்கிய நோய் இருக்கிறது. பண்டைய இலக்கியங்களே போற்றுதலுக்குரியன. அவற்றையே பேச வேண்டும். தற்கால இலக்கியத்தைச் சொன்னால் தன்

தரம்-தகுதி-தாழ்ந்துவிடும் என்று கருதுகின்ற மனநோய் இது.

அடிகளார் இம்மாதிரியான இலக்கிய ஏற்றத் தாழ்வுகளைப் புறந்தள்ளியவர். வள்ளல் பெருமானாரின் திருவருட்பாவிலும், பாரதியின் அமுதத்திலும், பாரதிதாசனின் கவிதைகளிலும், பட்டுக்கோட்டையாரின் பாடல்களிலும்-ஏன் இன்று வெளிவரும் படைப்புகளில் கூட அடிகளார் அபார ஈடுபாடு காட்டி வருகின்றார்.

பாரதியிடமும் அடிகளாருக்கு அளவற்ற ஈடுபாடு. பாரதி பற்றி அவர் சொல்கிறார்: "தமிழகத்துக் கவிஞர்களில் பலர் மக்களைச் சார்ந்தே நின்றவர்கள். அதாவது மக்களுக்காகப் பாடியவர்கள். மக்களுக்காகப் பாடியவர்கள் வரிசையில் பாரதி தலைசிறந்து விளங்குகின்றான். அவன் ஒரு பிறவிக் கவிஞன்...

பாரதி பழமையை வெறுத்தவனல்ல. பழமையைப் பாராட்டினான். ஆனால் பாரதி **புதுமையைக்** காணக் கூசியவனுமல்ல. நல்ல பழமை ஒரு புதுமையை ஈன்றெடுத்துத் தரும். அது போலவே புதுமை பழமையை முழுதாகப் பயன்படுத்திக் கொண்டு வளரும். பாரதி பழமையில் கால்ஊன்றி நின்று பாடினான். பாரதி வினாயகர் நான்மணிமாலை பாடும்பொழுது பக்தனாகவே திகழுகிறான். சோவியத்துப் புரட்சியை வரவேற்றுப் பாடும்பொழுது புரட்சி செய்பவனாகி விடுகிறான். பாரதி ஆலைகள் வைப்போம் என்று பாடும்போது தொழில் முனைவோனாகத் திகழ்கிறான்.

பாரதி வளர்ந்த முழுமையான ஒரு கவிஞன்... பாரதியின் கவிதை ஆவேசித்து நின்றதெல்லாம் விடுதலை விடுதலை என்ற மையத்தில் தான்! பாரதி ஒரு விடுதலைக் கவிஞன். முழு விடுதலைக் கவிஞன்"[54.]

எட்டையபுரம் பாரதி முற்போக்கு வாலிபர் சங்கத்தினர் தொடர்ந்து நடத்தி வரும் பாரதி விழாக்களில் அடிகளார் பல ஆண்டுகள் தொடர்ந்து கலந்துகொண்டு, பாரதியைப் பல

கோணங்களில் விளக்கி வந்துள்ளார். பாரதி பற்றி அடிகளார் ஏராளமான கட்டுரைகள் எழுதியுள்ளார். பட்டிமன்றங்களில் நடுவராக அமர்ந்து பாரதி சோவியத்துப் புரட்சியை இனங்கண்டு வரவேற்றானா எழுச்சி கண்டு வரவேற்றானா என்ற விவாதங்களை நெறிப்படுத்தி, பாரதி சோவியத்துப் புரட்சியை இனங்கண்டே வரவேற்றான் என்று பலதரப்பட்ட சான்றுகளுடன் அவர் நிறுவுவதைக் கேட்க பேரானந்தமாயிருக்கும். இந்த வழியில் அவர் ஜீவாவின் பணியை இன்று வரை தொடர்ந்து செய்து கொண்டு வருகின்றார்.

பாரதிதாசனிடமும் அடிகளாருக்கு அளவற்ற ஈடுபாடு. இருவரும் கிட்டத்தட்ட சமகாலத்தவர் என்பதால், இருவருக்கிடையிலும் உறவு மிகுதி. இருவருமே முரணற்ற இனநிலையில் நின்று உலகைப் பார்த்தவர்கள் - புதுமையை ஏற்றவர்கள்; தோளோடு தோள் நின்று பலமேடைகளில் முழங்கியவர்கள். எனவே பாரதிதாசனுக்கும் அடிகளார்மீது அபரிமிதமான ஈடுபாடு. நாத்திகரான அவரும் குன்றக்குடித் திருமடத்துக்கு 1957-ல் வருகை தந்திருக்கிறார். அவரை எப்படி வரவேற்பது என்று மடத்து அலுவலர்கள் அடிகளாரைக் கேட்ட போது, "எப்போதுமபோல மரியாதை செய்து வரவேற்றுவிடுங்கள். வழிபாட்டு மேடையில் விளக்குகள் ஏற்றி வையுங்கள். பாரதிதாசன் விருப்பம்போல் செய்யட்டும்" என்றார்.

பாரதிதாசன் பூரண கும்ப மரியாதையுடன் வரவேற்கப்பட்டார். வழிபாட்டு மேடையில் விளக்குகளைப் பார்த்ததும், "விளக்கெல்லாம் எரிகிறதே, விழாவா?" என்றார் பாரதிதாசன். "அடிகளார் வழிபாடு செய்யும் இடம்" என்று பதில் சொல்லப்பட்டது. தன் தோளில் கிடந்த சால்வையைக் கையில் எடுத்துக் கொண்டு, பாரதிதாசன் கோயில் முன் போய் நின்றார். மடத்து ஓதுவார் ஏ.எம்.சம்மந்தமூர்த்தி, "விண்ணாளும் தேவர்க்கு மேலாய வேதியவை..." எனத் தொடங்கும் திருவாசகப் பாடலைப் பாடினார். பாடலில் மகிழ்ந்த பாரதிதாசன், "அய்யா நல்லாப் பாடுறாங்க. இந்தத் தமிழ்ப் பாட்டைத்தான் நான் விரும்புகிறேன்"

என்று பாராட்டினார். "தமிழனை இழிவு படுத்தாத - சாதியை வற்புறுத்தாத- சைவத்தை யாரும் எதிர்க்க மாட்டார்கள். அது இல்லியே"[55] என்றும் அவர் வருத்தத்தோடு குறிப்பிட்டார்.

பாரதிதாசனும் அடிகளாரும் முதன் முதல் சந்தித்துக் கொண்டது குளித்தலை இந்தி எதிர்ப்பு -தமிழ் பாதுகாப்பு மாநாட் டில், பொன்மலையில் பெரியார் 78 வது பிறந்த தினவிழா முடிந்து சுமார் இரண்டு மாதம் இருக்கும். பெரியார் விழாவில் அடிகளார் கலந்து கொண்டதை எதிர்த்து அருள்நெறித் திருக்கூட் டத்திலிருந்து பலர் கண்டன அறிக்கை விட்டு வெளியேறிக் கொண்டிருந்த நேரம். பாரதிதாசன் அடிகளாரிடம் சொன்னார், "நீங்கள் மட்டும் தமிழில் வழிபடலாம் என்று சொல்லுங்கள்- ஆயிரக் கணக்கில் தமிழர்களை அழைத்துக் கொண்டு பின்னால் வருகிறோம்."

கோவை தமிழ்த் தேசியக் கட்சி மாநாடு. பாரதிதாசனும், அடிகளாரும், பெரியாரும் கலந்து கொண்டார்கள். பாரதிதாசன் முதலில் பேசினார். அடுத்து அடிகளார் தமிழர் ஒற்றுமை பற்றிப் பேசினார். இறுதியில் பேசிய பெரியார் சமயத்தைத் தாக்குத் தாக்கென்று தாக்கினார். கூட்டம் முடிந்ததும் பாரதிதாசன் அடிகளாரிடம் வந்து "வருத்தப்படுகிறீர்களா? அவர் வழக்கம் அப்படி. வருத்தப்படாதீங்க" என்று உள்ளார்ந்த அன்போடு கூறினார்.

பாரதிதாசன் கவிதைகளை அடிகளார் உயர்வாகப் போற்றுகிறார். "பாவேந்தன் காலந்தோறும் வளர்ந்து வந்த ஒரு கவிஞன் என்பதைக் காலந்தோறும் அவன் பாடிய கவிதைகளைப் படித்தால் உணரலாம். அவன் பாடல்கள் தனித்தமிழ் நடையில் அமைந்தவை. எளிய நடையுடையவை. அவை பண்ணோடு பொருந்தும் பாடல்கள். மனித குலத்தை முன்னோக்கிச் செலுத்தும் பாடல்கள். எண்ணற்ற மக்களின் இதயங்களைத் தூண்டிச் செயற்பாட்டுக்கு ஊக்குவிக்கும் உந்துசக்தியுடைய பாடல்கள். நீண்ட உறக்கம் தெளிவிக்க வந்த பாடல்கள்.

உரிமையும் உணர்ச்சியும் எழுச்சியும் தந்து நிற்கச் செய்த பாடல்கள். அப்பாடல்கள் மூடத்தனத்துக்கு வைத்த முழுநெருப்பு"[56] என்று அவன் கவிதைகளுக்கு விளக்கம் தருகிறார் அடிகளார்.

பட்டுக்கோட்டை கல்யாணசுந்தரம் பாடல்களிலும் அடிகளாருக்கு ஆழ்ந்த ஈடுபாடு. பட்டுக்கோட்டை வரிகள் விரவி வராத அவருடைய பேச்சுகளைக் கேட்பது அரிது. தன் காரில் தூரத்து ஊர்களுக்குப் பயணஞ் செய்யும்போது எங்காவது சிறிய கிராமங்களின் எளிமையான கடைகளிலிருந்து பட்டுக்கோட்டை பாடல்கள் கேட்டால், ஒதுக்குப்புறமாக காரை நிறுத்தச் சொல்லி, அந்தப் பாடலை அந்தக் கிராமச் சூழலில், ஆழ்ந்து அனுபவிப்பார் அடிகளார் என்று நண்பர்கள் சொல்லக் கேட்டு வியந்திருக்கிறேன். 1956ல் கவிஞர் பி.இ.பாலகிருஷ்ணன் தொகுத்து உருவாக்கிய பட்டுக்கோட்டை கல்யாணசுந்தரம் பாடல்கள் நூலுக்கு முன்னுரையளித்த பெருமை அடிகளாருக்கே.

"இன்றைய கவிஞர்கள் பெரும்பாலும் திரைப்படப் பாடல்களாகவே வெளியிடுகின்றனர். இது காலத்தின் விளைவு. திரைப்படம் பார்க்க விருப்பம் இல்லாது போனாலும், இந்தப் பாடலைக் கேட்டு அனுபவிக்கவாவது திரைப்படங்களுக்குச் செல்ல வேண்டும் என்ற விருப்பம் தோன்றுகிறது. பட்டுக்கோட்டை கல்யாணசுந்தரம் நஞ்சை கொழிக்கும் தஞ்சையைச் சார்ந்தவர். சமுதாயத் துறையில் முற்போக்குக் கருத்தினர். எளிய வாழ்வினர். முகமன் கூறாது உள்ளதைச் சொல்பவர்.

இவருடைய பாடல்கள் இசைப்பாடல்களாகவே வெளிவந்துள்ளன. அதிலும் பெரும்பாலும் கிராமியப் பண்பையும், பண்ணையும் தழுவி வெளிவந்துள்ளன. உருவங்களைக் காட்டாமல் உணர்ச்சிகளைக் காட்டுகிறார். கிராமத்துச் சாதாரண மனிதன் மொழியில் பேசுகிறார். எளிய நடை இருந்தாலும், கருத்தால் அவை ஆழமாக இருக்கின்றன.

இருக்கும் முறைகளைச் சுட்டிக்காட்டுகிறார். வரவேண்டிய நிறைவுகளையும் வரிசைப்படுத்திக் காட்டுகிறார். பொதுவாக இவர் கவிதைகள் சிந்தைக்கினியனவாக - வாழ்வுக்கு வளமூட்டுவனவாக - இருக்கின்றன"[57] என்று அப்பாடல்களை அருமையாக வரையறை செய்கிறார்.

அடிகளார் பேச்சாற்றல் மிக்கவர். தெளிவாகப் பேசுவார், இனிமையாகப் பேசுவார், எளிமையாகப் பேசுவார், ஆழமான கருத்துக்களையும் மக்கள் புரிந்து கொள்ளும்படி பேசுவார்.

அடிகளார் பாணி, தமிழ் முனிவர் திரு.வி.க.பாணி, என்று சொல்லப்படுகின்றது. எந்தக் கூட்டத்துக்குப் பேச வந்தாலும், போதிய தயாரிப்புடனேயே வருவார். தன் கருத்தை வலியுறுத்தப் போதிய சான்றுகள் தருவார். எடுப்பான வெண்கலக்குரலில் வட்டாரக் கலப்புச் சொற்கள் அதிகமில்லாமல், வட்டார ஒலிச்சாய்வும் அதிகமில்லாமல், பேசுவார். ஏற்ற இறக்கம் அதிகமிருக்காது. உணர்ச்சிக்கு அதிக முக்கியத்துவமிருக்காது, கருத்தே முக்கியப்படும். எடுத்துக்கொண்ட பொருளை - தான் சொல்லவந்த கருத்தை - படிப்படியாக விளக்குவார். பொருத்தமான உதாரணங்களைச் சொல்லுவார். சரியான இடங்களில் சான்றுகளைத் தருவார். அவருடைய உரை அறிவார்ந்த ஞானாசிரியரின் வகுப்பு போலவே இருக்கும். கேட்போரை உணர்ச்சிவசப்படுத்தாமல் - பரவசப்படுத்தாமல் - தான் சொல்லும் கருத்தில் கவனம் கொள்ளச் செய்யும்.

பேச்சு முடியும்போது தான் இதுவரை சொன்னவற்றைத் தொகுத்துரைப்பார் அடிகளார். பல பேச்சாளர்கள் திசையும், வழியும் இல்லாமல் காடேறி மேய்வதைப் பார்த்திருக்கிறோம். அவர்கள் என்ன பேசினார்கள் என்பது பேச்சின் முடிவில் அவர்களுக்கே தெரியாது. அடிகளார் அப்படியல்ல. கேட்பவர்களுக்கு அவர் பேச்சு அப்படியே மனத்தில் நிற்கும்படியிருக்கும்—இறுதியில் அவர் கொடுக்கும் சுருக்கம்.

அடிகளார் பேசத் தொடங்கிய காலத்தில், திருமடத்துறவிகள் மக்களைச் சந்திப்பதும், உரை நிகழ்த்துவதும் மரபல்ல. த்ங்களைத் தரிசிக்க வருபவர்களுக்கே அவர்கள் அருட்காட்சி தருவார்கள். அப்போது அவர்கள் அருள்வாக்கு அருளலாம். அதுவும் இறைவன், துறவு, வேதம், புராணம், தம் ஜாதியைக் காப்பாற்றுதல், வருணத்தைக் காப்பாற்றுதல், இந்த வகையிலேயே இருக்கும். அவர்களுடைய தரிசனம் கிடைப்பதே ஜனங்களுக்குப் பெரும்பேறு, அதிலும் ஜாதி வேறுபாடு – குலவேறுபாடு – இடைஞ்சல்கள் செய்யும். ஆண்டுக்கு ஒரு முறையோ அல்லது எப்போதாவது நினைத்துக்கொண்டபோதோ மடாதிபதிகள் பட்டணப் பிரவேசமோ, யாத்திரையோ போவார்கள். அப்போது மக்கள் தங்கள் சாதித் தகுதிக்கும், வருணத் தகுதிக்கும் ஏற்ப அவரை நெருங்கியோ, விலகியோ வழிபடலாம். இந்த வழக்கம் இன்று பெரும்பாலும் அருகிப்போய்விட்டது. இப்படி அருகிப்போகச் செய்தவர் யார்? அடிகளாரே. 1953–ல் மக்களிடையே பேசத் தொடங்கிய முதல் மடாதிபதி இவரே. உலக உவப்புக் கொள்கையை மேடையில் முழங்கிய முதல் முனிவரும் இவரே. அவர் பேச்சு பற்றி கவியோகி சுத்தானந்த பாரதியார் சொல்லுகிறார்:

"இன்று குன்றக்குடியில் சைவத்திருக்களை–தேவார திருவாசக உருக்களைக்–கொண்ட தமிழருவி மகிழ்ச்சியால் விம்மித் ததும்பி அலை வீசிப் பாய்ந்து கொண்டேயிருக்கின்றது. இந்த அருவி முழக்கம் கோயில் வழிபாடுகளில் முழங்குகின்றது. மேடைகளில் வீறிடுகின்றது. தமிழகம், இலங்கை, மலேயா, நாடுகளிலெல்லாம் வேத நெறி தழைத்தோங்க, மிகுசைவத்துறை விளங்க முரசு கொட்டுகிறது. அரசியல் மன்றங்களில் ஆர்வக்குரலெடுத்து அருள் விழிப்பைத் தருகின்றது."

இத்தகு தமிழருவியே தவத்திரு குன்றக்குடி அடிகள் ஆவார். அவர் பேச்சில் தமிழின் இனிமையும், காலத்துக்கேற்ற புதிய சிந்தனையும், புரட்சிக் கருத்துக்களும், மேன்மை கொள் சைவ நீதியும், ஒப்பனையும், கற்பனையும், செம்மை கொண்டு களிநடம் புரிகின்றன"[58].

சைவசமயக் கூட்டங்களில், அல்லது இலக்கியக் கூட்டங்களில் மட்டும் பங்கெடுக்கவில்லை அடிகளார். தன் கொள்கைகளுக்கு ஒத்துவருகின்றதென்றால், எந்த வேறுபாடுமின்றி அவர் இதர மதக் கூட்டங்களிலும் பங்கெடுக்கிறார். கிறிஸ்தவ, இசுலாமிய பவுத்த சமயக் கூட்டங்கள் பலவற்றில் அவர் பங்கேற்றுள்ளார். அதுமட்டுமல்ல, நாத்திகக் கூட்டங்களில், ஏன் காங்கிரஸ் கட்சி, கம்யூனிஸ்ட் கட்சி, திராவிடக் கழகம், திராவிட முன்னேற்றக் கழகம், அண்ணா திராவிட முன்னேற்றக் கழகம், அல்லது வேறு எந்தக் கட்சி நடத்தும் கூட்டமாயிருந்தாலும் — அதுசமூக நன்மைக்கானதாயிருந்தால் அதில் அடிகளார் துணிச்சலோடு கலந்து கொள்ளுகிறார். உலக வரலாற்றில் இம்மாதிரித் துணிச்சலோடு நடந்து கொண்ட திருமடத்தலைவர்கள் வேறு எவராவது இருப்பார்களா என்பது சந்தேகமே.

தலைமை தாங்குவது, சிறப்புரையாற்றுவது மட்டுமல்ல, கருத்து மோதல்கள் திசை தவறி, மனித மோதல்களாக மாற வழிவகுக்கும் பட்டி மன்றங்களிலும் பங்கெடுத்துக் கொள்ளுகிறார் அடிகளார். அவருடைய துணிச்சலை என்னென்பது ! தன்னைத் துதித்துப் போற்றி, வழிபட்டுப் பணிவோரையன்றி வேறெவரையும் தன் தரிசனத்துக்குக் கூட அனுமதியாத திருமடாதிபதிகள் எங்கே, என் கருத்தை எதிர்த்துப் பேசுங்கள், விமர்சியுங்கள், மறுங்கள், எப்படியாயினும் பொதுமக்கள் உண்மை உணர வழி செய்யுங்கள் என்ற உயர் எண்ணத்தில் தன்னைச் சாதாரணமானவனாகத் தாழ்த்தி, விமர்சனத்துக்கு உட்படுத்தும் அடிகளார் எங்கே ! ஜீவாவுடன் எதிர் வழக்கு ஆடுவதில் தனக்கிருந்த சந்தோசத்தை அடிகளார் சொல்லுகிறார்:

"நாகரிகமாகவும் கருத்தோட்டத்துடனும் விவாதிப்பதில் ஜீவா அவர்கள் சிறந்து விளங்கினார். அவருடன் விவாதிப்பதில் பல்கலைக்கழகத்தில் படிப்பதையொத்த அறிவு கிடைக்கும். ஆதலால் பட்டி மன்றங்களில் அவரை எதிர்க் கட்சியாக வைத்து

விவாதிப்பதில் எனக்கு அதிக ஆசையுண்டு. ஆண்டுதோறும் தேவகோட்டையில் நடைபெறுகின்ற திருவள்ளுவர் விழாவில், ஓராண்டு நானும் அவரும் எதிர்–பிரதி கட்சியாக இருந்து விவாதித்தோம். தலைபபு "வள்ளுவர் மிகுத்துக் கூறியது அரசியலா சமயமா என்பது. யார் யார் எந்தக் கட்சியில் இருந்து பேசினோம் என்பதைக் குறிப்பிட வேண்டிய அவசியமில்லை. விவாதம் மிக நன்றாக இருந்தது. என்னைவிடக் கூட ஜீவா அதிகமாக உழைத்துப் பேசினார். பட்டி மண்டபம் முடிந்த பிறகு, வழித்தங்கல் மனையில் தங்கி, உரையாடிக் கொண்டிருந்த பொழுது, "நீங்களும் நானும் எதிர்க்கட்சியாக இருந்து விவாதிக்கக் கூடாது ; அத்தகையதொரு சூழ்நிலையை ஏற்படுத்தித் தர்மசங்கடத்தைத் தராதீர்கள் என்றார் ஜீவா. இங்ஙனம் அவர் கூறியது நம்மீது உள்ள அன்பின் மிகுதியாலேயே என்பதை அவரது குரல் காட்டிற்று"[59].

பட்டி மன்றங்கள் தமிழகத்தில் மிக நீண்ட காலமாக நடந்து வருகின்றன. தொடக்கக் காலத்தில் மதத் தலைவர்கள், ஞானிகள், அறிஞர்கள் போன்றோர் தங்கள் கருத்துக்களை நிலை நிறுத்துவதற்கும், எதிர்க்கருத்துக்களை அழிப்பதற்கும் பட்டிமன்றங்களைப் பயன்படுத்தினர். இப்பட்டி மன்றங்கள் வாழ்வுக்கும் சாவுககுமான கொடுமையான போர்க்களங்களாயருநதன. ஆனால் இன்று பட்டிமன்றங்கள் ஜனநாயக ரீதியான விவாத மேடைகளாக மாறியுள்ளன. அடிகளார் இந்தப் பட்டிமன்றங்களை மக்கள் மன்றங்களாக மாற்றுவதில் குறிப்பிடத்தக்க பணியாற்றியுள்ளார். அடிகளார் நடத்தும் பட்டிமன்றங்களைக் கேட்டுப் பயன்பெறாத ஊர்களே தமிழகத்தில் இல்லை என்னும் அளவுக்கு, அவர் நாடெல்லாம் பயணம் செய்து பட்டிமன்றங்கள் நடத்தி வருகிறார்.

இன்று பெருவாரியாக நடப்பதுபோல அடிகளாரின் பட்டிமன்றங்கள் வெறும் பொழுதுபோக்குக் கேளிக்கை மன்றங்களல்ல. தமிழ் மக்களை ஆட்சி செய்கின்ற, அல்லது ஆட்சி செய்யவேண்டிய, சிறந்த கருத்துக்களின் நிறை

குறைகளை விவாதிக்கும் விவாத அரங்குகளாகவே அவை அமைந்தன. சமயம் வழிகாட்டுவது இம்மைக்கா, மறுமைக்கா? வள்ளுவம் போற்றுவது அறமா, பொருளா? பாரதியில் விஞ்சி நிற்பது சமுதாய உணர்வா, தேச உணர்வா? பாரதிதாசன் மொழிப்பற்றாளனா சமதர்மப் பற்றாளனா? வாழ்க்கைக்கு வழிகாட்ட வல்லது மார்க்சீயமா, வள்ளுவமா, காந்தியமா? போன்ற சமூகப் பயன் உள்ள தலைப்புகளில், நேர்மையும், திறமையும் மிக்க பேரறிஞர்களைக் கொண்டு விவாதங்களை நடத்தி, அடிகளார் தீர்ப்புச் சொல்லுவார். விவாதப் பொருளை அறிமுகப் படுத்தும் முறை, விவாத நுட்பங்கள் அறிந்த நடுவராக இருபக்க விவாதங்களையும் நெறிப்படுத்தும் பாங்கு, ஒவ்வொருவர் பேச்சிலும் உள்ள முக்கியக் கருத்துக்களை எதிராளிக்கு எடுத்துக் கொடுத்து மோதலை முடுக்கிவிடும் நேர்த்தி, யாராவது முறை தவறி நழுவினால் மூக்கணாங்கயிறு பிடித்து இழுத்து பாதையைக் காட்டும் லாவகம், இறுதியில் இருபக்கக் கருத்துக்களையும் எடை போட்டு அலசும் நடுநிலை, அடிகளார் என்ன முடிவு சொல்லப் போகிறாரோ என்ற விறைப்புமிக்க எதிர்பார்ப்பை தொய்வு படாமல் கடைசிவரை கொண்டுபோகும் சாதுரியம், கூட்டத்தினரே ஏற்கெனவே உணர்ந்திருந்த முடிவை அவர்களே வியக்கும்படி சொல்லும் அழகு, எல்லாமே அருமையானவை. கூடிய பெருங்கூட்டத்தையும், பேசிய பெரியார்களையும், அடிகளாரையும் சேர்த்துப் பார்க்கும் போது, அந்தப் பட்டிமன்றம் என்பது ஒரு மக்கட் பல்கலைக் கழக வகுப்பாக இயங்கியதை உணர முடியும்.

மனித நேயத்தைப் போற்றும் நல்ல கலையையும் இலக்கியத்தையும் வளர்ப்பதை லட்சியமாகக் கொண்டு 1961–ல் ஜீவா தமிழ் அறிஞர்களின் ஒத்துழைப்போடு தொடங்கிய பேரியக்கமே **தமிழ்நாடு கலை இலக்கியப் பெருமன்றம்**. ஜீவாவோடும் இதர முற்போக்குக் கலை இலக்கியவாதிகளோடும் நெருக்கமான தொடர்புடைய அடிகளார், கலை இலக்கியப் பெருமன்றச் செயல்பாடுகளில் ஆழமான ஈடுபாடு காட்டினார். 60–களில் கலை இலக்கியப் பெருமன்றம் பட்டி மன்றங்களைத்

தமிழகத்தில் பிரபலப்படுத்துவதற்கு அடிகளார் மிகுந்த ஒத்துழைப்பு கொடுத்தார். 67–லிருந்து இன்று வரை அதன் தலைவர்களில் ஒருவராக இருந்து சிறப்பித்து வருகிறார்.

மார்க்சீயத்தைத் தமிழ் மணத்துடன் கலந்து வளர்க்கவும், ஒய்வு பெற்ற–பெற வேண்டிய சகல அறிவுத்துறைப் பெரியார்களையும் ஒன்று சேர்த்து, அவர்கள் அனுபவங்களின் அடிப்படையில் இளைஞர்களைப் பயிற்றி வளர்க்கவும், வசதியற்ற–நேர்மையான–புறக்கணிக்கப்பட்ட–தேச பக்தர்கள், சமூகத் தொண்டர்கள், அறிவாளிகள், கலைஞர்கள் ஆகியோரின் குடும்பங்களை அரவணைத்துக் காக்கவும், ஒரு மார்க்சிய சாந்தினிகேதனம் நிறுவ வேண்டும் என்பது ஜீவாவின் இறுதிகால லட்சியமாயிருந்தது. இந்த "மார்க்சீய ஆசிரமம்" அமைக்க ஜீவாவுக்கு ஒத்துழைப்பு நல்கியவர்களில் அடிகளாரும் ஒருவர். ஆனால் ஜீவாவின் அகால மரணத்தால் அந்தத் திட்டம் நிறைவேறாமலேயே போயிற்று.

அடிகளார் ஆழமான தமிழ்ப் பற்றாளர். ஆனாலும் அவரிடம் மொழி வெறி கிடையாது. அவர் கூறுகிறார் :

"ஒரு மனிதன் மிகச் சிறந்த பண்பாளனாக – நாகரிகமுடையவனாக –வளர்ந்து, வாழ விரும்பினால் குறைந்தது ஐந்து மொழிகளையாவது படிக்க வேண்டும், வீட்டுச் சாளரங்களைச் சாத்திவிட்டால் காற்றோட்டமில்லை. அறை வெப்பத் தன்மையடையும். அதுபோல் பிற மொழிச் சாளரங்களை அடைத்துவிட்டால் மனிதன் மிகச் சின்ன மனிதனாக மாறிவிடுவான். அவனை அற்பப் புத்திகளே ஆட்டிப் படைக்கும். இன்றைய தமிழன் மிகச் சிறந்த தமிழனாக வளர நான்கு மொழியையாவது கற்க வேண்டும்".

மத்திய அரசு கொண்டு வந்த மும்மொழித் திட்டத்துக்குக்கூட அடிகளார் எதிரி இல்லை. தமிழர்கள் மீது இந்தியை திணித்து விட்டு, வடவர் தமிழை அல்லது ஏனைய தென்மொழியைப்

படிக்காமல் புறக்கணிக்கும் ஏமாற்றுத்தனத்தையே அவர் வெறுத்தார்.

"வடமாநிலங்கள் தென்மொழிகளில் ஒன்றையும், தென் மாநிலங்கள் வட இந்திய மொழிகளுள் ஒன்றையும் கற்கும் முறை உறுதியாக நடைமுறைப்படுத்தப்பட்டால் நாட்டுக்கு நல்லதுதான்" என்பது அவர் கருத்து.

அடிகளார் ஒரு சிறந்த சிறு பத்திரிகையாளரும் கூட. பணம் பண்ணுவதை லட்சியமாய்க் கொள்ளாமல், தன் லட்சியங்களைப் பரப்புவதற்காகப் பத்திரிகை நடத்துபவர்களில் ஒருவர் அவர். மணிமொழி, தமிழகம், மக்கள் சிந்தனை, அருள்நெறி எனப் பல பத்திரிகைகள் அவர் நடத்தியுள்ளார். அவற்றில் சிறப்பாகக் குறிப்பிடத் தக்கது தமிழகம். 1958 சித்திரை ஆண்டுப் பிறப்பன்று பிறந்த இப்பத்திரிகை அவசரநிலைக் காலம் வரை சிறப்பாக வெளி வந்தது. தமிழகம் மலர்வதன் நோக்கத்தை முதல் இதழில் அடிகளார் இவ்வாறு பதிவு செய்துள்ளார் :

"பழங்காலத் தமிழகம் புகழ் பூத்த தமிழகம். ஆனால் இன்றோ, நினைத்தாலும் நெஞ்சு பொறுக்குதில்லை. வேதனை வளர்கிறது. வளம் கொழித்த தமிழகத்தில் வறுமையின் கொடுமை. எல்லோரும் ஓர் குலம் என வாழ்ந்த தாயகத்தில் சாதிச் சண்டைகள். தூய தமிழே வழங்கிய நிலவகத்தில் கலப்புத் தமிழ். தெய்வம் தெளிமின் என்ற நெறி பற்றி நின்ற சமுதாயத்தில் தெய்வம் உண்டு கொல் என்ற சிந்தனைக் குழப்பம். கட்சியின் பெயரால் குழப்பங்கள். இந்த நிலை மாற்றப் பெறுதல் வேண்டும். ஆம். உடனடியாக பொலிவுடைய புதுமைத் தமிழகத்தைக் காண "தமிழகம்" மலர்கிறது.

இந்த நன் நோக்கத்துக்குகந்த படைப்புகளே தமிழகத்தில் வெளியிடப்பட்டன. அடிகளாரின் உயரிய சமூக நோக்குக்கும் தொண்டுக்கும், அதன் பக்கங்களே சாட்சி.

பத்திரிகையாசிரியர் மட்டுமல்ல, அடிகளார் ஒரு சிறந்த நூலாசிரியருங்கூட. தனி நூலாகவும், , அவ்வப்போது பத்திரிகைகளில் வெளிவந்த கட்டுரைகளின் தொகுப்பாகவும், வானொலிப் பேச்சுகளின் தொகுப்பாகவும் அடிகளாரின் நூல்கள் 30-க்கும் அதிகம் வெளிவந்துள்ளன. மனம் ஒரு மாளிகை, ஆலயங்கள், சமுதாய மையங்கள், சிந்தனை மலர்கள், சைவசித்தாந்தமும் சமுதாய மேம்பாடும் போன்ற நூல்கள் தமிழர்களுக்குக் கிடைத்துள்ள அரிய கருவூலங்கள். வாழ்வாங்கு வாழும் நெறி தவிர, சமயப் பிரச்சாரமோ, சாதிப் பிரச்சாரமோ, மோட்சப் பிரச்சாரமோ, மாயைப் பிரச்சாரமோ அதில் ஒரு வரியைக்கூட கறைப்படுத்தவில்லை என்பது எண்ணி எண்ணி இன்புறத்தக்கது.

அடிகளாரின் "ஆலயங்கள்-சமுதாய மையங்கள்" என்ற நூலுக்குத் தமிழக அரசு முதல் பரிசளித்துச் சிறப்பித்தது.

பேச்சு மொழி போலவே, அடிகளாரின் எழுத்து மொழியிலும் சிறிய சொற்றொடர்கள், நேரடியான மொழி நடை, வேகம் யாவும் நெஞ்சைக் கவருபவை. ஆயினும் படிக்கத் தெரிந்த எல்லாத் தமிழனும் புரிந்து கொள்ள வேண்டி அருமையான அந்தக் கருத்துக் கருவூலங்களின் சொல்லாட்சி இன்னும் எளிமையாக அமையலாம்.

அடிகளாரின் இலக்கியப் பணிகளையும் சமூகப் பணிகளையும் பாராட்டி அண்ணாமலைப் பல்கலைக்கழகம் 1989-ல் அவருக்கு டி.லிட் பட்டமளித்துக் கவுரவித்தது.

சமீப காலங்களில் அடிகளாரிடம் ஒரு மாற்றத்தைக் காண முடிகிறது. அவரே எழுதியும் இருக்கிறார். "மேடைப் பேச்சுக்கு முற்றுப்புள்ளி வைக்க எண்ணம். முற்றுப்புள்ளி இல்லாது போனாலும் கட்டாயம் குறைக்க வேண்டும்... இனித் தொடர்ந்து ஆழமாக கிராமச் சமுதாய மேம்பாட்டுப் பணிகளைச் செய்வதும், எழுதுவதும் என்பதுதான் நம்முடைய தலையாய கடமை."

அடிகளார் கிராம மேம்பாட்டுத் திட்டங்களை நிறை வேற்றுவதும், கருத்து விளக்க நூல் எழுதுவதும் நல்லதே. ஆனால் அதற்காக பேச்சைக் குறைத்துக் கொள்வது என்பது சமூகத்துக்கு நஷ்டம் உண்டாக்கும் என்று தோன்றுகிறது. எழுத்தறிவற்ற நாடு இது. நூற்றுக்கு அறுபத்திமூன்று பேருக்கு எழுதப் படிக்கத் தெரியாது. தெரிந்தவர்களிலும் புத்தகம் படிக்கும் திறன்பெற்றோர் 5% கூட இருக்க மாட்டார்கள். அவர்களிலும்கூட வக்கிர உணர்வுகளைத் தூண்டும் மலிவுப் பதிப்புகளைப் படிப்பவர்களே அதிகம். ஆழ்ந்த மனித நேய ஞான நூல்களைப் படிப்பவர்கள் ஒரு சதவீதம் கூட இல்லை. நல்ல கருத்துக்களுக்காக ஏங்கித் தவிப்போர் ஏழைகளே. அந்த ஏழைகளுக்குத் தொண்டு செய்யும் எல்லாருமே பேச்சு என்ற ஆயுதத்தை இன்று கையில் எடுத்துத்தான் ஆகவேண்டும். அடிகளாரைப் போன்றோருக்கு இது இன்னும் முக்கியம்.

11. சமயம் சார்ந்த சமூகம்

ஒரு பழுத்த ஆன்மிகவாதி என்ற நிலையில், அடிகளாரின் சமூகக் கனவு பெரியாரின் கனவுக்கு நேர் முரண்பட்டது. சைவப் பெரியாரின் வழிநின்று, ஒரு சைவ சோசலிச சமுதாயம் அமைக்க விரும்புகிறார் அடிகளார். அந்தச் சமுதாயம் சைவம் சார்ந்த அன்பை அடிப்படையாகக் கொண்டது. அவர் சொல்லுகிறார் :

"தமிழ்நாடு ஆலயங்கள் நிறைந்த நாடு.... சென்ற காலத்திலும் சரி, நிகழ் காலத்திலும் சரி, தமிழ்நாட்டின் வரலாற்றை இயக்குவதில் தமிழ்நாட்டுத் திருக்கோயில்கள் முக்கியமான பாத்திரத்தை வகித்துள்ளன. ...அன்றாட வாழ்க்கை முதல், மொழி, கலை, இலக்கியம், சமயம் ஈறான அனைத்துத் துறைகளிலும் திருக்கோயிலுக்குப் பங்கு உண்டு. தமிழ்நாட்டின் அரசியல், பொருளியல், சமூகவியல் ஆகிய அனைத்துமே திருக்கோயிலின் வட்டத்தைச் சார்ந்தே வளர்ந்துள்ளன."⁶⁰

இந்த நிலை இனியும் இவ்வாறே இருக்க வேண்டும் என்று அடிகளார் **விரும்புகிறார்**. சமயம் என்பது மனிதனை மேன்மையான பல்சுவைகளும் சத்தும் உள்ளவனாகச் சமைத்து, சமூகத்துக்கு அளிக்கும் அமைப்பே என்பது அவர் கருத்து. அந்த நிலையில் சமயம் சார்ந்த வாழ்க்கையே வாழ்க்கை. சமயச் சார்பு இல்லாத வாழ்க்கை கவலை வாழ்க்கை, என்கிறார் அவர். அவர் கருத்துப்படி "கடவுள் குறைவில்லா நிறைவு. கடவுள் வாலறிவு! கடவுளே நன்று. கடவுளே அன்பு. கடவுளே இன்பம்." ஆதலால் இந்த உயரிய இயல்புகளில் குறைபாடுடைய உயிர்கள், கடவுள் தன்மைகளை— நிறை நலம் பயக்கும் தன்மைகளை—அடைய முயற்சி செய்தலே வாழ்க்கையின் குறிக்கோள். தனி மனிதனைச் சமயம் வளர்த்து சமுதாய வாழ்வுடையவனாக்கி, அன்பின்

ஆற்றலும், அருள் ஒழுக்கமும் உடையவனாக மாற்றுகிறது. இதற்குத் துணை செய்வதே வழிபாடு. கடவுள் வழிபாடு என்பது வெறும் சடங்கு அன்று. அது உயிர்ப்பு உள்ள ஒரு முயற்சி! அறிவார்ந்த ஆள்வினை! எண்ணுதல், நினைத்தல் ஆகிய அகநிலைப் பயிற்சிகள் மூலம் ஆன்மா தன்னை உயர்த்திக் கொள்வதற்குத் துணை செய்வது.

"வழிபாடு கடவுளை முன் நிறுத்திச் செய்யப்படுவது உண்மை. ஆனால் வழிபாட்டின் பயன் கடவுளுக்கு அன்று.... முழுவதும் மனிதனுக்கேயாம்[61]."

அடிகளாரின் கருத்துப்படி, மனிதனின் அக உன்னதங்கள் அனைத்தின் சொரூபமே இறைவன். எனவே திருக்கோயில் வளாகத்துக்குள் அன்பு செறிந்த அருள் நலம் கனிந்த—மனித உறவு வளருகிறது. இது சமூகமெல்லாம் பரவுகிறது. இந்த அன்பு இன வேறுபாடு அற்றது. குல வேறுபாடு அற்றது. தொழில் வேறுபாடு அற்றது. ஆண் பெண் வேறுபாடு அற்றது. சரிநிகர் சமானமான தன்மையுடையது. எந்த ஒரு ஏற்றத் தாழ்வும் அற்றது.

ஆனால் நடைமுறையில் சமயங்கள் அவ்வாறு இல்லையே, அது ஏன்? அவர் சொல்கிறார் :

"எல்லா சமயங்களும் இயக்கங்களாக இருந்தவரை சமூகத்துக்குச் சிறப்பான தொண்டுகள் செய்தன. ஆனால் அவை நிறுவன வடிவம் பெற்றபோது படிப்படியாக நீதியை நிலைநிறுத்தும் ஆற்றலை இழந்தன. இயக்கத்துக்கு இருக்கும் ஆற்றல் நிறுவனங்களுக்கு இருத்தல் இயலாது. இருக்காது. சமயம் நிறுவனங்களானவுடன் சமயத் தலைவர்கள் - அறநெறிப் புரோகிதர்கள் தோன்றிடுவர். அவர்கள் மனிதகுலத்தை மையமாகக் கொண்டு சிந்திப்பதில்லை. தம் சமய நிறுவனம், தற்சார்பு ஆகிய சுழிகளில் சிக்கி அல்லற்படுவர்"[62].

அப்படியானால் கோயில் சார்ந்த வாழ்க்கையை எவ்வாறு அமைப்பது? அடிகளார் சொல்லுகிறார்: "தமிழர் சித்தாந்தச் செந்நெறியைச் சார்ந்தவர்கள். சிவத்தை—யாதானும் ஒரு

பெயரில் சிறப்பாக அவர்கள் ஊரில் எழுந்தருளியிருக்கும் பெருமானை—ஆன்ம நாயகனாக ஏற்றுக் கொள்வதைப் பழக்கப் படுத்த வேண்டும், வழக்கப்படுத்த வேண்டும். இங்ஙனம் அந்தத் திருக்கோயில்களில் வழிபடுவோர் ஆண்டுதோறும் முறையாக வழங்கும் நன்கொடையிலிருந்தே திருக்கோயில்கள் பேணப்பெற வேண்டும். பூசனைகள் செய்விக்கப்பெற வேண்டும்.

வழிபடுவோர் வாழ்க்கை நிகழ்ச்சிகள் அனைத்தும் திருக்கோயில்களை மையமாகக் கொண்டே நடத்தப்பெற வேண்டும். அங்ஙனம் நடக்கும் நிகழ்வுகளுக்குக் காணிக்கைகள் வாங்கலாம்; வழிபடுவோரிடமிருந்து தெரிவு செய்யப்பெற்ற ஒரு சிலர் கொண்ட குழுவைக் கொண்டே திருக்கோயில் ஆட்சிமுறை நடைபெற வேண்டும் [63].

திருக்கோயிலின் வழிபாட்டுச் சடங்குகள் எளிமையானவை யாக அமைய வேண்டும். இனிய தமிழிலும் அமைய வேண்டும். திருக்கோயில்களில், ஆகமங்களிலும் திருமுறைகளிலும் தோய்ந்த **புலமையும்** பழுத்த மனமும் கொண்ட சிவாச்சாரியர்கள் நியமனம் செய்யப்பெறுதல் வேண்டும். அவர்கள் மூர்த்திகளைத் தூய்மை செய்யவும், நாள்தோறும் பெருமானை வழிபடுவோர் வழிபட்டுய்ய எழுந்தருளச் செய்யும் செய்முறைகளை நிகழ்த்தி, வருகிற பக்தர்களுக்கு ஆச்சாரியனாக இருந்து, பெருமானைக் கண்டும், காட்டியும், வழிபாடு செய்துகொள்ளும் நெறியில் வழிப்படுத்தியும், துணைசெய்ய வேண்டும். தீக்கை பெற்று அத்திருக்கோயில் வழிபடுவோர் பட்டியலில் இடம் பெற்றவர் களுக்கு அவர்கள் தாமே பெருமானுக்குப் புனலும் பூவும் சொரிந்து வழிபாடு செய்து கொள்ளும் உரிமை இருக்க வேண்டும். திருக்கோயிலின் சிவாச்சாரியார்கள் ஆசிரியப் பணியைத்தான் செய்ய வேண்டும்; புரோகிதர்களாக விளங்கக் கூடாது; தரகர் நிலைக்குத் தம்மைத் தாழ்த்திக் கொள்ளக் கூடாது.

அடிகளார் சைவ சமயத்தில் தோய்ந்து கரைந்தவர். ஆனால் பிற மதத் துவேஷம் அவரிடம் சிறிதும் இருந்ததில்லை. "உலக

சமயங்கள் அனைத்தும் போற்றுதலுக்குரியன. அச்சமயங்களைக் கண்ட தலைவர்களை நாம் உளமாரப் போற்றுகின்றோம்". என்கிறார் அவர்.

வேறுபடு சமயமெல்லாம் புகுந்து பார்க்கின்
விளங்குபரம் பொருளே ! நின் விளையாட்டல்லால்
மாறுபடும் கருத்தில்லை ; முடிவில்மோன
வாரிதியில் நதித்திரள் போல்
வயங்கிற்றம்மா !

என்ற தாயுமானவர் பாடலும்

கல்லிடைப்பிறந்து போந்து, கடலிடைக்கலந்த நீத்தம்
எல்லையில் மறைகளாலும் இயம்பரும் பொருள் ஈதென்னத்
தொல்லையில் ஒன்றே ஆகித் துறைதொறும் பரந்த சூழ்ச்சிப்
பல்பொருள் சமயஞ்சொல்லும் பொருளும்போற் பரந்ததன்றே!

என்னும் கம்பன் பாடலும் அடிகளாருக்குகந்தவை.

இந்தியா மதச்சார்பற்ற நாடு என்பதிலும் அடிகளார் அசைக்க முடியாத நம்பிக்கை உடையவர். அவர் சொல்லுகிறார்:

"இன்று இந்தியாவில் பல சமயத்தவர்கள் வாழ்கிறார்கள். இன்றைய சூழ்நிலையில் இந்தியா ஒரு சமயச் சார்பற்ற நாடாக விளங்குவதும், இந்திய அரசு சமயச் சார்பற்ற அரசாக விளங்குவதும் தவிர்க்க முடியாதன. அதுவே நியாயமும், நீதியும் சார்ந்த முறையாகும். ஆதலால் இந்தியா ஒரு சமயச் சார்பற்ற நாடாக விளங்குவதை மனித மதிப்புகளை அறிந்தோரும், சமயக் காழ்ப்பு அற்றோரும், மனித குலத்தின் அமைதியை விழைவோரும், விரும்பி வரவேற்பது கடமை"[64].

இசுலாமியர் கிருஸ்தவர் பண்டிகைகளுக்கு அடிகளார் செல்லுகின்றார். சமய வேறுபாடின்றி இசுலாமிய, கிறிஸ்தவப் புலவர் - கலைஞர்களுக்கும் பட்டங்களை வழங்கிப் பாராட்டி வருகின்றார். பிற சமயத்தினர் நடத்தும் மாநாடுகளில் பங்கேற்று, உரையாற்றி வருகின்றார்.

சமயச் சண்டைகளை அவர் அடியோடு வெறுக்கின்றார். "சமயச் சண்டைகள் என்று கூறப்படுபவை சமயச் சண்டைகள் அல்ல. சமயத்தின் பெயரால் நடக்கும் ஆதிக்கச் சண்டைகளே! எந்த ஒரு தத்துவமும் ஆதிக்கத்தை மையப்படுத்திய நிறுவனமாக மாறிவிட்டால் இத்தகைய விபத்துக்கு ஆளாவதைத் தவிர வேறு வழியில்லை" என்கிறார் அவர்.

சமயத்தின் பெயரால் போரிடுவோர் சமய ஞானிகளல்லர். அவர் சமய உண்மை கைவரப்பெறாத பித்தர், உன்மத்தர் -என்பது அவர் முடிவு.

ஆனால் நாட்டின் பல பாகங்களிலும் நிகழும் மதமாற்றங்களை அடிகளார் அங்கீகரிக்கவில்லை. அவர் சொல்லுகிறார்:

"ஆட்டு மந்தைகளைப் போல மக்களை நினைத்து, ஆசைகளைத் தூண்டிவிட்டுத் தமது சமயத்தைச் சார்ந்த மக்கள் தொகையின் எண்ணிக்கையைப் பெருக்கிக் கொள்வதன் மூலம் இந்தியாவில் தமது சமய ஆதிக்கத்தை - அவ்வழி சாதி இன ஆதிக்கத்தை - வளர்த்து நிலைப்படுத்திக் கொள்ள வேண்டும் என்ற உள்நோக்கத்தோடு மத மாற்றங்கள் செய்ய எந்தச் சமய நிறுவனத்திற்கும் உரிமை இருத்தல் கூடாது. தொடர்ந்து இந்த மனப்போக்கை அனுமதித்தால் இந்தியாவின் புகழுக்குக் காரணமாய் அமைந்த சமயப் பொறை கெடும்; மீண்டும் உலக் நாடுகளை வருத்தி வரலாற்றுக்குச் சீரழிவு செய்த சமயக் கலகங்கள் நிகழ வாய்ப்பளித்தாகிவிடும்"[65]

மத மாற்றத்துக்கான காரணங்கள் பல. வறுமை, தீண்டாமை, சாதிக் கொடுமை, வேலை வாய்ப்புப் பிரச்சினை, இன்னும் எத்தனையோ பிரச்சினைகள் மத மாற்றத்தைத் தூண்டி வந்திருக்கின்றன. புராதன கால வைதீக மதத்தின் வருணாசிரம ஏற்றத்தாழ்வுகள் பெருமளவில் இந்தியரை பவுத்தத்துக்கும், சமணத்துக்கும் மாறத் தூண்டின. இதேபோல மொகலாயர்

காலத்தில் சாதீய ஒடுக்குமுறைக் கொடுமைகளிலிருந்து விடுபடுவதற்காக, பல்லாயிரக் கணக்கான உழைக்கும் மக்கள் இஸ்லாத்தைத் தழுவினர். புனித சேவியர் காலத்தில், மீனவ மக்கள் கொடிய அடக்குமுறைகளிலிருந்து விடுபடுவதற்காகக் கத்தோலிக்கத்தைத் தழுவினர். மேல் சாதிச்சூத்திரர்களின் சமூக அடக்குமுறைகளிலிருந்து விடுபடுவதற்காகவே 19-ஆம், 20-ஆம் நூற்றாண்டுகளில் பஞ்சமர்களான எளிய மக்கள் கிருஸ்தவத்துக்கு மாறினர். இதே காரணத்துக்காகத்தான் நம் அரசியல் சட்டத்தை உருவாக்கித் தந்த மாமேதை அம்பேத்கார் கூட ஆயிரக்கணக்கான அரிஜன மக்களோடு பௌத்தத்தைத் தழுவினார்.

இந்த நூற்றாண்டின் முதற் பாதியில் வாழ்ந்த பெரியார் மறைமலையடிகளார் மதமாற்றம் பற்றிக் கூறுகிறார்: "பிறசாதியார்கள் கல்வியுங் கடவுள் வழிபாட்டுத் தூய்மையும் இலராதல் பற்றி, அவரை விலக்கி வைத்து, அவர்கள் திருந்து தற்குரிய வழிவகைகளைச் செய்யாமல், நம்மவர் இன்னும் பாராமுகமாயிருப்பாரானால், அவர்களெல்லாரும் கிறிஸ்தவர், துலுக்கர், பௌத்தர், முதலான பிற சமயத்தவரால் எளிதில் ஏற்றுக் கொள்ளப்பட்டு, நம் இந்து சமயப் பகைவராகிச் சில நூற்றாண்டுகளில் இவ்விந்திய நாடெங்கும் நிறைந்து, நம்மனோரும் நம் சைவ வைணவ சமயங்களும் இருந்தவிடமுந் தெரியாமல் வேரோடு அற்றுப் போகச் செய்குவர். நம்மனோர் செய்த கொடிய சாதிக் கட்டுப்பாடுகளின் துன்பம் பொறுக்க மாட்டாமையாலன்றோ, கணக்கிறந்த நம் இந்து மக்கள் கிறிஸ்தவராய்விட்டனர். கிறிஸ்தவர்கள் தங்களது சமயத்தைப் பரப்பும் பொருட்டு ஒவ்வொரு நாளும் எண்ணிறந்த நூல்களைப் பரப்பி வருகின்றார்கள். தம்மிற்கற்றவராயுள்ள குருமார்களுக்கு மிகுந்த சம்பளங்கள் கொடுத்து, அவர்களை ஆயிரக்கணக்காகப் பலப்பல இடங்களுக்கும் போக்கித் தம்முடைய சமயக் கோட்பாடுகளை எல்லார்க்கும் எடுத்துச் சொல்லி, விரும்பினோரைத்

தமது சமயத்தில் ஏற்றுக்கொள்கின்றார்கள். நம்மனோராற் சிறிதேனும் பாராட்டப்படாமல் ஒதுக்கி வைக்கப்பட்டிருக்கும் ஏழை எளிய சாதியர்கள் இருக்கும் இடங்கள் எங்குங் கிறிஸ்தவக் குருக் கள்மார் போய், ஆங்காங்குப் பள்ளிக்கூடங்கள் திறப்பித்து, அவர் கட்கு ஊன் கொடுத்து, உடைகொடுத்து, கல்வியறிவு புகட்டி, அவர்கள் துப்புரவாயிருக்கக் கற்பித்து, அவர்களைச் சிறந்த அலுவல்களிலும் அமரச் செய்து இங்ஙனமெல்லாம் அவர்கட்குப் பற்பல நன்மைகளைப் புரிந்து வருவதனால், அந்நன்மைகளைப் பெற்று உயரும் அவ்வெளிய சாதியார்கள் அக்குருமார்கள்பால் மிக்க நன்றியறிவுடையவர்களாய்த் தமக்கு ஏதோர் உதவியுஞ் செய்யாமல், தம்பால் எல்லா உதவிகளும் பெற்றுக்கொண்டு, தம்மைப் பட்டினியிலும் பசியிலும் மிகத் தாழ்ந்த நிலையிலுங் கிடக்கவிட்டுத், தம்மை மீளாத் துன்பத்தில் ஆளாக்கி வரும் நம்மனோரையும், நம்முடைய சைவ-வைணவ சமயங்களையும் நீக்கி, அக்கிறிஸ்தவக் குருமார் காட்டுங் கிறித்துவ சமயம் புகுகின்றார்கள். எளிய சாதியார்கட்கு உதவிபுரிவார் இல்லாத காலங்களிலே, மேற்சாதியாரெனக் கூறிக் கொள்ளும் ஓ, இரக்கமற்ற கொடிய இந்து மக்களே நீங்கள் அவர்களை ஆடு, மாடு, கழுதை, குதிரை, பன்றி, நாய் முதலான விலங்கினங்களினுங் கடைப்பட்டவராக நடத்தியும், அவர்களுக்கு அரை வயிற்றுக் கூழுணவு கூடக்கிடையாமற் செய்தும், அவர்களில் ஆண் மக்களாயினர் கோவணத்திற்கு மேல் ஒரு சிறு கந்தைத் துணிகூட உடுக்கவிடாமலும் அவர்களில் பெண் மக்களாயினர் தம்து மார்பினை மறைத்து மேலாடை உடுப்பதற்கும் கூட மனம் பொறாமல் சினந்தும், அவர்கள் தூய்மையாயிருக்கக் கல்வியறிவு தானும் புகட்டாமலும், நம்மோடொப்ப இறைவனாற் படைக்கப்பட்ட அம்மக்களைப் பெருந்துன்பத்திலும், அறியாமையிலும் இருத்தி, அவர்கள்பால் எல்லாவகையான வேலைகளையும் வாங்கி வந்தீர்கள்.

உங்களுடைய ஈரமற்ற வன்னெஞ்சத்தையும் இரக்கமற்ற கொடுஞ் செயல்களையும் கண்டன்றோ, அவ்வேழை மக்கட்கு உதவிபுரிதற்பொருட்டு, அருட்கடலாகிய ஆண்டவன் ஆங்கில நன்மக்களையும், அவர் வழியே கிறிஸ்த்துவக் குருமார்களையும் இந்நாட்டுக்கு வரும்படி அருள்புரிந்தான்! அவர்கள் வராதிருந்தால் பல கோடிக்கணக்காயுள்ள அத்தாழ்த்தப்பட்ட பழந்தமிழ் மக்களின் நிலை இன்னும் எவ்வளவு துன்பத்திற்கு உள்ளாகியிருக்கும்! இவ்வாறு எல்லா இரக்கமும் வாய்ந்த இறைவனால் ஏவப்பட்ட ஆங்கில அரசுங் கிறித்துவக் குருமாரும் இங்கு வந்து அவ்வேழை மக்கட்கும், பிறர்க்கும் எல்லா வகையான நலங்களும் புரிந்து வருவதைப் பார்த்தும், ஐயோ! இந்து மக்களே, ஓ, போலிச் சைவர்களே, இன்னும் தங்கட்கு இரக்கமும் நல்லறிவும் வந்தபாடில்லையே! நுங்களை நுங்கள் கால் வழியற்றுப் போக, வேரோடு வெட்டி மாய்த்து வரும் பொல்லாத கோடரியாய்ச் சாதி வேற்றுமை இருப்பதுணராது, அதனை நுமக்குச் சிறப்புத் தருவதாக எண்ணி நீங்கள் மகிழ்வது எவ்வளவு பேதைமை! ஊரின் நடுவே, வெடி மருந்துக் கொத்தளத்தின் மேலிருந்து, கொள்ளிக் கட்டையைச் சுழற்றி மகிழ்வோனுக்கும் நுங்கட்கும் யாம் வேற்றுமை காண்கிலம்"⁶⁶

ஆனால் இன்று நிலைமை வேறு. சுதந்திரம் பெற்று நமக்கு ஜனநாயக அரசு ஏற்பட்டிருக்கிறது. பின்தங்கிய மக்கள் சமூக ரீதியாகவும், பொருளாதார ரீதியாகவும், பண்பாட்டு ரீதியாகவும் முன்னேற பல்வேறு முயற்சிகள் மேற்கொள்ளப்பட்டு வருகின்றன. இந்தச் சூழ்நிலையில் பெருவாரியான -திட்டமிட்ட - மத மாறுதல்கள் சமுதாய ரீதியாக மட்டுமல்ல அரசியல் ரீதியாகவும் கொந்தளிப்புகளை ஏற்படுத்தத்தான் செய்யும். 1982-ல் குமரி மாவட்டத்தில் நடந்த மதக் கலவரம் சம்பந்தமாக விசாரணை செய்ய ஏற்படுத்தப்பட்ட திரு. பி. வேணுகோபால் விசாரணைக் குழுவின் கருத்துக்கள் இங்கே நினைவுகூரத் தக்கவை.

"கடந்த காலங்களில் மதமாற்றம் செய்வது கவனிக்கப்படாமல் விடப்பட்டது. இந்தியா சுதந்திரம் பெற்றபின், மாற்றியமைக்கப்பட்ட மக்களாட்சி அமைப்பில் மத மாற்றங்களை எச்சரித்தும், உறுதியாக எதிர்த்தும் பொதுமக்கள் கருத்து தெரிவித்தனர். இந்து மதத்திலிருந்து ஏனைய மதங்களுக்கு மதமாற்றம் செய்வது சட்டம் ஒழுங்குப் பிரச்சனைகளை எழுப்பின... பெருந்தொகையாக இந்து மதத்தினர் இருக்கும் நாட்டில், பெருமளவில் இந்துக்கள் கிறிஸ்துவர்களாக, அல்லது இஸ்லாமியர்களாக மதமாற்றம் செய்வது உள்ளூர் பழக்கவழக்கங்களுக்கும், நம்பிக்கைகளுக்கும் தொல்லை தரும் போக்காக அமைவதோடு, உள்ளூர் அமைப்புகளையும் கலைத்து, இதனால் உள்ளூர் வாழ் மக்களின் தனிப் பண்பியல்புகளையும் பாதிக்கிறது. இது சமுதாயத்தில் பிளவை உண்டாக்கிப் பேணுவதோடு, நிலையான சமுதாயத்தைச் சிதைவுறச் செய்து, பரம்பரைப் பண்புகளையும் இழக்கச் செய்கிறது. சமுதாயத்தில் வெளியார் கலாசாரம் தலையிடுகிறது... இது போன்ற மதமாற்றங்கள் பெருமளவில் ஏற்படுகையில், கிறிஸ்துவர்களின் எண்ணிக்கை அதிகரித்து, அவர்களுடைய வலிமையானது இந்துக்கள் பெற்றிருக்கும் அரசியல் முக்கியத்துவத்தையும் அதிகாரத்தையும் குறைத்துவிடும் என்று இந்து மதத்தினர் அஞ்சத் தொடங்குகின்றனர். கன்னியாகுமரி மாவட்டத்தில் பெரும்பான்மையான வகுப்பினர் கிறிஸ்துவர்களே என்று 1980 ஆண்டு மக்கள் தொகை கணக்கெடுப்பிலிருந்து தெரிய வந்தபோது, வகுப்பினரிடையே ஏன் கடுமையாகவும் முனைப்பாகவும் பதட்ட நிலை ஏற்பட்டது என்பதற்கு இதுவே காரணமாகும்[67].

ஆனால் இந்த மதமாற்றத்தைத் தடுக்க இந்து மதம் என்ன செய்கிறது? மத மாற்றத் தடைச் சட்டத்தைக் கொண்டு வந்து, ஊருக்கு ஊர் போலீசுக் காவல் போடப் போகிறதா? இல்லை, சனாதன ஏற்றத்தாழ்வை உடைத்தெறிந்து, இந்து மதத்தில் சமத்துவத்தையும் சகோதரத்துவத்தையும் கொண்டு வந்து, இந்து மதத்தை எல்லாரும் விரும்பி நேசிக்கும்படி செய்யப் போகிறதா?

வேத சித்தம் எனக்கு மட்டுமே உரியது, பூசை உரிமை எனக்கு மட்டுமே உரியது, ஆண்டவனுக்கும் மக்களுக்கும் தூதுவனாக இருக்க நான் மட்டுமே உரிமைப்பட்டவன், என்று உரிமை கொண்டாடி, பிறரை ஒதுக்கித் தள்ளி, விரக்தியடைந்து வேறுபக்கம் ஓடுவோரை போலீஸ் வைத்து உதைத்துத் திரும்பவும் இந்த அடிமைத்தன இருளுக்குள் கொண்டுவரப் போகின்றதா? அப்படிக் கொண்டு வந்தால் இதைவிட அநியாயம் இந்த ஜனநாயக யுகத்தில் வேறு ஏதாவது இருக்க முடியுமா?

"பஞ்சமன் எட்டி நிற்கும்படிச் சொல்லப்படுகிறான், ஏன்? தன் தாழ்ந்த பிறப்பின் காரணமாக அவன் உடம்பில் தீட்டு உள்ளது. மிக நல்ல சோப்பைத் தேய்த்துக் கழுவினாலும், மிக நல்ல ஆடைகளால் அலங்கரித்தாலும், உடம்பில் பிறவி மூலமாக ஏற்பட்டிருக்கும் அந்தத் தீட்டை அது நீக்காது. தீட்டு நிறைந்த அவனுடைய பாரம்பரியத்தில் அது ஆழமாக வேர்விட்டுள்ளது, தீட்டிலிருந்து உருவாகியுள்ளது'[68] என்று சிருங்கேரி சங்கராச்சாரியார் சொல்லுகிறாரே. இதைக் கேட்ட பின்னும் தன்மானம் உள்ள எந்தப் பஞ்சமனாவது இந்து மதத்தில் இருப்பானா? தான் தீட்டுப்பட்டவன் என்று கருதாத மதத்தை நோக்கி ஓடமாட்டானா? இன்றுகூட பஞ்சமர்களை நுழையவிடாத கிராமக் கோயில்கள் தமிழ்நாட்டில் எத்தனை உள்ளன ! கிணறுகள், தெருக்கள், சோத்துக் கடைகள், எத்தனை எத்தனை உள்ளன! இந்துக்களின் வேதங்களைக் கற்பிக்கும் வேத பாடசாலைகளில் சேர்ந்து பயிலும் சூத்திரர்கள் உண்டா? பஞ்சமர்கள் உண்டா? தனக்கு அன்னியப்பட்ட ஒன்றைத் தனது என்று சொல்லிக்கொள்ளத் தன்மானம் உள்ள எவனுக்கு மனம் வரும்?

இங்கேதான் அடிகளாரின் கருத்து முக்கியத்துவம் பெறுகிறது. சமுக வாழ்விலும், ஆன்மீக வாழ்விலும், எல்லாரும் எல்லாவகையிலும் சமமாக நடத்தப் பெற்றால் இங்கு மத மாற்றம் என்ற பேச்சுக்கே இடமில்லாமல் போகும்.

ஆயினும் எங்காவது மதக்கலவரம் ஏற்படும்போது சமாதானத் தூதுவராக ஓடோடிச் செல்லுகின்ற முதல் சமயக் குரவர் அடிகளாரே.

1981 மார்ச்சில் ராமநாதபுரம் கூரியூர் திரைப்பட அரங்கில் இளைஞர்களிடையே ஏற்பட்ட உரசலில். தோன்றிய சின்னஞ்சிறிய நெருப்புப் பொறி, ஆதிதிராவிடர்களுக்கும் திராவிடர்களுக்கும் இடையே நீண்ட காலத்துக்கு முன்பே ஊறிப் பெருகி நின்ற பகைமை [69] யெனும் பெட்ரோல் பரப்பில் விழுந்து தீப்பற்றிக் கொண்டது. ராமநாதபுரம் அரசு கலைக்கல்லூரி மாணவ விடுதியில் அத்தீ புகுந்து, வளர்ந்து, கல்லூரி வழியாக நகரத்திலும் பரவத் தொடங்கிற்று. செய்தியறிந்ததும் அடிகளார் ராமநாதபுரம் விரைந்தார். இரண்டு தரப்பாரையும் அழைத்துப் பேசி நெருப்பை அணைத்தார். ஆயினும் சூடு தணியவில்லை, புகை மடியவில்லை.

தொடர்ந்து ஒரு ஆதிதிராவிட இளைஞன் திராவிட யுவதியைக் கேலி செய்ய, அது கிளப்பிய பொறியில் மீண்டும் நெருப்பு மூண்டு, நகர் முழுவதும் பரவிற்று. ராமநாதபுரம் நகரில் வாழும் திராவிடர்கள் ஒரு பக்கமும், சுற்றுப்புறக் கிராமங்களில் வாழும் ஆதிதிராவிடர்கள் எதிர் பக்கமுமாக நின்று இந்தத் தீயைக் கலவரப் பெருநெருப்பாக வானம் முட்ட வளர்த்தார்கள். சுற்றுப்பட்டிகளெல்லாம் வெந்து கரிந்தன. வீடுகள் எரிந்தன. உடைமைகள் அழிந்தன. போக்குவரத்துச் சாதனங்கள் முதல் குடிநீர்க் குழாய்கள் வரை எல்லாமே நொறுங்கிச் சிதறின. பலர் மாண்டனர். மாளாதவர்களில் சிலர் மாண்டாரை விடவும் கொடிய துன்பத்துக்குள்ளாயினர் [70].

இந்தச் சூழ்நிலையில், கூரியூர் ஆதிதிராவிட வக்கீல் ஒருவர் இன்னும் சிலரோடு இஸ்லாம் மதத்துக்குமாறி, சாதிப் பிரச்சினையை மதப் பிரச்சனையாகத் திசை திருப்பினார். தொடர்ந்து பல ஆதிதிராவிடர்கள் இஸ்லாத்துக்கு மாறினர். இந்து மத மாற்றத்தை முஸ்லீம் அமைப்புகள் சில தூண்டிவிட்டன

என்று குற்றஞ்சாட்டியது இந்து முன்னணி. ஆக சாதிக் கலவரம் இப்போது மதக்கலவரமாக வடிவெடுத்தது.

அடிகளார் திரும்பவும் ராமநாதபுரம் விரைந்தார். இரண்டு பக்கத்தினரும் வன்முறையைக் கைவிட்டுப் பேச்சுவார்த்தைக்கு முன்வரும்படி வேண்டுகோள் விடுத்தார். "இந்திய மாநாடு மதச்சார்பற்ற நாடு. நமது தேசத் தலைவர்கள் நமக்கு மத விஷயங்களில் சகிப்புத் தன்மையைப் போதித்து வந்துள்ளார்கள். நமது சமய நாயன்மார்களும், ஆழ்வார்களும், சமயத்துறையில் சகிப்புத் தன்மையையே போதித்து வந்துள்ளனர். ஆதலால்தான் இந்தியா மதச் சார்பற்ற நாடு ஆகியது. ஆனால் இந்து சமூகத்தில் தற்செயலாக ஏற்பட்டுள்ள கோபதாபங்களைப் பயன்படுத்தி மதமாற்றங்களுக்குச் சில முஸ்லீம் நண்பர்கள் முயற்சிப்பதாகத் தெரிய வருகிறது. இது வருந்தத்தக்க செய்தி. இந்த முயற்சி மத விஷயங்களில் நாம் முஸ்லிம் சமூகத்தினரிடம் கொண்டுள்ள பரஸ்பர நல்லெண்ணத்தையும், உறவையும், பாதிக்கும்படி அமைந்துவிடக் கூடாது" [71] என்றும் அவர்கள் தங்கள் மதமாற்ற முயற்சிகளைக் கைவிடவேண்டும் [72] என்றும் வேண்டுகோள் விடுத்தார்.

அதேபோல இந்து அரிசன சகோதரர்களுக்கும் அவர்கள் "இந்து மத பாரம்பர்யத்தையும், பண்பாட்டையும் கைவிட வேண்டியதில்லை. இந்து மதம் அவர்களைத் தாழ்த்தவில்லை. அவர்களுடைய முன்னேற்றத்திற்குரிய பணிகளைச் சென்ற காலத்தில் செய்து வந்திருக்கிறது. இனி வரும் எதிர்காலத்திலும் மேற்கொள்கின்றோம். மதம் மாறுவதின் மூலம் அவர்களுடைய சமூக பொருளாதார முன்னேற்றம் பெரிதும் பாதிக்கப்படும் என்பதையும் அவர்கள் அறிந்து, உணர்ந்து," கைவிட வேண்டுகோள் விடுத்தார்.

இரண்டு தரப்பு ஆட்களையும் கூப்பிட்டுப் பேசினார் அடிகளார். பரமக்குடி கே.வி.ராக்கன், எஸ்.துரைராஜ், ராமநாதபுரம் இளையராஜா காசிநாததுரை, பி.ஆர்.நவசக்தி, தோழர்

மங்களசாமி, முருகேசன் ஐ.பி.எஸ்., முனியாண்டி, சேதுப்பிச்சை போன்ற பெரியோர்கள் அடிகளாரின் சமாதான முயற்சிக்குப் பெரிதும் உதவினர். இருதரப்பினருக்கிடையிலும் பரஸ்பர நம்பிக்கையும், நல்லெண்ணமும் ஏற்படுத்தினார். ஆதிதிராவிட மக்கள் வாழும் ஒவ்வொரு ஊருக்கும் போய், அவர்கள் வழிபடும் சிறு தெய்வ வழிபாடுகளில் பங்கு பெற்று, அவர்களுக்கு அறிவுரை கூறி, அன்பு காட்டி, அவர்களின் மனப்புண்களை ஆற்றினார்.

1981 ஜீன் மாதம் மீனாட்சிபுரம் கிராமத்தில் நடந்த கலவரமும் கிட்டத்தட்ட இது போன்றதுதான். அங்கும் தீயை அணைப்பதற்கும், காயங்களை ஆற்றுவதற்கும், ஓடோடிச் சென்று உதவிய கரங்கள் அடிகளாரின் அன்புக் கரங்களே.

1982- பிப்ரவரி, மார்ச்சு மாதங்களில் குமரி மாவட்டத்தில் மிக மூர்க்கமான மத மோதல்கள் நடைபெற்றன. இந்துக்களுக்கும் கிறிஸ்தவர்களுக்கும் இடையே மண்டைக்காடு பகவதி அம்மன் திருவிழாவின்போது தோன்றிய சிறிய மோதல், மிக விரைவில் மாவட்டம் முழுவதும் கலகமாகப் பரவிற்று. பலர் கொல்லப்பட் டனர். மிகப் பலர் படுகாயமடைந்தனர். கோயில்களும், வீடுகளும், கடைகளும், அடித்து நொறுக்கப்பட்டன. தீக்கிரையாக்கப்பட்டன. வியாபாரமும் போக்குவரத்தும் ஸ்தம்பித்தன. சம்பந்தப்படாத முஸ்லிம்களும் பெரும் பாதிப்புக்குள்ளாயினர். போலீசும், அரசும், அரசியல் கட்சிகளும், செய்வதறியாமல் திகைத்தன.

இந்த பயங்கரமான சூழ்நிலையில் அடிகளார் சமாதான நோக்கத்துடன் குமரி மாவட்டத்துக்கு வந்தார். அந்த நேரம் குமரி மாவட்ட கத்தோலிக்கப் பேராயர் மறைத்திரு ஆரோக்கியசாமி ஆண்டகை உடல் நலமில்லாமல் மருத்துவமனையில் இருந்தார். அடிகளார் அவரை மருத்துவமனையிலேயே சென்று பார்த்து, சமாதான முயற்சிக்கு அவர் ஒத்துழைப்பையும் பெற்றார். வைதீக சமயம் அனுமதிக்காதது இது. அடிகளார் துணிந்து மீறினார்.

குமரி மாவட்டம் முழுவதும் அப்போது 144 தடை உத்தரவு அமலிலிருந்தது. ஆட்சியாளரிடம் அடிகளார் சிறப்பு அனுமதி பெற்று, சமாதான யாத்திரைக்கான ஏற்பாடுகளைச் செய்தார்.

அடிகளார் பேராயரைச் சமாதான முயற்சிகளுக்குச் சேர்த்துக் கொண்டது இந்து முன்னணிக்குப் பிடிக்கவில்லை. "அடிகளாரின் நடவடிக்கை ஒருதலைப்பட்சமானது" என்று இந்து முன்னணித் தலைவர் ப.தாணுலிங்க நாடார் கண்டன அறிக்கை விட்டார் (தினமலர் 20.3.82). இந்துக்களின் துரோகியே திரும்பிப் போ என தீவிரவாதிகள் சிலர் அடிகளாருக்கு எதிராக போஸ்டர் இயக்கம் நடத்தினர்.

அடிகளார் கொஞ்சம் கூடப் பின்வாங்கவில்லை. ஆண்டகை ஆரோக்கியசாமி, சி.எஸ்.ஐ. பேராயர் கிறிஸ்து தாஸ், பேரூர் அடிகளார், சரவணபுரம் அடிகள், நீலகிரி அடிகள், சாமித்தோப்பு பால பிரஜாபதி அடிகளார், சுவாமி பொன்னையா ஐயப்பன், ஹாஜி முகமது யூசுப், அருமனை ஸ்ரீகுமார், முத்துக்கிருஷ்ண பிள்ளை, முன்னாள் அமைச்சர் லூர்தம்மாள் சைமன், அகமதுகான், இன்னும் சமாதானம் விரும்பும் பலர் பின்தொடர, கலவரத்தால் பாதிக்கப்பட்ட கிராமங்களுக்கு யாத்திரை போனார். ஒவ்வொரு கூட்டத்திலும் "ஆத்திசூடி இளம்பிறை அணிந்து" என்னும் பாரதியின் பாட்டு கடவுள் வாழ்த்தாகப் பாடப்பட்டது. கூட்டுப்பிரார்த்தனைகள் நடத்தப்பட்டன. சகோதர உணர்வோடு இணக்கமாக வாழும்படி வேண்டுகோள்கள் விடப்பட்டன.

அடிகளாரின் யாத்திரை விறைத்து இறுகிப்போயிருந்த மக்களை மென்மை அடையச் செய்தது. மோதல்கள் படிப்படியாகக் குறைந்தன. கிராமங்கள் சகஜ வாழ்வுக்குத் திரும்பின, ஆரம்பத்தில் அடிகளாருக்கு எதிராக அறிக்கை விட்ட இந்து முன்னணித் தலைவரே அடிகளாரைப் பாராட்டி அறிக்கை விடும் அளவுக்கு (தினமலர் மார்ச்சு 21) நிலைமை மாறியது." குமரி மாவட்ட மக்களிடையே நிம்மதிப்பெருமூச்சு! அமைதி.

திரும்பியது !" என்று கொட்டை எழுத்துக்களில் தினமலர், தினத்தந்தி ஆகியவை மார்ச்சு 24 அன்று பிரகடனம் செய்தன. மார்ச்சு 26 அன்று அடிகளார் பக்தர்களுடன் சென்று மண்டைக்காட்டு கடலில் -கலவரத்துக்குக் காரணமாயிருந்த அதே இடத்தில் -நீராடினார். காவலுக்கு வந்த ஆயுதம் தாங்கிய போலீசாரைத் திரும்பிப் போகச் சொல்லி விட்டார். வெள்ளிக்குடம் ஒன்றில் கடல் நீரை அள்ளி, தலையில் சுமந்துகொண்டு மண்டைக்காட்டுக் கோயிலுக்குச் சென்றார். கோயிலில் திரளான மக்கள் ஆரவாரத்துடன் அடிகளாரை வரவேற்றனர். அடிகளார் கொண்டு வந்த நீரால் அம்மனுக்கு முழுக்காட்டு நடந்தது. சிறப்புப் பூசையும் நடைபெற்றது.

இறுதியாக கோட்டாறு சவேரியார் ஆலயத்தில் நடந்த கூட்டத்துடன் சமாதான யாத்திரை நிறைவுற்றது.

அடிகளார் இதோடு நிற்கவில்லை. நிரந்தர அமைதி ஏற்பட்டு, மத நல்லிணக்கம் வளர வேண்டும் என்ற நோக்கத்தோடு திருவருட் பேரவை என்ற அமைப்பை குமரி மாவட்டத்தில் நிறுவினார். இப்பேரவையில் எல்லா மதத்தினரும் சேரலாம். இதன் நோக்கங்கள் உயரியவை. நாட்டுப்பற்று, சமய ஒருமைப்பாடு, தேச ஒருமைப்பாடு ஆகியவற்றை வளர்க்கும் வகையில்

1. ஒவ்வொரு ஆண்டும் சுதந்திர தின விழா எடுத்தல்.

2. ஜனவரி 30–ஐ உலக சமாதான விழாவாகக் கொண்டாடுதல்.

3. தமிழ்ப் புத்தாண்டு விழா கொண்டாடுதல்.

4. தீபாவளி, கிறிஸ்துமஸ், ரம்ஜான் போன்ற பண்டிகைகளை அனைத்து மதத்தினரும் சேர்ந்து கொண்டாடுதல்[73].

ஒரு சமயத்தினர் இன்னொரு சமயத்தையும், சமயத்தினரையும் புரிந்து கொள்வதற்கும், எல்லா மதங்களின் அடிநாதமும் ஒன்றே என்பதை அனைவரும் உணர்ந்து கொள்ளுவதற்கும், பரஸ்பரம் சகிப்புத் தன்மையையும் அன்பையும் வளர்த்துக் கொள்ளுவதற்கும் இந்த அமைபபு பயன்பட்டு வருகின்றது. குமரி மாவட்டத்தில் தொடங்கப்பட்ட இந்த அமைப்பின் கிளைகள் இப்போது பிற மாவட்டங்களிலும் பரவி வருகின்றன.

சென்றார், கண்டார், வென்றார் என்று ஒரு சொல் தொடர் வரலாற்றில் ஏற்கெனவே வழங்கப்பட்டு வருகின்றது. ஆன்மிக பொருளில் அடிகளாருக்கு இது இப்போது மிகவும் பொருந்தும். அவரின்றி வேறு யாரால் முடியும் இது !

12. அடிகளாரின் சார்பு

இந்தியா தத்துவங்களின் தோட்டம். தத்துவங்கள் பல இங்கு தோன்றி, வளர்ந்து செழித்துள்ளன. உலகாயதமும், சைவமும் அவற்றில் இரண்டு. இரண்டுமே நீண்ட காலத்துக்கு முன் தோன்றியவை. தமிழகத்தில் செழித்தோங்கி வளாந்தவை. இன்றும் வளர்ந்து கொண்டிருப்பவை.

உலகாயதம் பற்றி முதல் நூல்கள் இருந்ததாகச் சைவ வைணவ நூல்களிலிருந்து [74] தெரிய வருகின்றன. பிரகஸ்பதி, புரந்தரர், வீரோசனர் போன்ற உலகாயதத் தத்துவாசிரியர்கள் அவற்றை இயற்றியதாகவும் தெரிய வருகிறது. ஆயினும் அந்நூல்கள் ஏவையும் இன்று நமக்குக் கிடைக்கவில்லை. உலகாயதத்தை மறுக்கும் பிற சமய நூல்களில் - மறுப்பதற்காகவே அந்நூலாசிரியர்கள் எடுத்துக் காட்டியுள்ள கருத்துக்களிலிருந்தே - புராதான உலகாயதக் கருத்துக்களை ஒருவாறு நாம் இன்று தொகுத்துக் கொள்ள முடிகிறது.

ஆயினும், இந்த எல்லா நூல்களிலுமே உலகாயதக் கருத்துக்கள் கிட்டத்தட்ட ஒரே மாதிரியாகத் தரப்படுகின்றன. எனவே உலகாயதம் இம்மறுப்பு நூல்கள் தோன்றுவதற்கு முந்திய காலங்களில் தோன்றி, வளர்ந்து, முறைப்படுத்தப்பட்டு, செல்வாக்குடன் இருந்தது என்று யூகிக்க முடிகின்றது.

எல்லாத் தத்துவங்களுமே அடிப்படையில் உயிர், உடல், உலகு ஆகியவைகளுக்கிடையே உள்ள தொடர்புகளை விளக்க எழுந்தவைகளே. இவை மூன்றும் சத்தியமானவை, சாசுவதமானவை, ஒன்றுக்கொன்று பிரிவற்ற தொடர்புடையவை. சுய இயக்கமும், வளர்ச்சியும் உடையவை. இவற்றுக்கு அப்பால், இவற்றைப் படைத்து, இயக்கி, அழிக்கும் ஒரு தனி ஆற்றல் - போராற்றல் -இறையாற்றல் - பிரம்மம் -சிவம் - யாகோவா-இல்லை

என்கிறது உலகாயதம். மேலும் அது சொல்லுகிறது: இவ்வுலகமும் வாழ்வும் நித்தியமானவை. உலகம், உடல் ஆகியவற்றுக்கு அடிப்படை நிலம், நீர், தீ, காற்று ஆகிய நான்கு பூதங்களே. இவை நிரந்தரப் பொருட்கள் [75]. காரணப் பொருட்கள். பிரபஞ்சம் இந்த நாலும் கூடி உண்டானதே, பொருளானது இயக்கம், மாற்றம், திரிபு ஆகியன கொள்ளுகிறது. அதனாலேயே இவ்வளவு வேறு பட்ட பொருள்களும் தோற்றங்களும் உண்டாகின்றன.

உடலும் நான்கு பூதங்களின் புணர்ச்சியால் உண்டானதே. உடலின் தோற்றத்தோடு கூடவேதான் உயிரும் தோற்றம் பெறுகிறது. குணம், உணர்வு ஆகியனவும் உடலின் பண்புகளே. பொருளும் குணமும் சேர்ந்தே இருக்கும். ஒன்றிலிருந்து ஒன்றைப் பிரிக்க முடியாது. பொருள்கள் கூடும்போது புதிய பொருள்கள் பிறப்பதோடு, புதிய குணங்களும் பிறக்கின்றன.

வாழ்வின் உறுதிப் பயன் வாழ்தலே என்கிறது உலகாயதம். உழவு, பசுக்காவல், வாணிபம், செங்கோல் முறை முதலியவாக, ஆன்றோர்கள் காட்டிய நெறி நின்று (உழவிலிருந்து செங்கோலுக்குப் போவது உலகாயதத்தின் சிறப்பு) இம்மையின்பங்களை நுகர்ந்து வாழ்தலே உறுதிப்பயன் என்கிறது அது. (சிவஞானமாபாடியம் அவையடக்கம்) முயற்சியால் பொருள் ஈட்டுவது உலகாயதத்துக்கே உடன்பாடு [76] (சிவஞான சித்தியார் சு பக்கம் சூஉ 7. சிவஞான மாபாடியம் சூ.1. அ:தி.1) ஆண் பெண் கூட்டு வாழ்வே வாழ்வு [77]. இதுவே சொர்க்கம். பகைவரால், நோயால், வறுமையால், நூல்களால், பிறவற்றால் வருந்துவதே நரகம். சொர்க்கமும் நரகமும் வாழ்க்கைக்கு அப்பால் இல்லை (சிவஞான மாபாடியம்.) இன்பமும் துன்பமும் வாழ்வின் இயல்புகள்.

மனிதச் செயல்கள் மனித உடலோடு அழிந்து போகின்றன. அவை மறுபிறப்புக்குக் காரணமாவதில்லை. மறுபிறப்பு இல்லை.

வாழ்வு சுதந்தர்யமானது. அதாவது உலகப் பொருள் அல்லாத வேறொரு கருத்துப் பொருளுக்கு அது பரதந்தர்யமானது அல்ல. இந்த வாழ்வு உலகியற் பொருட்கள் சார்ந்தவை. அப்பாலைச் சார்ந்தவை அல்ல (வார்த்தா மாலை).

நான்கு பூதங்களின் புணர்ச்சியால், பொறி, புலன், புத்தி, குணம் ஆகியன உண்டாகின்றன. இவற்றை உடம்பிலிருந்து பிரிக்க முடியாது.

"பொருட்கள் புறவயமாக உள்ளன. பொருட்களையே புலன்கள் அறியும். புறவயமான பொருட்கள் இல்லையேல் அறிதல் இல்லை. காட்சி என்பது வெறும் புலன் காட்சி அல்ல—புறப்பொருளின் காட்சியே அது. அனுமானத்தின் மூலமும் அறிவு பெறலாம்".

இசை, ஓவியம், இலக்கியம், நாட்டியம், நாடகம், சிற்பம் போன்ற "சப்தாதிவிஷயங்களில்" இனிமை காண்பது உலகாயத அழகியலின் அடிப்படை.

இவ்வாறு விஞ்ஞான பூர்வமாக உருப்பெற்ற உலகாயதமானது, மத்திய காலத்தில் சமய ஆதிக்கத்தால் அடக்கி ஒடுக்கப்பட்டிருக்கிறது. அதன் நூல்கள் அழிக்கப்பட்டிருக்கின்றன. மீண்டும் அது வளர்ச்சியடைய 19—ஆம் நூற்றாண்டின் பின்பகுதிவரைக் காத்திருக்க வேண்டியிருந்தது. 1880—களில் சென்னையிலுள்ள உலகாயதவாதிகள் சென்னையில் ஒரு சபை நிறுவி 'தத்துவ விசாரணி' என்ற[78] இதழ் வெளியிட்டனர். உலகாயதத்துக்கு இது புத்துயிருட்டிற்று. ஆயினும் 1920 வரை கிட்டத்தட்ட பழைய சிந்தனை மரபே நிலவிற்று.

உலகாயதத்தைத் தொடர்ந்து வளர்க்கும் ம.சிங்காரவேலரின் பணி 1920 களில் தொடங்குகின்றது. அவருடைய புது உலகம் இதழிலும், பெரியாரின் குடியரசு இதழிலும், தொடர்ச்சியாகக் கட்டுரைகள் எழுதியும், பொதுக் கூட்டங்களில் பேசியும் அவர்

சமதர்மம், வரலாற்றுப் பொருள் முதல்வாதம் ஆகிய மார்க்சியக் கோட்பாடுகளை உலகாயதத்தில் இணைத்தார். தமிழகத்தில் தொழிலாளி வர்க்க இயக்கங்களோடு உலகாயதத்தை முதன் முறையாக இணைத்தவரும் அவரே.

சிங்காரவேலரைத் தொடர்ந்து ப.ஜீவானந்தம், கே.பாலதண்டாயுதம், நா.வானமாமலை ஆகியோர் உலகாயதத்தை இன்றைய காலகட்டத்துக்கு வளர்த்தெடுத்தனர். அறிவியல், முறையியல், தத்துவ இயல், வாழ்வியல், அழகியல் என உலகாயதத்தின் பல அம்சங்கள் உலக தத்துவத் தரத்துக்கு வளர்க்கப்பட்டன. புதிய வாழ்க்கையும் புதிய வளர்ச்சியும் அதை மேலும் மேலும் வளர்த்துச் செல்லுகின்றன—செல்லும்.

சைவ சித்தாந்தம் சோழப் பேரரசுகளின் காலத்தில் வளர்ந்து, கி.பி.13-ஆம் நூற்றாண்டில் வடிவம் பெற்ற கருத்து முதல்வாத தத்துவம். ஆயினும் சங்கரரின் அகவயவேதாந்தம் போன்றதன்று அது. உலகமும் வாழ்வும் மாயை—அனித்தியம்—பிரம்மம் அல்லது சிவம் ஒன்றே சத்தியம் என்று அது ஒருபோதும் சொன்னதில்லை. உலகாயதத்துக்கும்— அத்வைத தத்துவத்துக்கும் இடையில் அது நிலைகொண்டு, இரண்டையும் மறுத்தது. அதாவது இறை, உயிர், தளை (உலகு) ஆகிய மூன்றும் படைக்கப்பட்டவை அல்ல, அழிவனவும் அல்ல, இவை மூன்றும் நிலையாக உள்ள பொருள்கள் என்கிறது சைவம். உள்ளது போகாது, இல்லது வாராது என்பது சைவ சித்தாந்தத்தின் அடிப்படைகளில் ஒன்று [79].

பூதங்கள் நிலம், நீர், தீ, காற்று என நான்கு என, உலகாயதம் போலவே சைவமும் சொல்லுகிறது. இவை நான்கையும் அது பொதுமைப்படுத்தி பொருள் பூதம் என்கிறது.

பொருள் பூதமானது கடினம், சீதம், வெம்மை, சலனம் ஆகியவற்றோடு சேர்ந்து, மண், நீர், தீ, காற்று என ஆகும். இவை நாற்றம், ரசம், உருவம், பரிசம் ஆகிய குணங்களைக் கொண்டிருக்கும் [80].

ஆயினும் எல்லாவற்றையும் கடந்தும், உள்ளிருந்தும் இயக்கும் தலைமைப் பொருள் [81] இறைவன் அல்லது சிவம் என்பதே சைவத்தின் முடிபு. இது உலகாயதத்துக்கு முரணானது. இறைவன் குறைவிலா நிறைவு, கோதிலா அமுது, உயர்வற உயர்ந்த உயர்வு [82]. இறைவனே உலகுக்குத் தலைவன் [83] என்கிறது அது.

சிவமும் **சக்தியும்** பிரிவற்று இணைந்த இருவேறு பொருட்கள். ஆனால் சக்தி சிவத்தின் குறிப்பில் இயங்குவது இங்கே சைவம் ஆணின் முதன்மையைச் சுட்டுகின்றது

உயிர்கள் பிறப்பிறப்பில்லாதன, என்றும் உள்ளன என்பது சைவத்தின் கருத்து. சிவம் சக்தியின் மூலம் மாயையை இயக்கித் தொழில்படுத்திட, இந்த உயிர்கள் உடம்பையும் உலகையும் பெறுகின்றன [84].

உயிரின் தன்மையே அறிவு. அது உடலின் தன்மையல்ல என்கிறது சைவம். ஆனால் உயிர் உடலோடு சேர்ந்தபின்தான் உயிரின் அறிவு இயக்கம் பெறுகிறது.

உயிரின் இந்த அறிவு குறையுடையது. சிவமே பேரறிவு. இந்தச் சிவத்தைச் சார்ந்தே, சார்ந்ததன் வண்ணமாகி, உயிர் பேரறிவைப் பெறுகிறது.

உயிர் ஆணவ அழுக்கின் காரணமாகப் பற்றுண்டு, கர்மம் செய்து, மாயையில் சிக்குகிறது இதுவே துன்பத்தின் காரணம். இந்த மாயையை உணர்ந்து, தெளிந்து, சிவத்துடன் சேருவதே வாழ்வின் லட்சியம். அதுவே இன்பத்துக்கான வழி.

இவ்வாறு சைவம் ஒரு தத்துவமாக உருப்பெற்ற காலத்தில், அது ஒரு விவசாயப் பேரியக்கத்துக்கே வழிகாட்டி நடத்திற்று. சைவம் என்ற பெயரில், அது சாதிகளை ஒன்றிணைத்து, சகோதரத்துவத்தை வளர்த்தது. விவசாயம் செழித்தோங்க வழி செய்தது. கால்நடைகள் மலிந்தன. மக்கள் கலைகள் வளர்ந்தன.

மொழி வளர்ந்தது. கிட்டத்தட்ட ஒரு சமூகப் புரட்சியையே சைவம் தலைமை தாங்கி இக்காலத்தில் நடத்திற்று.

ஆனால் பின்னர் அது தொய்வுற்றது. மீண்டும் 18-ஆம் நூற்றாண்டின் சிவஞான முனிவருக்குப் பின் [85]. உலகாயதத்தைப் போலவே சைவமும் மேலும் புதுமைகள் பெற்றது. மேற்கத்திய வியாபாரம், ஆட்சி முறை, விஞ்ஞானச் சிந்தனை, சமூகச் சிந்தனை, தத்துவங்கள் போன்றவை இக்காலத்தில் இந்தியாவினுள் பாயத் தொடங்கின. அந்தப் புது வெள்ளத்தில் இதர இந்தியத் தத்துவங்கள் போலவே, சைவமும் புச்சை பிடித்து வளரத் தொடங்கிற்று.

சித்தாந்த சைவமானது 1870-களில் மேலும் வளர்ந்தபோது, ஆங்கில நேர்க்காட்சிவாதக் [86] கருத்தமைப்புகளையும் தன் வயப்படுத்திக் கொண்டது. இந்தப் போக்கைச் சித்தாந்தச் சைவர்களான சூளை சோமசுந்தர நாயகர், நீலலோசினி சதாசிவம்பிள்ளை, யாழ்ப்பாணம் சபாரத்தின முதலியார், மறைமலையடிகளார் ஆகியோர் புலப்படுத்தினர். ஈச்சுர நிச்சயம் என்ற நூலில் யாழ்ப்பாணம் சபாரத்தின முதலியார் : "பொருள்கள் பயன் தருகின்றன. ஆதலால் அது உண்மை. ஒரு பொருள் பயன் தரவில்லையெனில் அப்பொருள் உண்மை அன்று. மேலும் கடவுளும் உலகமும், அதன் பொருள்களும் மனிதனுக்குப் பயன்படவே உள்ளன" என்ற கருத்துக்களைக் கூறினார். இது சைவத் துறையில் ஏற்பட்ட புதிய விளக்கமாகும் [87]. மறைமலையடிகள் கூட இதை ஏற்றுப் பேசினார்.

இவ்வாறு 19-ஆம் நூற்றாண்டு சைவத்தில், ஆங்கிலேயரின் பயன்வழிக் கொள்கை கலந்தது. இந்தப் பயன்வழிக் கொள்கை நேர்க்காட்சி வாதத்தின் ஒரு பிரிவு. நமக்கு ஒரு பொருள் பயன்பட வில்லையென்றால் அந்தப் பொருள் நம்மைப்பொறுத்தவரையில் இல்லை என்ற கொள்கை அது. காலனி ஆதிக்கத்தை நியாயப்படுத்துவதற்கும், உலகைக் கூச்சநாச்சமில்லாமல் கொள்ளையடிப்பதற்கும் ஏற்ற கொள்கை அது.

எனவே இன்று வைசம் வளர்ந்து மனித குலத்துக்கு வழிகாட்ட வேண்டுமானால், அது காலத் தேவைக்கேற்ப உயிருள்ள பிற தத்துவங்களின் நல்ல கூறுகளைச் சுவீகரித்துக் கொள்ள வேண்டும் என்று விரும்புகிறார் அடிகளார்.

முந்தியவர்கள் ஆங்கில நேர்க்கட்சி வாதத்தின் கூறுகளை சைவ தத்துவத்தில் இணைத்தனர். அடிகளாரோ இருபதாம் நூற்றாண்டின் இணையற்ற தத்துவமான மார்க்சியத்தின் கூறுகளைத் தன் வயப்படுத்த முயற்சிக்கிறார். அடிகளாரின் தத்துவப் போக்கில் ஆங்கிலப் பயன் வழிக்கொள்கையின் சாயல் சிறிதுகூட இல்லை.

இந்த மார்க்சிய சார்பான சிந்தனைப் போக்கில் அடிகளாரின் முன்னோடியாக இருந்தவர் தேச பக்தரும், தொழிற்சங்க வாதியும், சைவருமான திரு.வி.க.ஆவார். அவர் வழி நின்றே அடிகளாரும் மார்க்சை மாமுனிவர், மாமேதை, பிறவிச் சிந்தனையாளர் என்று சிறப்பிக்கிறார்.

அவர் சொல்லுகிறார்:-

'இன்று உலகியலில் மெய்ப்பொருளியலை ஆராய்ந்தறிந்து, முடிவுக்கு வரவேண்டுமென்றால், மார்க்சியத்தை ஆராயாமல் எடுக்கப் பெறும் மெய்ப்பொருள் பற்றிய முடிவுகள் குறையுடையனவேயாம். இந்த ஆய்வைச் சமய நெறியாளர்கள் நிகழ்த்த விரும்பாமல், மார்க்சியத்தை நாத்திகம் என்று ஒதுக்குகின்றனர், பயமுறுத்துகின்றனர். அது பெரும்பிழை. மார்க்சியத்தைச் சந்தித்து, திறனாய்வு செய்து, மார்க்சியம் விரும்புகின்ற வேறுபாடற்ற சமுதாயத்தைச் சமயம் படைக்கும் என்ற தெளிவைத் தரவேண்டும். அருள் நந்தி சிவம் மார்க் சியத்தின் முற்கால வடிவமாகிய உலகாயதத்தைத் திறனாய்வு செய்து, மறுத்துள்ளார். ஆயினும் அது உலகாயதத்தின் மறுப்புரையாக மட்டுமே விளங்குகிறதே தவிர, நடைமுறையில் குறைகள் நீக்கத்துக்குரிய விளக்கம் தரப் பெரிதும் முயலவில்லை [88]. இந்த இருவேறு தத்துவங்களையும் அறிஞர்கள் முயன்று,

ஒத்திசைவை ஏற்படுத்துவார்களாயின் மண்ணுலகம் விண்ணுலகமாகிவிடும்"[89].

அடிகளார் இக்குறையை நீக்க முயற்சிக்கிறார். சைவ சித்தாந்தத்தில் உயிர்ப்பின்றி மங்கிக்கிடந்த அனேகக் கூறுகளுக்குத் தன்கால அறிவு நீர் பாய்ச்சி, அவற்றை இக்கால நிலைக்கு வளர்க்க முயற்சிக்கிறார். உலகாயதத்தின் பல கூறுகளை சைவசித்தாந்தத்தில் இணைத்தும், சைவத்தைச் செழுமைப்படுத்துகிறார். இந்த முயற்சிக்கு வள்ளுவத்தையும் துணையாகக் கொள்ளுகிறார்.

வைசம் காட்டும் சமூகம் சோசலிசத்துக்கு முரணானதல்ல என்கிறார் அடிகளார்.

இறைவன் பிட்டுக்கு மண் சுமந்தது உழைப்பின் உயர்வைக் காட்டவே. இறைவன் முன்னால் படுத்துக்கிடக்கும் நந்தி உழைப்பின் சின்னமான எருதே. எத்தொழில் செய்தாலும், எச்சாதியில் பிறந்தாலும், இறைவன் முன் அனைவரும் சமமானவரே என்பது சைவத்தின் கோட்பாடு. பின் ஏன் சைவம் சமதருமத்தைச் செயல்படுத்த மறந்தது? இயக்கமாக இருந்த சமயம் நிறுவனமாக உறுதிப்படும்போது, இயக்கத் தலைவர்கள் நிறுவனத் தலைவர்களாகிவிடுகிறார்கள். தொண்டு பதவியாகிவிடுகிறது. செல்வம் சொத்தாகிவிடுகிறது. சொத்து உடைமைச் சார்பை ஏற்படுத்தி, மடங்களை மக்களிடமிருந்து பிரிக்கிறது.

தமிழர்களின் சமயம்[90] உலக உவப்புத் தன்மையுடையது. உலக மறுப்புத் தன்மையுடையது அன்று. அவர் சொல்லுகிறார். 'வாழ்க்கை அருமையானது. அருமையிலும் அருமையானது. வாழ்க்கை பொய்யானது, துன்பமானது என்ற கருத்து தமிழியலுக்கு மாறானது[91].

**இன்னாதம்ம இவ்வுலகம்
இனியகாண்க இதன் இயல்பு உணர்ந்தோரே**

உலகம் இன்னாததுதான். ஆனால் உலகை உணர்ந்தவர்கள் அதை இனிமையாக மாற்றிக் காண வேண்டும் என்பதே தமிழன் வழி. இதுவே மார்க்சியத்தின் மூலக்கருத்து என்கிறார் அடிகளார். அவர் சொல்லுகிறார்: "மார்க்சுக்கு முன்பு வாழ்ந்த தத்துவ ஞானிகள் பலர், உலகம் எப்படி இருந்தது? எப்படி இருக்கிறது? என்று எழுதினார்கள்... எந்த ஒரு தத்துவ ஞானியும் உலகம் எப்படியிருக்க வேண்டும்? வேண்டிய மாற்றங்கள் என்ன? என்று கூறவில்லை!... இந்த உலகம் எப்படியிருக்க வேண்டும் என்று சிந்திக்கவும், சிந்தித்து எடுத்த முடிவுப்படி இந்த உலகத்தை மாற்றவும், நமக்கு உரிமையுண்டு. உரிமை உண்டு என்பது மட்டுமன்று, அதுவே நமது கடமையும் ஆகும்" என்பது கார்ல்மார்க்ஸின் கொள்கை [92]

சைவ சித்தாந்தமும் மார்க்சியமும் பல அம்சங்களில் ஒத்த கருத்துடையன என்பது அடிகளார் கருத்து. அவர் சொல்லுகிறார்: "சைவ சித்தாந்தம் கடவுளை நம்புகிறது. மார்க்சியம் கடவுளை நம்பவில்லை. இஃது ஒரு முக்கியமான வேறுபாடு. மற்றபடி உலகத்தின் தோற்றம், உயிர்களின் நிலை, இந்த உலக வாழ்க்கை, உழைப்பின் சிறப்பு, உழைப்பாளர் தகுதி ஆகியவற்றில் சைவ சித்தாந்தமும் மார்க்சியமும் ஒன்றுபடுகின்றன. கார்ல் மார்க்சுக்குச் சைவ சித்தாந்தத் தத்துவத்தை அறிந்து கொள்ளும் வாய்ப்புக் கிடைத்திருந்தால், அவருடைய அணுகுமுறை அல்லது தத்துவ இயலின் போக்கு எப்படி இருந்திருக்கும் என்று இன்று உய்த்துணர்ந்து கொள்ள முடியும். அந்த வாய்ப்பைத் தமிழர்கள் வழங்காதது ஒரு குறையேயாம் [93].

மார்க்சு "மதம் மக்களுக்கு அபின்" என்கிறார். மார்க்சியம் கடவுளை மறுப்பதால் அது நாத்திகச் சாரம் உடையது. "ஆனால் பிரஞ்சு தேசத்தில், பாரசீகத்தில், இந்திய நாட்டில் தோன்றிய – மனித உணர்வுகளை – ஒழுக்கங்களை – கட்டுப்பாடுகளை – ஏற்றுக்கொள்ளாத – கண்டதே காட்சி கொண்டதே கோலம் என்ற–நாத்திகம்[94] போன்றது அன்று மார்க்சியம். மார்க்சியத்துக்கே கூட ஆன்மிகத்தில் நம்பிக்கையிருக்கிறது. நமது மரபுவழியில், ஆன்மிகம் என்ற சொல்லுக்குப் பொருள், உயிரின்

தகுதியை—வளர்ச்சியைக்—குறிப்பதாகும். மார்க்சியம் மானிடத்தின் தரத்தை—வளர்ச்சியை—விரும்புகின்றது. மார்க்சியத்தில் உயிரின் தன்மை, கல்வி, கேள்வி மற்றும் செயல்முறைகளால் வளர வேண்டும் என்னும் கொள்கை இருக்கிறது. ஆதலால் மார்க்சியத்தை வறட்சித் தன்மையுடைய — அராஜகத் தன்மையுடைய—ஆக்கும் தன்மையிலலாத—அழிக்கும் தன்மை மட்டுமேயுடைய—நாத்திகக் கொள்கைகளின் வரிசையில் வைத்து எண்ணுவது கூடாது, கூடவே கூடாது! மார்க்சியம் ஓர் உண்மை. மார்க்சியம் கற்பனையில் பிறந்த தத்துவமன்று. உலக நடைமுறைகளை ஆராய்ந்து கண்ட உண்மை. மார்க்சியம் ஒரு வாழ்க்கை முறை. மார்க்சியம் நெகிழ்ந்து கொடுக்கக்கூடிய ஒரு தத்துவம். அதாவது, மனித சமுதாயம் வாழும் காலந்தோறும், அக்காலத்தின் தேவைக்கு ஏற்றவாறு, கொள்கை—கோட்பாடுகளை வகுத்துக் கொள்ளுமாறு மார்க்சியம் கூறுகிறது. மார்க்சியத்தின் ஒரே குறிக்கோள் மனிதகுல மேம்பாடேயாம். சிலர் கருதுவதைப்போல மார்க்சியம் பொருளாயத மேம்பாடு மட்டுமே குறிக்கோளாகவுடையதல்ல" [95].

மக்கள் வாழ்வாங்கு வாழவேண்டும் என்பதே மார்க்சியத்தின் லட்சியம். "மானிடத்தின் தரத்தை உயர்த்துதல்; ஆன்மாவைச் செழிப்புறச் செய்தல்; உலகத்தின் எண்ணற்ற வைப்புகளை அனுபவத்துக்குக் கொண்டு வருதல், காலம், தூரம் ஆகியவற்றை வென்று விளங்கும் ஒருலகம் காணல்; மனித நாகரிகத்தினை அரித்து அழிக்கும் நச்சுத் தீமைகளை அறவே அகற்றுதல், உலக வரலாற்றுக்கு உந்து சக்தியாக விளங்குதல், இவை மானிடத்தின் சிறப்புகள். இத்தகைய சிறப்புகளுடன் மனிதன் வாழ்ந்தால்தான், அது மானிட வாழ்க்கை. இதுவே மார்க்சியத்தின் திரண்ட கருத்து", என்று அடிகளார் அழுத்தமாகச் சொல்லுகிறார் [96].

தத்துவ நிலையிலும் மார்க்சியத்துக்கும் சைவ சித்தாந்தத்துக்கும் இடையில் உறவு இருக்கிறது என்கிறார் அடிகளார்.

சிவம் என்பது காலம் இடம் வரம்பற்ற முழுமைப்பொருள். பிரபஞ்சத் தன்மையுள்ளது. அது ஆண்மை, பெண்மை என்னும் எதிர்நிலையான இரு கூறுகளின் ஒருமையாக நின்று இயங்குகின்றது. அதுமட்டுமல்ல, தனித்தனியான ஒவ்வொரு உயிரும் யாராலும் படைக்கப்பட்டதல்ல. நிரந்தரமானது. பிரபஞ்சத் தன்மை கொண்ட பேருயிருக்கும், அதே போன்று நிலையாய் வளர்ந்து வருகின்ற தனி உயிருக்கும் இடைப்பட்ட பிணைப்பு பாசம் எனப்படுகிறது. இந்தப் பசு, –பதி, –பாச, –இணைப்பு இயக்கமே பிரபஞ்ச இயக்கம். இது மார்க்சியத்துக்கு எதிரானதல்ல என்கிறார் அடிகளார்.

சைவ சித்தாந்தத்தின் அடிப்படையில், உயிரும் என்றும் உள்ள பொருளே. உயிர் யாராலும் படைக்கப்பட்டதன்று. உயிருக்குத் தோற்றம் இல்லை; அழிவும் இல்லை.

உள்ளது போகாது இல்லாதது வாராது [97] என்னும் சைவ சித்தாந்தத்தின் அடிப்படைக் கொள்கை விஞ்ஞானத்துக்குப் பொருந்துவதே. பிரபஞ்ச மொத்தத்தை இறை, உயிர், தளை என வகுக்கிறது சைவம். பொருளும் ஆற்றலுமான பௌதிகம் என்கிறது விஞ்ஞானம். இங்கும் மார்க்சியத்துக்கும் சைவத்துக்கும் முரண் இல்லை என்கிறார் அடிகளார்.

சைவசித்தாந்தம் உயிரின் அறிவைச் சிற்றறிவு என்று எல்லை கட்டுகிறது. மார்க்சியம் அறிவின் மாட்சிக்கு எல்லை கட்டவில்லை[98] (ஆனாலும்) சமுதாயமே தனி மனிதனின் அறிவுக்கு ஊற்று, செயல்திறனுக்குக் களம், உணர்வுக்கு மையம், ஒழுக்கத்துக்குக் கலைக்கண் என்கிறது சைவம். மார்க்சியமும் இதையே சொல்லுகிறது. அதேபோல அறிவு வளருகிறது என்பதையும் சைவம் ஒத்துக் கொள்ளுகிறது. ஆக அறிவியலிலும் சைவத்துக்கும் மார்க்சியத்துக்கும் இடையில் முரண் இல்லை என்கிறார் அவர்.

பொருள் உண்மையானது, ஆதியந்தமில்லாதது, ஆக்கவோ அழிக்கவோ முடியாதது என்பதை, மார்க்சியமும் சைவமும் ஏற்றுக் கொள்ளுகின்றன.

ஆனால் பொருளுக்குள்ளேயும் உண்மை இருக்கின்றது என்பதில் மார்க்சியத்திடமிருந்து பழைய சைவம் மாறுபடும். அடிகளார் இந்த அம்சத்தில் மார்க்சியத்தின் பக்கம் நிற்கிறார். மார்க்சியம் தனியுயிரின் தனித்தன்மையையும், விடுதலையையும், வளர்ச்சியையும் ஒப்புக் கொள்ளுகின்றது. தனியுயிர் சார்ந்ததன் வண்ணமே பெறும் என்றது சைவம். அடிகளாரோ "சார்ந்ததன் வண்ணம்" கருத்தையே விரிவு படுத்தி, **தனியயிரின்** விடுதலையையும், தனித் தன்மையையும், வளர்ச்சியையும் ஒப்புக்கொள்ளுகிறார்.

உலகம் துன்பமயமானது, இறைவனை அடைதலே இன்பம் என்றது சைவம். அடிகளார் இதை அப்படியே ஏற்றுக்கொள்ளவில்லை. உலகம் இன்பமயமானது. வாழ்க்கை அருமையானது-அருமையினும் அருமையானது என்று வற்புறுத்துகிறார்.

உயிரானது புறஉலகைப் பிரதிபலித்தே அறிவு பெறுகிறது என்கிறது மார்க்சியம். பழைய சைவம் இதை மறுக்கும். சிவத்தோடு சேரும் அளவிலேயே அது அறிவு பெறுகிறது என்கும். அடிகளார் உயிர் வளர்கிறது, உலகைப் பிரதிபலிக்கின்றது என்ற கருத்தை ஒப்புக் கொள்கிறார்.

சைவம் நம்புகிற ஊழை மறுக்கிறது மார்க்சியம். இப்பிறப்பில் இவ்வாழ்வை மாற்றியமைக்க முடியும் என்கிறது அது. வினைகள் அவற்றின் தன்மைக்கேற்ப உயிரைப் பந்தப்படுத்தும் என்பதை அடிகளார் ஏற்றுக்கொண்டாலும் இவ்வுலகை இவ்வாழ்விலேயே மாற்றியமைக்க முடியும் என்று திடமாக நம்புகிறார். அவருடைய குன்றக்குடித் திட்டம் இந்த நம்பிக்கையின் செயல் வடிவமே.

அறிவுத் தோட்டத்தில் அடிகளார் எந்த இடத்திலும் சுய திருப்தி கொண்டவராக இல்லை. தேடல் அவருடைய அடிப்படை இயல்பாக உள்ளது. இந்தத் தேடலில் அடிபட்டு அடிபட்டு, அவர் வளர்ந்திருக்கிறார். மேலும் மேலும் வளருகிறார். தத்தம் சமயச் சிந்தனையின் பழைய கூறுகளை நியாயப்படுத்தி, தம்மைப் பின்பற்றுவோரின் சிந்தனைப் போக்கைப் பின்னுக்கிழுக்கவே, பெரும்பான்மையான சமயத் தலைவர்கள் இன்றைய விஞ்ஞான, தொழில் நுட்ப மற்றும் சமூகச் சிந்தனை வளர்ச்சிகளைப் பயன்படுத்திக் கொண்டிருக்கிறார்கள். அவர்களுக்கு மத்தியில் அடிகளாரின் இந்தப் பணி மகத்தானது.

அடிகளார் மார்க்சியத்தோடு அறிமுகமான சம்பவம் சுவையானது.

1954. அருள்நெறித் திருக்கூட்ட முதல் மாநாடு வெற்றிகரமாக முடிந்த நேரம். மாநாட்டுக்கு வந்திருந்த பத்திரிகை நிருபர்களை மடத்துக்கு அழைத்தார் அடிகளார். பிறர் கருத்துக்களையும் தெரிந்துகொள்ள வேண்டும், அதன் மூலம் உண்மையை மேலும் மேலும் நெருங்க வேண்டும் என்பதில் தணியாத ஆர்வம் உள்ள அடிகளார், நிருபர்களிடம், "ஒரு சிறு விவாதத்தில் ஈடுபடுவோமே" என்றார்.

என்ன விவாதம் வைத்துக் கொள்ளலாம் என்று நிருபர்கள் கேட்க, "கடவுள் உண்டா இல்லையா என்று வைத்துக்கொள்ளுவோமே" என்றார் அடிகளார்.

"தமிழ்நாடு" பத்திரிகையின் நிருபர் என்ற நிலையில் போயிருந்த தேவகோட்டைத் தோழர் கே.எம்.சுப்பையா, "அப்படி வேண்டாம். கடவுள் தேவையா, தேவை இல்லையா என்று போடுங்கள்", என்றார். அவர் மேலும் சொன்னார் : "உலகில் கடவுள் நம்பிக்கை உள்ளவர்கள்தான் அதிகம். ஆனால் நாட்டில் வறுமை, துன்பம், ஏற்றத்தாழ்வு, கொடுமை இவைகளும் அதிகம். மொத்தம் 1000 பேர் இருந்தால் அவர்களில் வசதியுள்ளவர் ஓரிருவரே. பெரும்பாலோர் ஏழைகள்.

இவர்களுக்கு இறைவன் வழி காட்டவில்லையே! பரிகாரம் தேட 'கடவுள்' நம்பிக்கையால் முடியவில்லையே! பயன் விளையவில்லையே! மார்க்சியம் தானே வழிகாட்டுகிறது! எனவே கடவுள் தேவை இல்லை".

கே.எம்.சுப்பையாவின் பேச்சு அடிகளாரைக் கவர்ந்தது. இருவருக்கிடையிலும் நட்பு மலர்ந்தது. அடிகளாருக்கு கே.எம்.எஸ். மார்க்சிய நூல்களை அறிமுகம் செய்து வைத்தார்[99]. அடிகளார் அவற்றைப் படித்தார். ஆர்வம் பெருகவே, தமிழகத்தின் மார்க்சிய ஞானரதமான நியூ செஞ்சுரி புத்தக நிறுவனத்திடம் தொடர்பு கொண்டார். ஏராளமான புத்தகங்கள் வாங்கிப் படித்தார். தொடர்ந்து வாங்கிப் படித்து வந்தார். மூளைக்குத் தீனி போடுவதில் மிகுந்த அக்கரை காட்டுபவர் அவர்.

1971 ஜூலையில் அடிகளார் சோவியத் யூனியன் சென்றார். அங்கே உள்ளவர்கள் "இப்படிச் சாமியாராக இருக்கிறீர்களே, சோசலிசம் பற்றிப் பேசுகிறீர்களே", என்று கேட்டார்கள்.

"ஏழாம் நூற்றாண்டிலேயே சோசலிசத்தை ஒத்துக் கொண்டது சைவம்" என்றார் அடிகளார். யாமார்க்கும் குடியல்லோம், நமனை அஞ்சோம் என்று சைவம் வழி சோசலிசம் பேசினார் அவர். அவர் கருத்துப்படி "கங்கைவார் சடையார்க்கு உகந்தார்" என்பது "ஒரு கடவுள், எல்லாரும் அவருடைய மக்கள்" என்ற நிலையில் சமத்துவம் பேசுவது ஆகும். அவர் சொல்லுகிறார் : "ஒருவன் ஏகபோகமாக வாழ்கிறான் என்றால், அவன் 100 பேரையாவது சுரண்டித்தான் அப்படி வாழ்கிறான், அவர்களையெல்லாம் அவன் அழவைக்கிறான் என்பது பொருள். அந்த 100 பேரின் அழுகை தீர வேண்டும் என்றால், ஒருவனுடைய ஏகபோக உரிமை ஒழிக்கப்பட வேண்டும்".

சமயத்துக்கும் அறிவியலுக்கும் இடையில் முரண்பாடு இல்லை, இருக்கவும் கூடாது என்பதும் அடிகளார் கருத்து.

மேல்நாடு போல தமிழகத்தில் விஞ்ஞானம் மதத்தால் ஒருபோதும் அடக்கி ஒடுக்கப் பட்டதில்லை என்கிறார் அவர். (பௌத்த சமண சமயங்கள் கலைகளையும், விஞ்ஞானத்தையும், ஆன்மிகத்தையும் வளர்க்க மாபெரும் பல்கலைக் கழகங்களைத் தென்னாட்டிலும்கூட உருவாக்கியிருந்தன. இந்தப் பல்கலைக்கழகங்களில் கற்றுக்கொள்ள உலகெங்குமிருந்த மாணவர்கள் வந்தார்கள். இச்சூழலில் திரும்பவும் வைதிகச் சமயம் ஆட்சி அதிகாரத்தைக் கைப்பற்றியபோது, இங்கும் கடல் தாண்டிப் போவது குற்றமாக்கப்பட்டது அதன் மூலம் கப்பல் கட்டும் விஞ்ஞானம் அழிந்தது. போக்குவரத்திலும்கூட கட்டுப்பாடு எழுந்து, நம்முடைய ரதங்கள் சாமியைச் சுமக்கும் தேர்களாக முடங்கின. மனிதனை மனிதன் சுமக்கும் பல்லக்கு முறை பெருவழக்கு ஆயிற்று. நால் வருணத்தையும் தொட்டுச் செய்யும் மருத்துவச் சேவை. இழிதொழில் ஆயிற்று. மாபெரும் சித்த மருத்துவர்கள் ஒதுக்கித் தள்ளப்பட்டார்கள். அறுவைக் கத்தி சவரக் கத்தி ஆயிற்று. கட்டிட நிபுணர்கள் கோயில்களோடு முடங்கிப் போனார்கள். வேதியியல் ரசவாதம் மந்திரவாதமாக மறைந்து போயிற்று. இவையெல்லாம் இங்கும் மத ஆதிக்கத்தால் அறிவியல் அடக்கப்பட்டதன் சான்றுகளே).

அடிகளார் சொல்லுகிறார்: "சமயம் ஆதிக்கம் பெறும் போது அறிவியலை அடக்கும். அறிவியல் ஆதிக்கம் பெறும்போது சமயத்தை அடக்கும். இரண்டும் சமநிலையில் இருக்க வேண்டும்". அது எப்போது?" அடிகளாரே சொல்லுகிறார்:

"எங்கு ஏற்றத்தாழ்வு இல்லையோ, எங்கு பகை இல்லையோ, எங்கு எல்லாரும் எல்லாமும் பெற்று இன்பத்துடன் வாழ்கிறார்களோ, எங்கு எல்லாரும் உறவினராகிக் கூடிக் களித்து வாழுகிறார்களோ, எங்கு அறிவு சார்ந்த வாழ்வு இருக்கிறதோ, எங்கு இன்பம் பொங்கி வழிகிறதோ, அங்கு அறிவியல் வெற்றி பெறுகிறது ! ஆன்மிகம் வாழ்கிறது !! அறிவியலும் அருளியலும் பொதுளச் சமுதாயம் இயங்குகிறது[100].

சொன்னதோடு விட்டுவிடுபவரல்ல அடிகளார். விஞ்ஞானச் சிந்தனையை மக்களிடம் வளர்க்கவும், அதன் மூலம் மக்கள் தங்கள் வாழ்வுக்குப் புதிய தொழில் நுட்பங்களை நன்கு பயன்படுத்தித் திறன் பெறவும், சுற்றுப் புறத்தைத் தூய்மையாக வைத்து, நோய் அண்டாமல் வாழப் பழகவும், தன்னாலான எல்லாம் செய்து வருகிறார் அவர். இதற்காக 'சுதேசி விஞ்ஞான இயக்கம்' என்னும் அமைப்பை நிறுவிச் செயல்படுத்தி வருகிறார். இந்தச் சுதேசி விஞ்ஞான இயக்கம் ஒரு கிராமிய விஞ்ஞானப் பல்கலைக் கழகமாகவே செயல்பட்டு வருகிறது.

கிராம மக்களிடையே விஞ்ஞானச் சிந்தனையைப் பரப்ப அது கருத்தரங்குகள் நடத்துகின்றது. மாணவர்களின் விஞ்ஞான ஆர்வங்களை வளர்க்க பள்ளிகளில், அறிவியல் கண்காட்சிகள் நடத்துகின்றது. அறிவியல் சிந்தனையைப் பரப்புவதற்காக "அறிக அறிவியல்" என்ற மாத இதழை நடத்தி வருகிறது.

அறிவியல் தமிழை வளர்ப்பதற்காகவும் சுதேசி விஞ்ஞான இயக்கம் ஆழமான முயற்சிகளை மேற்கொண்டு வருகிறது. சிக்ரி விஞ்ஞானிகள், பல்கலைக் கழகப் பேராசிரியர்கள் ஆகியோரின் கூட்டு முயற்சியால், பல்கலைக்கழக மட்டங்களில் அறிவியல் ஆய்வுக் கருத்தரங்குகள் நடத்தப்படுகின்றன. உலகத் தரமுள்ள அறிவியல் கட்டுரைகள் தமிழில் தயாரிக்கப்பட்டு, இக்கருத்தரங்குகளில்-விஞ்ஞானிகளால்-படித்து, விவாதிக்கப்படுகின்றன. இம்மாதிரிப் படிக்கப்படும் கட்டுரைகள் தொகுக்கப்பட்டு, நூல்களாகவும் வெளியிடப்படுகின்றன. இம்மாதிரிக் கருத்தரங்குகள் 13 இதுவரை நடத்தப்பட்டுள்ளன. அறிவியல் தமிழுக்கு இக்கருத்தரங்குகளும், கட்டுரைத் தொகுப்புகளும் நிகரற்ற கொடைகள். தமிழுக்கு அடிகளார் ஆற்றியுள்ள தொண்டுகளிலெல்லாம் தலைசிறந்த தொண்டு இது.

புத்தம் புதிய கலைகள்-பஞ்ச
பூதச் செயல்களின் நுட்பங்கள் கூறும்
மெத்த வளருது மேற்கே-அந்த

> மேன்மைக் கலைகள் தமிழினில் இல்லை.
> சொல்லவும் கூடுவதில்லை-அவை
> சொல்லும் திறமை தமிழ் மொழிக்கில்லை
> மெல்லத் தமிழினிச் சாகும்-அந்த
> மேற்கு மொழிகள் புவிமிசை ஓங்கும்

என்று ஒரு பேதை உரைத்தது கேட்டு, வெந்து புலம்பினான் பாரதி, சென்றிடுவீர் எட்டுத் திக்கும்-கலைச் செல்வங்கள் யாவும் கொணர்ந்திங்கு சேர்ப்பீர்-என்று நமக்குக் கட்டளையிட்டான்.

பாரதி இன்று இருந்திருந்தால் அடிகளாரை ஆரத்தழுவி, ஆனந்தக் கண்ணீர் சொரிந்திருப்பான்.

ஒரு துறவியாக இருந்தும் அடிகளார் உலக உவப்பையே வலியுறுத்துகிறார். இல்லற வாழ்வையே பெருமைப்படுத்துகிறார். அவர் சொல்லுகிறார் :

"தமிழர் சமய வழிப்பட்ட சமுதாய வாழ்க்கையில் இல்லறம், துறவறம் என்ற பெரிய வேறுபாடு இருந்ததில்லை. அவரவர் விருப்பத்துக்கேற்றவாறு வாழ்க்கை முறையை அமைத்துக்கொண்டனர். இவற்றில் எது உயர்ந்தது, எது தாழ்ந்தது என்ற விவாதத்துக்கிடமில்லை. அது மட்டுமன்று, வலிந்து மேற்கொள்ளும் துறவைத் தமிழர் நெறி ஏற்றுக் கொண்டதில்லை. நமது சமயம் துறவின்மூலந்தான் திருவருளைப் பெறமுடியும் என்ற கொள்கையை ஏற்றுக் கொள்வதில்லை. ஆனால் துய்ப்பு நெறியில் தூய்மையை வலியுறுத்துகின்றது. பச்சைத் தன்னலத்தோடு, எதனை எவ்வழி துய்த்தாலும் பாவமே. அது தூய்மையில்லாத துய்ப்பு. அங்ஙனம் துய்ப்பார் அமரரேயானாலும் "தக்கன் வேள்வி தகர்தின்று"[101] என்பதுபோல் ஏசப்படுவார்.

மதம் மக்களுக்கு அபின் என்றார் மார்க்ஸ். இதை அடிகளார் எதிர்க்கவில்லை. அவர் சொல்கிறார் :

"என்றைக்கு புராணங்கள் அல்லது தத்துவங்கள் மீண்டும் மீண்டும் வாழ்க்கையில் செயற்பாடாக வரவில்லையோ, என்றைக்கு அதற்குச் செயல் உருவங்கள் வரவில்லையோ, அன்றைக்கே அவற்றைப் பொய்யென்று சொல்லுகின்ற ஒரு கூட்டம் தோன்றத்தான் தோன்றும்".

உண்மைச் சமய வாழ்க்கையினைப் போற்றாத மக்களே நாத்திகம் தோன்ற வாய்ப்பளிக்கின்றனர் என்பது அடிகளார் கருத்து. அவர் மேலும் சொல்லுகிறார் :

"சமயம் இட்டு நிரப்பமுடியாத இடைவெளியாகி விட்டது. அந்த வெட்டவெளியைச் சமயத் தொடர்பில்லாமலேயே, பொது உடைமைத் தத்துவம் நிரப்பும் என்ற நம்பிக்கை தோன்றி, வளர்ந்து வருகின்றது. இதற்குக் காரணம் காரல்மார்க்சும், இங்கர்சாலும் அல்லர். தலைவர் பெரியாருமல்லர். மனித வாழ்க்கையின் இடைவெளிகளை இட்டு நிரப்பாமல்—பொதுவில் ஆடுபவன் நிழலில் பொதுமையைக் காணாமல் —தீமையை அகற்றாமல் நன்மையைச் சாதிக்காமல்—துன்பத்தைத் துடைக்காமல்—இன்பத்தைப் படைக்காமல்—கிழடுதட்டிச் செயலிழந்துபோன நமது சமய அமைப்புகளின் குறையுடைய நடைமுறைகளே காரணம்".

"இன்று மதங்கள் பெரும்பாலும் மனித நேயத்தை உயிர்க்குல ஒருமைப்பாட்டை—ஒதுக்கி வைத்துவிட்டன. மனித உயிர்களை ஆதரிப்பது முதற் கடமை. மதம் வற்புறுத்திய தலையாய கடமை. எவ்வுயிர்க்கும் அன்பில்லார் ஈசனுக்கும் அன்பில்லார். ஆதலால் மனித நேயமும், மனித மேம்பாட்டுக்குரிய தொண்டுகளுமே இன்றைய அவசரக் கடமை! நம்முன் நிற்கும் மானுடம் நடமாடும் கோயில்! போற்றுவோம் வாரீர்" என்று அழைக்கிறார் அடிகளார்.

கடவுளைப் பற்றியும் அடிகளார் கொள்கை சிறப்பானது. அவர் சொல்லுகிறார் :

"கடவுள் இல்லை என்பவர்மீது நமக்கு வருத்தம் இல்லை. அவர்கள் கடவுளை ஏற்றுக்கொள்ள வேண்டும் என்று வற்வுறுத்தவும் நாம் தயாராக இல்லை. நம்முடைய கொள்கையே கடவுள் எல்லாமாக இருக்கிறார் என்பதுதான். கடவுள் உண்டு என்போர் கடவுளை வழிபடவேண்டும். கடவுள் தன்மை எனப் பாராட்டப் பெறும் அன்பு, அருள், ஒப்புரவுக் கொள்கை நாட்டில் தளிர்க்கும்படி, கடவுள் நம்பிக்கையுடையோர் வாழ்ந்து காட்ட வேண்டும். சின்னங்களும் சடங்குகளும்தான் கடவுள் நெறி என்று மக்களை நம்ப வைக்கக்கூடாது. மழை பொழிந்ததன் விளைவை மண் காட்டுவதைப்போல், சமயநெறி நின்று வாழ்வோரின் சால்பினை வையகம் காட்டவேண்டும். விளைவுகள் காட்ட வேண்டும்".

மார்க்சியத்தோடு மட்டுமல்ல, தமிழகக் கம்யூனிஸ்ட்டுத் தலைவர்களிடமும் அடிகளார் நெருங்கிப் பழகினார். அவர்களில் குறிப்பிடத்தக்கவர் தேசத் தொண்டனாகவும், சமூகத் தொண்டனாகவும் வாழ்ந்து, கட்சி அரசியலுக்கு அப்பாலும் தமிழ் சமூகம் முழுவதையும் தன் தியாகத் தொண்டாலும், சத்திய ஆவேசப் பேச்சாலும் கவர்ந்த ஜீவா. ஜீவாவுக்கும் அடிகளாருக்கும் இடையில் தோன்றிய உறவு, ஜீவாவின் இறுதி காலம் வரை, ஏன் இன்று வரையிலும்—வளர்ந்து கொண்டிருக்கின்றது. ஜீவாவைப் பற்றி அவர் சொல்லுகின்றார்:

"இந்திய தேச ஒருமைப்பாட்டினைத் தம் உயிரினும் இனிதாகப் போற்றினார். ஆனாலும் மொழி வழி நாகரிகத்தைத் தமது மூச்சாகவே கொண்டு திகழ்ந்தார். கம்பன் வள்ளுவன் பாரதி ஆகியோரின் இலக்கியங்களை, மார்க்சிய சித்தாந்தப் பார்வையில் பார்த்து, விளக்க உரையாற்றுவதில் அவர் ஈடும் இணையுமற்றுத் திகழ்ந்தார். என்னுடைய தொடர்பு அவருக்கு ஏற்பட்ட பிறகு, திருமுறை இலக்கியங்களையும் அவர் அந்தப் பார்வையோடு பார்த்து, விளக்க உரை செய்ய முன்வந்தார்" [102]

திருப்புத்தூர் திருக்கோயிலில் நடைபெற்ற திருமுறை விழாவில், அப்பர் அடிகள் கண்ட சமுதாயம் என்ற தலைப்பில்

ஜீவா ஆற்றிய பேருரை அடிகளாரை மிகவும் கவர்ந்தது. ஜீவாவை அன்று அடிகளார் திருமடத்துக்கு அழைத்து வந்து சிறப்புச் செய்தார்.

திருச்சி அருள்நெறித் திருக்கூட்டம் ஏற்பாடு செய்திருந்த திருவாசக விழாவில் ஜீவா ஒருமுறை பேசினார். அற்புதமான பேச்சு. பார்வையாளர் வரிசையில் உட்கார்ந்து, மெய்மறந்து சுவைத்துக் கொண்டிருந்தார் அடிகளார். பேச்சு முடியும் நிலையில், அடிகளாரே எழுந்து மேடைக்குப் போய், இன்னும் சிறிது நேரம் பேசுங்கள் என்று வேண்டி, ஜீவாவைத் தொடர்ந்து பேசவைத்து அனுபவித்தார்.

1963-ல் ஜீவா மறைந்தபோது, "ஒரு பல்கலைக் கழகத்தை இழந்துவிட்டோமே", என்று அழுதார் அடிகளார்.

தோழர்கள் எஸ்.ஏ.டாங்கே, ஈ.எம்.எஸ்.நம்பூதிரிபாட், பி.ராமமூர்த்தி, பி.டி.ரணதிவே ஆகியோரும் திருமடத்துக்கு வருகை தந்து, அடிகளாருடன் அளவளாவியிருக்கின்றனர்.

மார்க்சிய அறிஞரும், தமிழ் ஆராய்ச்சியை உழைக்கும் மக்கள் பக்கம் திருப்பிய மனிதாபிமானியுமான பேராசிரியர் நா.வானமாமலையிடமும் அடிகளார் மிகுந்த மதிப்பும் மரியாதையும் கொண்டிருந்தார். தமிழகத்தின் பயிற்று மொழியாக இருக்கவேண்டியது தமிழா, ஆங்கிலமா என்ற பிரச்சனை எழுந்தபோது, தமிழே என்று அடிகளார் பிரச்சாரம் செய்ய, நா.வா.உறுதுணையாயிருந்தார். விஞ்ஞானக் கல்வியைத் தமிழால் கற்பிக்க முடியும் என்று வற்புறுத்தி, விஞ்ஞான அறிஞர்களைக் கொண்டே எழுதி, நா.வா.வெளியிட்ட "தமிழால் முடியும்" என்ற நூலுக்கு அடிகளார் உதவி புரிந்தார். நா.வா.திருமடத்துக்கு வருகை தந்தபோது, அடிகளார் "ஆராய்ச்சி" இதழின் ஆயுள் சந்தாதாரரானார்.

தமிழகம் முழுவதும் முற்போக்குக் கருத்துக்களைக் கொண்டு செல்ல நடந்த கருத்தரங்குகளிலும்,

பட்டிமன்றங்களிலும் இருவரும் பங்கு கொண்டிருக் கிறன்றனர். இம்மாதிரிப் பொது இடங்களில், ஒரு மடாபதிபதி என்ற நிலையில் அடிகளார் எந்த எல்லைவரை தான் பேசமுடியும் என்று நன்கு உணர்ந்து, அவருக்கு மிகுந்த மதிப்பளித்து நடத்தி வந்தார் நா.வா.

நா.வா.வின் மணி விழா நெல்லையில் 1977-ல் நடந்த போது, விழாவுகுத் தலைமை தாங்கி, நா.வா.தம்பதியினருக்குத் தாமே கொண்டு வந்த பொன்னாடைகளைப் போர்த்தி, கவுரவித்து, வாழ்த்தினார் அடிகளார்.

இதேபோல் தோழர் தொ.மு.சி.ரகுநாதனிடமும் அடிகளார் அன்பு பாராட்டி வந்தார்.

1965. தேவகோட்டை பாரதி தமழ்ச் சங்கம் ஒரு பட் டிமன்றத்துக்கு ஏற்பாடு செய்தது. பாரதி சோவியத்துப் புரட்சியை இனங்கண்டு வரவேற்றானா, எழுச்சி கண்டு வரவேற்றானா என்பது தலைப்பு. அடிகளார் நடுவர். இனங்கண்டு வரவேற்றான் என்ற கட்சி தலைவர் ரகுநாதன், எழுச்சி கண்டு வரவேற்றான் என்ற கட்சியின் தலைவர் புலவர் கீரன். காரசாரமான விவாதங்கள். எழுச்சிகண்டே வரவேற்றான் என்று தீர்ப்பளிக்கிறார் அடிகளார். தொடர்ந்து இதே தலைப்பில், அடிகளார் தலைமையில், இதே அணிகள் மோத, பட்டிமன்றம் குறுக்குச் சாலை, பொள்ளாச்சி என்று தமிழநாட்டின் பல இடங்களில் நடைபெறுகிறது. மேடை தோறும் புதிய புதிய கருத்துக்கள் - பாரதி பற்றிய புதிய தகவல்கள் - புதிய புதிய விளக்கங்கள் - வெளிப்படுகின்றன. பட்டிமன்ற மேடையே பாரதி ஆராய்ச்சி அரங்கமாக மாறுகிறது. பாரதியில் ஆழ்ந்து, தோய்ந்து, அனுபவித்த ரகுநாதன் விடுவாரா? பாரதியின் முழு ஆளுமையையும் படிப்படியாக வெளிப்படுத்தி, இறுதியாக எட் டையபுரம் பாரதி முற்போக்கு வாலிபர் சங்க பாரதி விழாவில்

பாரதி சோவியத்துப் புரட்சியை இனங்கண்டே வரவேற்றான் என்று அடிகளார் தீர்ப்பளிக்கும் நிலையை ஏற்படுத்திவிட்டார்[103]. பாரதி கவிதைகளினூடே ஒரு ஆழமான தத்துவப் பயணம் இது.

கம்யூனிஸ்டுகளுடன் மட்டுமல்ல, எல்லாக் கட்சித் தலைவர்களுடனும் சம நிலையில் பழகுபவர் அடிகளார்.

அடிகளார் அரசியலை நன்கு தெரிந்தவர். அரசியல் கொள்கைகளைக் கற்றவர். கட்சிகள் எழுப்புகின்ற கோஷங்களின் பின்னாலிருக்கின்ற வார்க்க நலன்களை உய்த்துணரும் நுண்ணறிவுடையவர். ஆனால் எந்தக் கட்சியிலும் அவர் தன்னை இணைத்துக் கொண்டவர் அல்லர். முதன்மையாகத் தான் ஒரு பண்பாட்டுப் பேரொளி என்ற ஸ்திதப் பிரக்ஞை அவருக்கு எப்போதும் உண்டு.

தேசிய இன நலனில் அவர் ஒரு திராவிட இயக்கத்தினர். தேச நலனில் அவர் காங்கிரஸ் இயக்கத்தினர். தொழிலாளர் நலம், எளியோர் நலம், சமத்துவம், சகோதரத்துவம், சமாதானம் என்று வரும்போது அவர் ஒரு கம்யூனிஸ்டு. மொத்தத்தில் அவர் ஒரு மனித நேய ஆன்மிகவாதி.

பெரியாரைப் போலவே அறிஞர் அண்ணாவிடமும் மிகுந்த ஈடுபாடு கொண்டவர் அடிகளார். 1959-ல் அண்ணா குன்றக்குடித் திருமடத்துக்கு வருகை தந்தபோது, அடிகளார் அவரை அன்போடு வரவேற்றார். பெரியாருக்கு இல்லாத ஜனநாயகப் பண்பு அண்ணாவிடம் அபரிமிதமாக இருந்ததை அடிகளார் மதித்தார்.

அண்ணா காலத்தில், சென்னயில் 2வது உலகத் தமிழ் மாநாடு கோலாகலமாக நடந்தது. அந்த மாநாட்டு நிகழ்ச்சி நிரல் முதலில் தயாரிக்கப்பட்ட போது அடிகளார் பெயர் அதில் இல்லாதது கண்டு அண்ணா ஆச்சரியப்பட்டாராம். அவர் இல்லாத தமிழ் மாநாடா? முதலில் அவரைப் போடுங்கள் என்றாராம்.

கலைஞர் கருணாநிதியிடமும் அடிகளார் நெருங்கிய நட்புப் பூண்டிருந்தார். கலைஞரின் முற்போக்கு முயுற்சிகளுக்கு அவர் முழுமனதோடு ஆதரவளித்தார். மொழி, சமயம் போன்ற பண்பாட்டுப் பிரச்சனைகளில் கலைஞர் அடிகளாரின் கருத்தை நாடினார். அந்த நாட்டத்திலேயே அடிகளாரை அவர் மேலவை உறுப்பினராக்கினார்.

புரட்சித் தலைவர் எம்.ஜி.ஆர். இடமும் அடிகளாருக்கு மிகுந்த அன்பு உண்டு. படித்து வேலைக்காகக் காத்திருக்கும் தமிழ்ப் புலவர்களை கோயில்களில் நியமிக்கலாம் என்று முதல்வர் எம்.ஜி.ஆர். கொண்டு வந்த திட்டத்தை அடிகளார் வரவேற்றார். எட்டையபுரம் பாரதி நூற்றாண்டு விழாவில், அடிகளார் பேச்சை முழுமையாக உட்கார்ந்து அனுபவித்தார் எம்.ஜி.ஆர். மண்டைக்காட்டுக் கலவரத்தைத் தொடர்ந்து சமாதான முயற்சிகளில் அடிகளார் ஈடுபட்டதை எம்.ஜி.ஆர் சட்டமன்றத்திலேயே பாராட்டினார்.

இப்படி அரசியல் தலைவர்களிடம் பழகினாலும், பின்வாசல் வழியாக அரசியலில் ஆதிக்கம் செலுத்தும் தீயபழக்கம் அடிகளாரிடம் ஒருபோதும் இருந்ததில்லை. அரசியல் அதிகாரத்தை அவர் விரும்பியதும் இல்லை. தம் கொள்கைகளை ஆதரிக்கும் எல்லா அரசியல்வாதிகளையும் கட்சிகளையும் - அவர் ஆதரிக்கிறார். அவர்கள் முரண்படும் போது துணிவுடன் எதிர்க்கவும் செய்கிறார்.

அடிகளாரைக் கலைஞர் கருணாநிதி மேலவை உறுப்பினர் ஆக்கியதனாலும், கலைஞரின் அன்றைய முற்போக்கான நடவடிக்கைகளுக்கு அப்போது அடிகளார் ஆதரவு அளித்ததனாலும், அவர் தி.மு.க.வில் சேர்ந்துவிட்டாரோ என்ற எண்ணங்கூட ஒரு சமயம் எழுந்தது.

1983 ஏப்ரலில் அடிகளார் அந்தமான் சென்றிருந்தார். எம்.எல்.சி. பதவி முடிந்துபோன காலம் அது. அங்குள்ள தி.மு.க. அனுதாபி முகவை முத்து என்பவர் அடிகளாரிடம், "நீங்கள்

தி.மு.க.வை விட்டு விலகிப் போகிறீர்களே?" என்று கேட்டார். "நான் தி.மு.க. என்று உங்களுக்கு எப்படித் தெரியும்?" என்று அடிகளார் பதிலுக்குக் கேட்டார்.

"தமிழ்ப் பற்றை அடிகளார் கைவிட்டதுபோல் தெரிகிறது", என்றார் முகவை முத்து.

அடிகளார் சொன்னார்:"நான் நியாயத்தின் பக்கம்-வலிமை இல்லாதார் பக்கம் நிற்பவன். வடமொழி எதிர்ப்பாளனல்ல நான். தமிழ் நம் தாய் மொழி. எனவே தமிழ் நாட்டில் தமிழனுக்குப் புரிகிற மொழியில், எல்லாம் நடக்க வேண்டும் என்கிறேன்".

சில மடாதிபதிகள் வசதி படைத்தவர்கள் பக்கம் நிற்கிறார்கள். அடிகளார் ஏழை பக்கம் நிற்கிறார்.

1970 அல்லது 71ல் ஒரு நாள். குன்றக்குடித் திருமடத்து நிர்வாகிகளைத் திடீரென்று அழைத்தார் அடிகளார். சிவகங்கை மன்னர் மடத்துக்கு வருகிறார். மிகச் சிறந்த உணவு தயாரியுங்கள். பூரண கும்ப மரியாதைக்கும் ஏற்பாடுகள் செய்யுங்கள் என்றார்.

மடத்துப் பணியாளர்கள் பம்பரமாய்ச் சுழன்று பணியாற்றினார்கள். மிக அருமையான உணவு தயாராயிற்று. பூரண கும்ப வரவேற்புக்கும் ஏற்பாடாயிற்று.

மத்தியான வேளை. மடத்திலுள்ள நிர்வாகிகளும், பணியாளர்களும், மடத்தின் வாசலில் தயாராகக் காத்து நின்று கொண்டிருந்தார்கள். வந்தவர்கள் யார்? 40 விவசாயிகள். மடத்து நிலங்களில் வேலை பார்க்கும் கூலி விவசாயிகள். பூரண கும்ப மரியாதையுடன் அவர்கள் வரவேற்கப்பட்டார்கள். உள்ளே அழைத்துச் செல்லப்பட்டார்கள். அவர்களுக்காகச் சிறப்பு வழிபாடுகள் நடத்தப்பட்டன. அரசருக்கெனத் தயாரிக்கப்பட்ட அருமையான விருந்து அவர்களுக்குப் பரிமாறப்பட்டது. இதர சிறப்புகளும் செய்யப்பட்டன.

விவசாயிகள் போனபின் மடத்துப்பணியார்கள் அடிகளாரிடம், "என்ன சாமி, இப்பிடிச் செய்துபுட்டாகளே?" என்று கேட்டபோது, "இவர்கள் தான் இந்நாட்டின் மன்னர்கள். இவர்களால்தான் மடம் இயங்குகிறது. சிறந்த மரியாதை இவர்களுக்கும் வேண்டும். ஒருவேளை முன் கூட்டியே உண்மையை நான் சொல்லியிருந்தால், இவ்வளவு சிறப்பாகத் தயாரிப்புகள் செய்திருப்பீர்களா?" என்று சிரித்தார்.

எல்லா ஆதிக்கத்ததுக்குதம் எதிரானவர் அடிகளார். நாட்டாதிக்கம், மொழியாதிக்கம், சாதியாதிக்கம், மதஆதிக்கம் எல்லா ஆதிக்கமுமே தவறு என்கிறார் அவர்.

ஆழ்ந்த தேசிய இன உணர்வு கொண்டிருந்தும், அடிகளார் ஒருபோதும் பிரிவினையை ஆதரிக்கவில்லை. "தமிழினம் ஏனைய இந்திய இனங்களோடு வாழவிரும்புகின்றது - உலக இனங்களோடு உறவுகொள்ள விரும்புகின்றது" என்பதே அவர் கொள்கை,

தனி ஈழப் பிரச்சினையிலும் அடிகளாருக்கு உடன் பாடில்லை. இந்திய இலங்கை ஒப்பந்தம் முழுமையாக நிறைவேற வேண்டும் எனபது அவர் விருப்பம். இலங்கை சுதந்திரத்தை தள்ளிப் போட்டவன் யாழ் சைவனே என்பது அவர் கருத்து. சிங்களவன் அங்கு சைவனுக்கு ,அடிமையாக வாழ்ந்தான். இன்று அவன் விழித்துக் கொண்டு, தன் உரிமையைக் கேட்கிறான். இதை எப்படி மறுப்பது? இங்குள்ள பிராமண ஆதிக்கம் ஒழிய வேண்டும், தமிழர் ஆதிக்கம் ஓங்க வேண்டுமென்கிறோம், அப்படிப்பட்ட நாம், சிங்களத்தில் எப்படி சைவரை ஆதரிக்கமுடியும்? இங்குற்ற பிராமணனுக்கு ஒரு நீதியும் அங்குள்ள சைவனுக்கு வேறொரு நீதியும் பேசலாமா? என்று சூடாகவே கேட்கிறார் அடிகளார்.

இந்தச் சார்பு நிலையே உலகளாவிய அன்பாக உலக சமாதான உணர்வாக-அடிகளாரிடம் பரிணாமம் கொள்ளுகிறது.

இந்த நூற்றாண்டின் தொடக்கத்திலிருந்த உலகம் அல்ல இன்றிருப்பது.

அன்று உலகம் என்பது நாலைந்து ஏகாதிபத்திய வல்லரசுகளே, மீதி நாடுகளெல்லாம் அவற்றின் அடிமைகள் காலனிகள் - வேட்டைக் காடுகள். இன்று உலகம் வெகுவாக மாறியிருக்கிறது. மாபெரும் ரஷ்யப் புரட்சியைத் தொடர்ந்து, உலகெங்குமுள்ள அடிமை நாடுகள் ஒன்றன்பின் ஒன்றாகத் தங்கள் அடிமை விலங்குகளை உடைத்தெறிந்தன. இன்னும் உடைத்தெறிய இயலாமல் சங்கிலிகளை இழுத்துக் கடித்து உடைத்து மல்லுக்கட்டிக்கொண்டு கிடப்பவை ஒரு சிலவே. அந்தக் கறுப்புச் சிங்களங்களும் வெகு விரைவில் தங்கள் சங்கிலிகளை அறுத்தெறிந்து விடுவர்.

ஆனால் மேற்கத்திய ஏகாதியபத்தியங்கள் லேசுப்பட்டவையல்ல. உலகச் செல்வம் என்னும் சீதையை அபகரித்துக் கொள்ள இந்த நவயுக ராவணர்கள் போடும் வேடங்களைப் பார்க்கும்போது பழைய ராவணன் இவர்களிடம் பிச்சை வாங்க வேண்டும்.

நம் ஊர்களில் சில பழம் பெருச்சாளிகள் இருக்கிறார்கள். எவனாவது ஒருத்தன் கடுமையாக உழைத்துச், சிக்கனமாய் வாழ்ந்து, நாலுகாசு சம்பாதித்துக் குருத்தெடுத்து நிமிருவதைக் கேள்விப்பட்டால் போதும் தூக்கம் வராது இவர்களுக்கு. அவனை ஆள் அனுப்பிக் கூப்பிட்டு, அதையும் இதையும் சொல்லி, ஆடம்பரம் கற்றுக் கொடுத்து, ஊதாரியாக்கி, ஒழித்துக் கட்டிவிடுவார்கள். நாலுபேர் அண்ணன் தம்பி சேர்ந்து நல்லாயிருப்பதைப் பார்த்துவிட்டால், அவர்களுக்குள் சண்டை மூட்டி, அடியாட்கள் சப்ளை செய்து, அவர்கள் கதையையே முடித்துவிடுவார்கள். இதிலும் மாட்டாதவனுக்கு நேரம் பார்த்து கடன் கொடுத்து, அவன் வாழ்க்கையை ஒட்டக் கறந்து ஒட்டாண்டியாக்கிவிடுவார்கள். "கடன் கொண்டார் நெஞ்சம் போலும்" என்ற சொற்றொடர் லேசானதா? ஆயிரம் ஆண்டு பிரசித்தி பெற்றது ஆயிற்றே.

மேற்கத்திய ஏகாதிபத்தியங்களும் இவர்களைப் போன்றவையே. தங்கள் தொழில் நுட்பத் திறனினால் செய்து குவித்து நுகர் பொருட்களை நம் போன்ற நாடுகளின் சந்தைகளில் குவித்து நம் தொழிலை நாசமாக்கி, நம்மைக் குரூரமாய்க் கொள்ளையடிக்கிறார்கள். புகைபோக்கிகளே அவர்களின் கொடிகள் என்றும், சந்தைகளே அவர்களின் போர்க்களங்கள் என்றும், எவ்வளவு உணர்ந்து சொன்னார் புரட்சித் துறவி விவேகானந்தர்!

அணுகுண்டு, ரசாயனக் குண்டு, நியூட்ரான் குண்டு, நோய்க் கிருமிக் குண்டு, ஏவுகணைத் திட்டம், நட்சத்திரப் போர்த் திட்டம் என மனிதகுலத்தைப் பூண்டோடு அழிக்கும் நாசகாரப் போர்க் கருவிகளைச் செய்து, ஏழை நாடுகளை வாங்கும்படி நிர்பந்திக்கிறார்கள். எல்லைகளில் மோதல்களைத் தூண்டி, இந்தப் படுபாதகக் கருவிகளுக்குச் சந்தை உண்டாக்குகிறார்கள். சர்வதேச நிதி நிறுவனம், உலக வங்கி என்னும் கடன் நிறுவனங்களை உருவாக்கி வளரும் நாடுகளுக்குக் கடன் கொடுத்து, அவற்றின் கழுத்தில் சுருக்குக்கயிற்றை இறுக்குகிறார்கள்.

இந்தக் கொடுமைகள் நீங்கவேண்டும். நாடுகளிடையே சமத்துவமும் சகோதரத்துவமும் ஓங்கவேண்டும். ஏழை நாடுகள் வளரவேண்டும், அவற்றை வளர்ந்த நாடுகள் தங்கள் பொருளாதார -தொழில் நுட்ப -பலத்தால் சுரண்டும் அட்டூழியம் அழியவேண்டும். நிறவெறி மாயவேண்டும். உலகை அழிக்கும் கொடிய ஆயுதங்கள் ஒழியவேண்டும். ஒவ்வொரு நாடும் அதனதன் போக்கில் சுதந்திரமாக -சுபிட்சத்தை நோக்கி -வளரும் வாய்ப்பு உலக அளவில் உருவாகவேண்டும். புவி எங்கும் சாந்தி நிலவ வேண்டும்!

இதுவே உலகச் **சிந்தனையுள்ள** ஞானிகளும், மேலோர்களும் விரும்புவது.

இந்தப் பெருவிருப்பம்அபரிமிதமாக உள்ளவர் அடிகளார். அவர் சொல்லுகிறார் : "அண்டங்களை, கண்டங்களை இன்று சாலைகள் இணைத்து வெற்றி பெற்றுவிட்டன. ஆனால் மானிடச் சாதியின் நெஞ்சங்களை, நெறிகள் இணைத்து வெற்றி பெறவில்லை. நாடுகளைக் கடந்து, கடல்களைக் கடந்து, சமய நெறிகளைக் கடந்தும்கூட, மானிட உலகத்தை இணைக்கவேண்டும்" 104.

இவ்வாறு இணைப்பதற்கு அடிகளார் காட்டும் வழி என்ன?

"மனிதனின் ஆன்மா ஒளிப்பிழம்பாக வேண்டும். அந்த ஒளி இந்த வையகம் முழுவதும் பரவி, இருளகற்றி, இன்பந்தர வேண்டும். நாம் மனித நேயத்தை மையமாகக் கொண்ட வாழ்வை வளர்ப்போம். கார்ல் மார்க்சின் அடிச்சுவட்டில் கெட்ட போரிடும் உலகத்தை வேரொடு சாய்ப்போம்!"

இந்தப் பெரு விருப்பத்தின் மனித வடிவமே உலக சமாதானக் கழகம் என்னும் சர்வதேச நிறுவனம். இதன் இந்தியக் கிளையாகிய அகில இந்திய சமாதான ஒருமைப்பாட்டுக் கழகத்தில், அடிகளார் நீண்ட காலமாக இணைந்து பணியாற்றி வருகிறார்.

1972, செப்டம்பர் 20 முதல் 24 வரை கல்கத்தாவில் நடைபெற்ற அகில இந்திய சமாதான ஒருமைப்பாட்டுக் கழக தேசிய மாநாட்டுக்குத் தமிழ்நாட்டுப் பிரதிநிதிகளை அடிகளார் தலைமை தாங்கி அழைத்துச் சென்றார். தொடர்ந்து இன்றுவரை அவர் தமிழகமெங்கும் நடக்கும் சமாதானக்கழகக் கூட்டங்களிலும் மாநாடுகளிலும் பங்கேற்று உலக சமாதான உணர்வை மக்களுக்கு ஊட்டி வருகிறார். சமாதானக் கழகப் பசும்பொன் மாவட்டத் தலைவர் இன்றும் அவரே.

1980–களின் முற்பகுதி. அணு ஆயுதக் கருவிகளை வான மண்டலத்திலும் குவித்து உலகை அச்சுறுத்த, அமெரிக்கா

ஆராய்ச்சி நடத்திக் கொண்டிருந்தது. உலகைப் பல தடவை அழிக்கப் போதுமான அணு ஆயுதங்களும், ஏவு கணைகளும் ராணுவக் கிடங்குகளில் சீறிப் பாயப்போகும் கணத்தை எதிர்பார்த்துப் பெருமூச்சு விட்டுப் புழுங்கிக் கொண்டு கிடந்தன. நாட்டுக்கு நாடு பகை. பரஸ்பர அவநம்பிக்கை. பேரழிவுப் பெரும் போர் ஒன்றின் விளிம்பில் உலகம் தடுமாறிக் கொண்டிருந்தது. அணு ஆயுதக் குவிப்புகளுக்கு எதிராக, மேற்கத்திய உலகில் ஆண்களும், பெண்களும் குழந்தை—குட்டிகளோடு மனிதச் சங்கிலிப் போராட்டம் நடத்திக் கொண்டிருந்தார்கள்.

இப்படிப் போராடும் மக்களுக்கு ஆதரவாக உலக மனச்சாட்சியைத் தட்டி எழுப்பத் திட்டமிட்டது உலக சமாதானக் கழகம். உலகெங்குமுள்ள சமாதான சக்திகளை இயக்கங்கள் நடத்துமாறு அது அறைகூவி அழைத்தது. அந்த அழைப்பை ஏற்றுத் தமிழ்நாட்டில் 1985 செப்டம்பர் பாரதி தினத்தில், குமரிமுனை—காந்தி மண்டபத்திலிருந்து சென்னை நோக்கி, ஒரு சமாதானப் பிரச்சாரப் பாத யாத்திரைக் குழு பொன்னீலன் தலைமையில் **புறப்பட்டது**. தமிழ் நாட்டின் இதர பாகங்களிலிருந்தும், இதேபோல் உப குழுக்கள் பாதயாத்திரை செல்லத் தொடங்கி, முதன்மைக் **குழுவுடன்** ஆங்காங்கே இணைந்தன. ராமநாதபுரத்திலிருந்து புறப்பட்ட உப குழுவின் யாத்திரையை தொடங்கி வைத்தவர் அடிகளார். அதுமட்டுமல்ல, மதுரை வரையிலும் அந்தக் குழுவுடனேயே பொதுக்கூட்டங்களில் பங்கேற்று, அக்கால யுத்த அபாயத்தை மக்களுக்கு அயர்வில்லாமல் விளக்கினார். அந்தக் குழுவுடனேயே மதுரை வந்து, முதன்மைக் குழுவை மதுரை மக்களோடு சேர்ந்து வரவேற்று, வாழ்த்தி, சென்னைக்கு அனுப்பி வைத்தார். அன்று அவர் ஆற்றிய பேருரை தமிழக சமாதான இயக்க வரலாற்றில் மறக்க முடியாத ஒன்று.

1991. ஜனவரி 28—ல் தஞ்சையில் நடந்த சமாதானக் கழகத் தமிழ் மாநில 4—வது மாநாட்டின் தலைவர் அடிகளாரே.

அடிகளாரின் பலதரப்பட்ட சமாதானப் பணிகளைப் பாராட்டி "நட்புறவு மற்றும் தேசிய ஒருமைப்பாட்டுக்கான தேசிய

நிறுவனம்" அவருக்குப் பாராட்டுப் பத்திரமளித்துக் கவுரவித்தது.

இந்திய சோவியத் கலாச்சாரக் கழகத்திலும் அடிகளார் ஆழ்ந்த ஈடுபாடு காட்டி வருகிறார். சோவியத் யூனியன் பாலும், சோசலிச உலகத்தின் பாலும் அடிகளார் என்றும் மாறாத ஈடுபாடு உடையவர். சோவியத்துப் புரட்சி முயற்சிகள் இந்தியாவிலும், அதுபோல் உலகெங்கிலும் அடிமைப்பட்டுக் கிடந்த மக்களின் விடுதலை உணர்ச்சிக்கு ஆக்கமும் ஊக்கமும் அளித்தன என்பதிலும்–

இரண்டாவது உலக மகா யுத்தத்தில் சோவியத்து யூனியன் பெற்ற மகத்தான வெற்றி காலனி ஆதிக்கத்தின் சங்கிலிகளை உடைத்தெறியும் சம்மட்டி அடியாக விழுந்தது என்பதிலும்–

விடுதலை பெற்ற பாரத தேசம் சுய வலிமை பெற்று, உலகம் மதிக்கின்ற ஒரு வலிமையான அரசாக வளர்ந்தோங்க, சோவியத்து யூனியன் அரசியல் ரீதியாகவும், பொருளாதார ரீதியாகவும், விஞ்ஞான –தொழில்நுட்ப ரீதியாகவும், பண்பாட்டு ரீதியாகவும் பேருதவிகள் செய்தது என்பதிலும்–

ஒரு தேசபக்தர் என்ற நிலையில் ஆழ்ந்த நன்றியுணர்ச்சியுடையவர் அடிகளார்.

இதுபோல, அக்டோபர் புரட்சி வெற்றி பெற்றதிலிருந்து அதை அழித்தொழிக்க உலக ஏகாதிபத்தியங்கள் மேற்கொண்ட கொடூரமான நடவடிக்கைகள், இந்த நடவடிக்கைகளின் நெருக்கடிகளிலிருந்து புதிய சோசலிச அரசைக் காப்பாற்றிக் கொள்வதற்கு சோவியத் தலைவர்கள் மேற்கொள்ள வேண்டியிருந்த உருக்குத் தனமான கட்டுப்பாடுகள், இன்றைய பதிய சமாதான சூழ்நிலையில் அது தன்னை ஜனநாயகப் படுத்திக் கொள்ளுவதற்காக எடுத்துக்கொள்ளும் முற்போக்கு முயற்சிகள் ஆகியவற்றை ஆழ்ந்த மனிதாபிமானத்தோடு பரிசீலித்து, சோவியத்து யூனியன் பின்னோக்கிப் போகாது–சோசலிசம் அழியாது–என்னும் பேருண்மைகளையும் மக்களுக்கு விளக்கினார் அடிகளார்.

13. புதிய பாரதத்துக்கான புதுமை விதைப் பண்ணை

1984 செப்டம்பர் 9. "இந்து" ஆங்கில நாளிதழைப் படித்துக் கொண்டிருந்தார் அப்போதைய பாரதப் பிரதமர் திருமதி இந்திரா காந்தி. அதில், "சமூக அடித்தள நிலைகளில் சில சாதனைகள்,"என்ற தலைப்பில் பிரசுரிக்கப்பட்டிருந்த ஒரு கட்டுரை அவரைக் கவர்ந்தது. குன்றக்குடிக் கிராமத் திட்டக் குழுவின் சாதனைகளே அக்கட்டுரையில் விவரிக்கப்பட்டிருந்தன. "இதர கிராமங்களுக்கும் நான் விரும்புவது இதுவே" என்று மகிழ்ச்சியோடு குறிப்பிட்டார் இந்திரா.

குன்றக்குடித் திட்டம் இந்திரா காந்தியின் மேலே சொல்லப்பட்ட பாராட்டுக் குறிப்போடு, மேல் நடவடிக்கைக்காக பிரதமரின் செயலகத்திலிருந்து திட்டக் கமிஷனுக்கு அனுப்பி வைக்கப்பட்டது.[105]

இதன் தொடர்ச்சியாக, பலநிலத் திட்ட இணை ஆலோசகர் டாக்டர். கே.வி.சுந்தரம், திட்டக் குழுவின் மூத்த ஆய்வு அலுவலர் கே.வி.பழநிதுரை ஆகியோர் 1985 பிப்ரவரியில் குன்றக்குடிக்கு வந்து, 4 நாள் தங்கி, குன்றக்குடி திட்டக் குழுவின் செயல்பாடுகளை ஆய்வு செய்து, மத்திய அரசுக்கு அறிக்கை சமர்ப்பித்தார்கள். இந்த அறிக்கை மத்திய அரசால் பரிசீலிக்கப்பட்ட பின், மீண்டும் திட்டக் குழுவின் சார்பாக திட்டக்குழு உறுப்பினர் டாக்டர். சி.எச்.அனுமந்தராவ், டாக்டர்.கே.வி.சுந்தரம், டாக்டர்.ராமசாஸ்திரி ஆகிய ஆலோசகர்களுடன் 1986 மார்ச்சில் குன்றக்குடிக்கு வந்து, குன்றக்குடி கிராமத் திட்டக் குழுவின் செயல்பாடுகளை மீண்டும் பரிசீலனை செய்தார்கள். அவர்கள் அளித்த அறிக்கையின்

அடிப்படையில், குன்றக்குடி கிராமத் திட்டத்தை மத்திய அரசு இந்திய கிராம மேம்பாட்டுக்குரிய முன்மாதிரியாகக் கொண்டு, அதைப் பிற கிராமங்களிலும் நடைமுறைப்படுத்த முயற்சி செய்து வருகின்றது. அடிகளாரின் இந்த ஒப்புவமையற்ற முன்னோடித் திட்ட நடவடிக்கைகளுக்காக மத்திய அரசு இந்த ஆண்டு "விஞ்ஞானத்தைப் பரப்பும் பணிக்கான" உயர்ந்த விருது[106] அளித்து கவுரவித்தது.

இந்தக் குன்றக்குடித் திட்டம் என்பது என்ன? அது எவ்வாறு உருப்பெற்றது?

1976. தமிழகத்தில் கருணாநிதியின் தி.மு.க. அரசு கலைக்கப்பட்டு, அவசர நிலை தமிழ்நாட்டில் முழுமையாகத் திணிக்கப்பட்டிருந்த நேரம். கவர்னராட்சி அடிகளாரிடம் மிகுந்த காழ்ப்புணர்வோடு நடந்து கொண்டிருந்தது. அடிகளார் தன் ஆற்றலையெல்லாம் ஊற்றி வளர்த்த லட்சிய நிறுவனமான தெய்வீகப் பேரவை கிட்டத்தட்ட முடக்கப்பட்டுவிட்டது. கணக்குப் பரிசோதனை என்ற பெயரில், மத்திய அரசு அதிகாரிகளால், திருமடம் உள்நோக்கத்துடன் முற்றுகையிடப்பட்டது. அடிகளாருக்கு மிகுந்த மனச்சோர்வு. இந்தச் சூழ்நிலையில் காந்தியடிகளின் பிறந்த நாள் நெருங்கிக்கொண்டிருந்தது. அந்த நன்னாளை எப்படிக் கொண்டாடுவது?

கூட்டுறவில் மிகுந்த நாட்டமுடையவர் அடிகளார். கூட்டுறவே சமதரும சமுதாயத்துக்கு அடித்தளம் அமைக்கும் என்பதில் அசைக்க முடியாத நம்பிக்கை உடையவர் அவர். இந்த நம்பிக்கையால் உந்தப்பட்டு, சோசலிச நடைமுறைகளை நேரில் காணுவதற்காகவே சோவியத்து யூனியனுக்கும், மக்கள் சீனத்துக்கும் பயணம் சென்றவர் அவர். அந்த அனுபவங்களின் அடிப்படையில் ஏற்கெனவே குன்றக்குடியில் பால் பண்ணை, விவசாயக் கூட்டுறவு நாணயச் சங்கம், தொழிலாளர் கூட்டுறவு ஒப்பந்தச் சங்கம் (தொழில் நுட்பமற்ற தொழிலாளர்களுக்கு வேலைவாய்ப்பு வழங்க) கைக்குத்தல் அரிசிச் சங்கம்,

அட்டைப்பெட்டித் தொழிற்சாலை போன்ற சில கூட்டுறவு நிறுவனங்கள் தொடங்கியிருந்தார் அவர். இவை போக, 63 நாயன்மார்களில் ஒருவரான நந்தனாரின் ஜன்ம நட்சத்திர தினத்தன்று, அவர் பிறந்த மேலாதனூரில் தொடர்ந்து விழா எடுப்பதோடு, அங்கு ஒரு திருமண மண்டபம் கட்டி, மக்கள் சேவைக்கு அர்ப்பணித்துள்ளார். அதேபோல் மங்கையர்க்கரசியார் பிறந்த கீழப் பழையாறையில் (கும்பகோணம் பக்கம்) கோயிலைப் புதுப்பித்து, கயிற்றுத் தொழிற்சாலையும், நெசவுத் தறிகளும் கூட்டுறவு முறையில் தொடங்க ஏற்பாடுகள் செய்திருந்தார். எனவே அடிகளாரின் சிந்தனை இந்தத் திசை வழியிலேயே இப்போதும் சென்றது.

காந்தியடிகளும் கூட்டுறவில் நம்பிக்கையுடையவரே. "கூட்டுறவுப் பண்ணைகள் ஆரம்பிக்காவிட்டால் நாம் விவசாயத்தின் பலன்கள் அனைத்தையும் பெறமுடியாது" என்பது அவர் கூற்று. ஆகவே, அவர் பிறந்த நாளில், கிராம அளவில்– கூட்டுறவு அமைப்பில்–புதுமையாக ஏதாவது செய்தால் என்ன என்று சிந்தித்தார் அவர்.

அந்த அடிப்படையில் காந்தி ஜெயந்தியன்று குன்றக்குடி வாழும் பெரியவர்களை அழைத்து ஒரு கூட்டம் போட்டார் அவர். நம் கிராம முன்னேற்றத்துக்கு எல்லாரும் சேர்ந்து ஏதாவது செய்யலாம், இந்த மண்ணுக்கும், மக்களுக்கும் ஏற்ற தொழில்கள் ஏதாவது கூட்டுறவுத் துறையில் தொடங்கலாம் என்று தன் கருத்தைச் சொல்லி, அவர்களுடைய அபிப்பிராயங்களைக் கேட்டார். ஊர்ப் பெரியவர்களுக்கு மிகுந்த மகிழ்ச்சி. அடிகளாருக்கு முழு ஒத்துழைப்புத் தருவதாக வாக்களித்தனர்.

குன்றக்குடி ஒரு வறண்ட மானாவாரிக் கிராமம். மக்கள் தொகை சுமார் 3000. அதன் மொத்த நிலப்பரப்பில் நாலில் ஒரு பகுதியில்கூட விவசாயம் சரியாகச் செய்யப்படவில்லை. பெரும்பகுதி நிலம் பாழ்பட்டு–முள்ளடர்ந்து–கிடந்தது. பெரும்பான்மையான மக்களும் வறுமைக் கோட்டுக்குக் கீழே

வாடும் விவசாயிகள், அல்லது விவசாயத் தொழிலாளிகள், இவர்கள் வாழ்வை மேம்படுத்த என்ன செய்வது என்று யோசித்தார் சமய முதல்வர்.

முதலில் கிராம மக்களைப்பற்றிய தகவல்களை— குடும்பத்தினரின் எண்ணிக்கை, கல்வித் தகுதி, தொழில் தகுதி. நிலம், வீடு, கால்நடை போன்ற செல்வ வசதிகள், தொழில் வசதி, கடன் நிலை, இதர வசதிகள், ஆர்வங்கள் போன்ற விவரங்களைத் திரட்ட ஏற்பாடுகள் செய்தார். இந்தத் தகவல்களின் அடிப்படையில் அவர் முதலில் மேற்கொண்ட பணி குறைந்த வருமானம் உள்ளவர்களுக்கு அரசு பல்வேறு துறைகள்மூலம் தரும் கடன்களையும், சலுகைகளையும் (பால் மாடு, உழவு மாடு, ஆடு, கோழி, விதை போன்றவை) பெற்றுத் தருவதே. இவைகளில் அவருக்குத் திருப்தி ஏற்படவில்லை. வேறு என்ன செய்யலாம் என்று யோசிக்கலானார்.

இந்தச் சூழ்நிலையில், 1977—தொடக்கத்தில், பக்கத்து ஊரான கொறட்டியில் ஒரு சம்பவம் நடந்தது. கொறட்டி ஒரு எளிய கிராமம். கூரை வீடுகளே அதிகம். அந்தக் கூரைகள் திடீர் திடிரெனத் தீப்பற்றி எரியத் தொடங்கின. காரணம் கண்டுபிடிக்க முடியவில்லை. கிராம மக்கள் காவல் போட்டுப் பார்த்தார்கள். ஏதோ ஏவல், அய்யனார் கோளாறு என்று வழிபாடு செய்து பார்த்தார்கள். மந்திரவாதம் செய்தும் பார்த்தார்கள். எந்தப் பலனுமில்லை. ஒரு மாதமாகத் தீப்பிடிப்பு தொடர்ந்து நடந்து கொண்டுதான் இருந்தது.

இந்தச் சேதி அடிகளார் செவிகளை எட்டியது. அவருடைய விஞ்ஞான மூளை வேறுவிதமாக வேலை செய்தது. காரைக்குடி மின் வேதியியல் ஆராய்ச்சி மையத்தின் (சிக்ரி என்பது அதன் சுருக்கப் பெயர்) விஞ்ஞானிகளுடன் தொடர்பு கொண்டார். அவர்கள் வந்து ஆய்வுகள் செய்தார்கள். அவர்களாலும் காரணம் கண்டுபிடிக்க இயலவில்லை. ஆனால் அடிகளாரோ "நிச்சயம் ஒரு நாள் இதன் காரணத்தை கண்டுபிடித்துவிடலாம்" என்று அவர்களுக்கு நம்பிக்கையூட்டினார்.

விஞ்ஞானிகளுக்குப் பேராச்சரியம். ஒரு சமயவாதியாக இருந்துகொண்டு இவ்வளவு விஞ்ஞானபூர்வமாகச் சிந்திக்கிறீர்களே என்று அடிகளாரைப் பாராட்டினார்கள் அவர்கள். அடிகளாருக்கும் சிக்ரி விஞ்ஞானிகளுக்கும் நெருக்கமான உறவு ஏற்பட்டது.

கிராமத்தை முன்னேற்றத் திட்டம் போட்டுக் கொண்டிருக்கிறோம், நீங்கள் ஒத்துழைக்க முடியுமா என்று அடிகளார் விஞ்ஞானிகளைக் கேட்டார். சிக்ரி துணை இயக்குநர் ஆரிய நாராயணன் மகிழ்ச்சியோடு ஒப்புக்கொண்டார். இயக்குநர் எச்.வி. உடுப்பாவும் ஆமோதித்தார். உடனேயே ஊர்ப் பெரியவர்களுக்கு ஆள் அனுப்பப்பட்டது. அவர்களையும் விஞ்ஞானிகளையும் வைத்துக்கொண்டு, தன் கருத்துக்களை விளக்கினார் அடிகளார். அந்த நேரம் அங்கே திருப்பத்தூர் இந்திய மாநில வங்கியின் அலுவலர் திரு.என்.சீனிவாசனும் வந்து சேர்ந்தார். அவர் வந்தது வங்கியில் டெபாசிட் செய்ய அடிகளாரிடம் ஏதாவது நிதி பெற முடியுமா என்று கேட்க, அவரையும் இந்தக் கூட்டத்தில் கலந்துகொள்ளும்படி அடிகளார் கேட்டுக் கொண்டார். அன்று அடிகளாரின் வழிகாட்டுதலில் வடிவம் பெற்ற இவர்களின் கூட்டுச் சிந்தனையே—1977 காந்தி ஜெயந்தியன்று குன்றக்குடித் திட்டக் குழுவாகப்[107] பிறப்பெடுத்தது.

காந்திஜி கிராம ராஜியம் அமைய வேண்டும் என்றார். ஒவ்வொரு கிராமமும் தன்னிறைவு பெற வேண்டும் என்று விரும்பினார். முழுமையாகத் தன்னிறைவு அடைய முடியாவிட்டாலும், உணவு உற்பத்தியிலும் வேலைவாய்ப்பிலுமாவது தன்னிறைவுடைய கிராமமாகக் குன்றக்குடியை மாற்றுவதே குன்றக்குடி கிராமத் திட்டக் குழுவின் முதல் லட்சியமாயிற்று.

இந்த வளர்ச்சித் திட்டத்தில் அடிகளார் மூன்று அம்சங்களை இசைவுற இணைத்தார்: மத்திய மாநில அரசுகளின் வளர்ச்சி

நிறுவனங்கள், இந்திய மாநில வங்கி என்னும் நிதி நிறுவனம், திட்டமிடுபவர்களாகிய சிக்ரி விஞ்ஞானிகள். இத்திட்டக் குழுவின் பிரதான பணி அரசு வளர்ச்சித் திட்டங்களை உள்ளூர்த் தேவைகளுக்கேற்ப மாற்றியமைத்து, முழுமையாகப் பயன்படுத்துவதே.

சமூகத்தின் பலவீனமான பகுதிகளின் பொருளாதார நிலையை மேம்படுத்துதல், சுய வேலைவாய்ப்புப் பெறும் வகையில் உள்ளூர் மக்களுக்குப் பயிற்சியளித்தல், கூட்டுறவுச் சங்கங்கள், திட்டப் பணிகள், குழு விவாதங்கள் போன்றவற்றின் மூலம் ஊர் மக்களுக்குத் தலைமை தாங்கும் பயிற்சியளித்தல், உள்ளூரில் கிடைக்கும் மூலப் பொருள்களை வளர்ச்சிப் பணிகளுக்குப் பயன்படுத்துதல், உடல் நலம், மன நலம், சமூக நலம் பேணி வாழப் பயிற்சியளித்தல், விஞ்ஞானத்தையும், தொழில்நுட்பத்தையும் கிராம மக்களுக்குப் பணி செய்ய வைத்தல், உணவு உற்பத்தியிலும், வேலைவாய்ப்பிலும் கிராமத்தைத் தன்னிறைவு பெற வைத்தல், சாதி–சமய மோதல்களற்ற ஒருமைச சமுதாயம். உருவாவதற்குரிய சூழலை ஏற்படுத்துதல் போன்றவை திட்டக் குழுவின் முக்கிய நோக்கங்கள். பல ஆண்டுகளாக அடிகளார் பேசி வந்த லட்சியங்கள் நடைமுறைக்கு வரத்தொடங்கின.

திட்டக் குழுவின் உயிராக அடிகளார் விளங்குகிறார். தேர்ந்தெடுக்கப்பட்ட ஊர் மக்கள் அதன் உடல். சிக்ரி விஞ்ஞானிகள் அதன் மூளை. ஊரிலுள்ள சகல கூட்டுறவுச் சங்கங்களின் தலைவர்களும் செயலாளர்களும் மற்றும் ஊரிலுள்ள எல்லா அரசுத் துறை அலுவலர்களும் அதன் நரம்பு மண்டலம். திட்டக்குழு உயிருள்ள ஒற்றை மனிதனாகச் செயல்படத் தொடங்குகின்றது.

சாதாரணமாக டில்லியிலோ, சென்னையிலோ இருந்து கொண்டு திட்டங்களைத் தீட்டி, அவை மத்திய–மாநில அரசு அலுவலர்கள் மூலம் செயல்படுத்தப்படும் அல்லது திணிக்கப்படும். அதாவது திட்டங்களை அரசு தீர்மானிக்கும்,

மக்கள் ஆதரிப்பார்கள். ஆனால் அடிகளாரோ, கீழிருந்து திட்டமிட்டு—அரசு ஆதரவுடன்—மேல்நோக்கிச் செயல்படுத்துகிறார். அதாவது, மக்கள் திட்டமிட அரசு ஆதரிக்கும் நிலையை ஏற்படுத்தியுள்ளார். இது புரட்சிகர உள்ளடக்கமுடையது.

குன்றக்குடிக் கிராமத்தின் முதல் ஐந்தாண்டுத் திட்டக் காலமான 1977-82-காலத்தில், எளிய இலக்குகளே நிர்ணயிக்கப்பட்டன. ஆனால் அவை வெற்றிகரமாக நிறைவேற்றப்பட்டன. நெல் உற்பத்தி ஏக்கருக்கு—ஒரு டன்னிலிருந்து இரண்டு டன்னாக உயர்த்தப்பட்டது. பயனற்றுக் கிடந்த 325 ஏக்கர் பாழ் நிலம் மேம்படுத்தப்பட்டு, அதில் ஒரு அருமையான பழப்பண்ணை அமைக்கப்பட்டது. பழப்பண்ணையே விதைப் பண்ணையாகவும் பயன்படுத்தப்படுகிறது. ஒவ்வொன்றும் சுமார் 25 ஏக்கர் பாசனத்துக்குப் பயன்படும் சமூகக் கிணறுகள் (பல சிறு விவசாயிகளுக்குப் பயன்படும் கிணறுகள்) 15 தோண்டப்பட்டு, விவசாயம் மேம்படுத்தப்பட்டது. இந்தக் கிணறுகளையும் பாசனங்களையும் முறைப்படுத்திப் பராமரிப்பதற்கு ஒரு கூட்டுறவு நிறுவனம் உருவாக்கப்பட்டது. இவற்றால் ஆதி திராவிடர்கள், பெண்கள் உட்பட, ஏராளமானோருக்கு வேலை வாய்ப்புக் கிடைத்தது.

1982-87 காலத்தில் இரண்டாவது ஐந்தாண்டுத் திட்டத்தில் அரசுத் துறையில் ஒரு மாதிரிப் பட்டுப்பண்ணை உருவாக்கப்பட்டது. நிலமற்ற 100 ஆதிதிராவிடக் குடும்பங்களுக்கு வேலை வாய்ப்புத் தரும் ஒரு "பட்டுக் கிராமமே" (கம்பனூர்) உருவாக்கப்பட்டது. தொடக்கத்தில் இந்தக் குடும்பத்தினர் இந்த நிலங்களில் கூலிக்கு உழைத்தனர். பட்டு உற்பத்திக்குரிய சூழ்நிலை வந்ததும் இந்த நிலம் முழுவதும் குடும்பத்துக்கு ஒரு ஏக்கர் வீதம் அந்த ஆதி திராவிடக் குடும்பங்களுக்குக் குத்தகைக்கு விடப்பட்டு நிரந்தரமாக மாதம் ரூ.500 வருமானத்துக்கு வழி செய்யப்பட்டுள்ளது.

முந்திரிக்கொட்டை அதிகம் விளையும் மாவட்டம் இது. இதுவரை இந்த முந்திரிக்கொட்டை கொள்முதல் செய்யப்பட்டுப்

பதப்படுத்தப்படுவதற்கு பண்ருட்டிக்குக் கொண்டு செல்லப்பட்டது. இதற்கு மாற்றாக, முந்திரிக்கொட்டையை இங்கேயே கொள்முதல் செய்து, பக்குவப்படுத்தி, பருப்பு எடுக்கும் தொழிற்சாலையும், முந்திரி ஓட்டிலிருந்து பெயிண்டு தயாரிக்கும் தொழிற்சாலையும் அமைக்கப்பட்டுள்ளன. இதற்காகத் தொழில் தெரிந்த இரண்டு குடும்பங்கள் வெளியூரிலிருந்து இங்கு கொண்டு வந்து குடியமர்த்தப்பட்டுள்ளன.

1976–லேயே இங்குத் தீப்பெட்டித் தொழிற்சாலை தொடங்கப்பட்டது. தீப்பெட்டித் தொழிலுக்குத் தேவையான பொட்டாசியம் குளோரேட் தொழிற்சாலை ஒன்றும் இப்போது அமைக்கப்பட்டுள்ளது. இந்தத் தொழிற்சாலை, இந்த வட்டார மூலப் பொருள்களைக் கொண்டே பொட்டாசியம் குளோரேட் உற்பத்தி செய்கிறது. இந்தப் புதுமை முறை சிக்ரி விஞ்ஞானிகள் உருவாக்கியது. பனைப் பொருள்களைக் கொண்டு கூடை, பெட்டி போன்ற பொருள்கள் செய்யும் ஒரு கைத்தொழிற்கூடம், நேருவின் பெயரில் ஒரு பாலிதின் பை தொழிற்சாலை எனப் பல தொழிற்சாலைகளும், தொழிற்கூடங்களும் கூட்டுறவு முறையில் அமைக்கப்பட்டுள்ளன. இவைகளும் உள்ளூர் மூலப் பொருள்களையே பயன்படுத்துகின்றன. இங்கு உற்பத்தி செய்யப்படும் பொட்டாசியம் குளோரேட் ஹாங்காங், சௌதி ஆகிய நாடுகளுக்கு ஏற்றுமதி செய்யப்படுகின்றது. இந்தியாவில், கிராமக் கூட்டுறவுத் துறையின் உற்பத்திப் பொருள்களில், வெளிநாட்டுக்கு ஏற்றுமதியாவது இதுவே.

நடப்பு மூன்றாம் திட்டக் காலத்தில் (1987–92) விவசாயத் துக்கும் கால்நடை மேம்பாட்டுக்கும் அதிக முக்கியத்துவம் தரப்படுகின்றது. ஆமணக்கு, வேம்பு ஆகிய எண்ணெய்த் தாவரங்கள் பிரபலப்படுத்தப்படுகின்றன. கால்நடையில் ஆடு வளர்த்தல், கொட்டில் முறை ஆடு வளர்த்தல், புதிய இனக் கால்நடைகளைப் பெருக்குதல் ஆகியவை அதிகக் கவனம் பெறுகின்றன. விதைப் பண்ணைகள், மண் பரிசோதனை ஆய்வகம், காளான் விதை உற்பத்தி நிலையம், நவீன விவசாயக்

கருவிகள் உற்பத்தி மற்றும் சீர் செய்யும் நிலையம், மீன் குஞ்சு உற்பத்தி நிலையம் ஆகியன அமைக்க முயற்சிகள் மேற்கொள்ளப்படுகின்றன. புதிய தொழிற்சாலைகள் திட்டமிடப்படவில்லை. இருப்பவைகளை விரிவுபடுத்தவும், அவற்றின் தொழில் நுட்பத் திறனை மேம்படுத்தவும், இத்திட்டத்தில் இடமளிக்கப்பட்டுள்ளது.

குன்றக்குடித் திட்டக்குழு செல்வ மேம்பாட்டுக்காக மட்டும் திட்டமிடவில்லை, ஊர் மக்கள் அனைவரையும் சமூக வளர்ச்சியில் முழுமையாகப் பயன்படுத்துவதும் அதன் நோக்கம். இந்த இரண்டு நோக்கங்களும் அற்புதமான முறையில் இணைக்கப்பட்டுள்ளன. இது ஒரு சாதனை!

குறைந்தபட்சம் வீட்டுக்கு ஒருவர் வேலை வாய்ப்புப் பெற வேண்டும் என்ற திட்டக்குழுவின் லட்சியம் நிறைவேறிவிட்டது. பெண்கள், ஆதிதிராவிடர் ஆகியோரின் வேலை வாய்ப்புகளுக்குச் சிறப்புக் கவனம் செலுத்தப்படுகிறது. இவற்றின் மூலம் மக்களைப் பொருளாதார நிலையில் மேம்படுத்தி, சமூக நிலையில் நெருங்கி வரச் செய்து, சமத்துவ உணர்வில் சகோதரத்துவத்தை வளர்த்து, மக்களின் அகத்தையும், புறத்தையும் செழுமைப்படுத்தி, வாழ்வாங்கு வாழவைப்பதே அடிகளாரின் லட்சியம். பொருளியல் வாழ்வு ஆன்மிக வாழ்வாக பரிணமிப்பது இவ்வாறுதான்.

குன்றக்குடித் திட்டத்தின் சிறப்பு அம்சம் என்ன? மக்களின் பங்கேற்பே. இந்தப் பங்கேற்பு பெரிதும் கூட்டுறவு அமைப்புகள் மூலமாகவே நடக்கிறது. கிட்டத்தட்ட ஊரிலுள்ள எல்லாப் பணிகளும் கூட்டுறவு மூலமே மேற்கொள்ளப்படுகின்றன. இதனாலேயே தவறுகள் குறைகின்றன. குறைகள் திருத்தப்படுகின்றன. செயல்திறன் மேம்படுத்தப்படுகின்றது. தனி மனித வளர்ச்சியும், சமூக வளர்ச்சியும் ஒன்றுக்கொன்று முரண்படாமல் அற்புதமாக இணைக்கப்படுகின்றன.

குன்றக்குடிக் கூட்டுறவு நிறுவனங்கள் மேலிருந்து கீழ் நோக்கி இயக்கப்படும் கூட்டுறவு அமைப்புகள் அல்ல. ஜனநாயகபூர்வமாகக் கீழிருந்து மேல்நோக்கி இயங்குபவை அவை. உறுப்பினர்களின் ஏகோபித்த முடிவுகளே செயல் வடிவம் பெறுகின்றன. எந்த முடிவும் மேலிருந்து திணிக்கப் படுவதில்லை. அடிகளாரின் அருளாடசியில் சோசலிசச் சிந்தனை அதன் முழுமையான நடைமுறை வடிவத்தை நோக்கி அங்கே வளர்ந்து கொண்டிருக்கின்றது.

குன்றக்குடித் திட்டப் பொதுக்குழு ஆண்டுக்கு இருமுறை கூடித் திட்டமிடுகிறது. செயல்களையும் பரிசீலிக்கிறது. 7 உறுப்பினர்கள் கொண்ட செயற்குழுவே, மாதந்தோறும் கூடி அன்றாட நடைமுறைகளைப் பரிசீலிக்கிறது - வழிகாட்டுகிறது. பொதுக் குழுவிலும், செயற்குழுவிலும் ஆதி திராவிடர்களும், பெண்களும் பெருமளவில் உறுப்பினர்களாக உள்ளனர். கூட் டங்களில் அவர்கள் மிகச் சிறப்பாகப் பங்கேற்கின்றனர்.

திட்டக்குழு பொருளாதாரத் திட்டங்களைப் பற்றி மட்டும் சிந்தித்து முடிவெடுப்பதில்லை. ஊருக்கு நலம் பயக்கும் எல்லா விஷயங்களையம் ஜனநாயகபூர்வமாகச் சிந்திக்கிறது- பிசிறில்லாமல முடிவெடுக்கிறது - கறாராகச் செயல் படுத்துகின்றது. அடித்தள ஜனநாயகம் இதன் மூலம் செழுமையடைகிறது.

குன்றக்குடிப் பெரிய குளத்தில் மீன் பிடிக்கும் உரிமையை ஏலம் மூலம் ரொம்ப காலமாக ஒரு சிலரே அனுபவித்து வந்தார்கள். அதை மாற்றி, ஒரு மீனவர் கூட்டுறவு ஏற்படுத்தி, அதன் மூலம் மீன் ஏலம் எடுத்து, பிடித்து, விற்பனை செய்ய ஏற்பாடு செய்யப்பட்டிருக்கிறது.

குன்றக்குடியில் கந்து வட்டி வாங்கும் லேவாதேவிக் காரர்கள் இல்லை. கூட்டுறவு உணர்ச்சி வளர்ந்துள்ளதால், கொடுக்கல் வாங்கல்கள் கைமாற்று என்ற அளவில் - அன்பு வழியிலேயே-நடந்து வருகின்றன. 80—களின் தொடக்கத்தில்,

எப்படியோ ஒரு கந்துவட்டிக்காரர் ஊருக்குள் குடியேறிவிட்டார். ரகசியமாகத் தன் தொழிலையும் தொடங்கிவிட்டார். கொஞ்ச நாளுக்குப் பிரச்சனை எதுவும் எழவில்லை. கொடிய வட்டியோடு, அசலைத் திருப்பிக் கொடுக்கும்போதுதான் சிக்கல் ஏற்பட்டது. பிரச்சனை கிராமத் திட்டக் குழுவுக்கே வந்துவிட்டது. கடன் பெற்றவரே தன்னைக் கந்து வட்டிக்காரரிடமிருந்து காப்பாற்றும்படி திட்டக்குழுவிடம் முறையிட்டார். கந்து வட்டிக்காரனை ஊரைவிட்டு வெளியேற்றுவது என்று திட்டக்குழு முடிவு செய்தது. கந்து வட்டிக்காரன் தன்னந் தனியானவனல்லவே. நாடு முழுவதும் பரந்து விரிந்து கிடக்கும் வட்டிக் கொள்ளையர் அமைப்பின் ஒரு கண்ணியல்லவா அவன். அவனை ஊரை விட்டு வெளியேற்றுவதென்றால் லேசுப்பட்டதா? பல நிலைகளிலிருந்தும் நிர்ப்பந்தங்கள் வந்தன. எல்லாவற்றையும் மீறி, கந்து வட்டிக்காரன் இந்த ஊரிலிருந்து வெளியேற்றப்பட்டான். குன்றக்குடி மீண்டும் "ஈட்டிக்காரன் அற்ற" ஊராயிற்று. தமிழகத்தில் வேறு எந்த ஊரையாவது இப்படிச் சொல்ல முடியுமா?

இதைவிடவும் சிக்கலான பிரச்சனையும் திட்டக்குழு எதிர்கொண்டு வெற்றி பெற்றிருக்கிறது. அரசிடம் வாங்கிய கடன்களைத் திருப்பிச் செலுத்தக்கூடாது என்ற சிந்தனை, சமீப காலங்களில் மக்களிடம் வளர்ந்தோங்கி வந்திருக்கிறது. அரசியல் கட்சிகள் ஓட்டுப் பெறும் நோக்குடன் இதை வளர்த்து, பிரபலப்படுத்தி, இயக்கமாகவே ஆக்கிவிட்டிருக்கின்றனர். கூட்டுறவுக் கொள்கையை நொறுக்கி, ஏழைகளைத் திரும்பவும் கந்து வட்டிக்காரரிடம் அடகு வைக்கும், பிற்போக்கு இயக்கம் இது. அதுமட்டுமல்ல, உழைக்காமல் பெறும் இவ்வகைச் செல்வங்கள் புல்லுருவித்தனத்தை வளர்க்கும் சமூகப் பொறுப்புணர்ச்சியைச் சிதைக்கும். ஆன்மிகச் சீரழிவுக்கு வழிவகுக்கும். இதையொன்றும் உணராமல், எப்படியோ தகிடுதத்தம் பண்ணி, அரசுக் கடன்களைப் போட்டி போட்டுக்கொண்டு வாங்குவதும், பிறகு திருப்பிக் கொடுக்க மறுப்பதும், ரத்து செய்யப் போராடுவதும், அதற்கு அரசியல் கட்சிகளெல்லாம் போட்டி போட்டுக்கொண்டு உதவுவதும், நாட்டில் வழக்கமாகிவிட்டது.

இந்தச் சீரழிவுச் சிந்தனை குன்றக்குடி விவசாயிகள் சிலரையும் தொற்றிக் கொண்டதில் வியப்பில்லை. என்ன செய்வது என்ற கேள்வி திட்டக்குழுவில் எழுந்தது. சிக்கலான பிரச்சனை. சாதாரண விவசாயிகளின் ஆசைக்கு எதிரான- ஆதாரப் பிரச்சனை. ஆனால் திட்டக்குழுவோ, விவசாயிகள் இந்த இயக்கத்தில் சேரக்கூடாது - கடன் தவணைகளை அரசுக்கு முறையாகத் திருப்பிச் செலுத்திட வேண்டும் - என்று முடிவு செய்தது. இம்மாதிரி ஒரு முடிவு எடுக்கத் திட்டக்குழுவுக்கு அசாதாரணமான தன்னம்பிக்கையும், துணிச்சலும் வேண்டும். முடிவு எடுத்தது மட்டுமல்ல. அதை முழுமையாக நிறைவேற்றவும் செய்தது அது. கடன் தொகைகள் திரும்பச் செலுத்தப்பட்டன. குன்றக்குடித் திட்டக்குழுவின் அற்புத சாதனை இது[108].

உள்ளூர் அரசியல் பிரச்சனைகளிலும் திட்டக்குழு தீர்மானகரமான பங்காற்றுகின்றது. குன்றக்குடி ஊராட்சி மன்றத் தலைவர், மற்றும் உறுப்பினர்கள் திட்டக் குழுவின் ஒருமித்த கருத்தின்படியே தேர்ந்தெடுக்கப்படுகிறார்கள். ஒருமுறை இதிலும் பிரச்சனை ஏற்பட்டது. ஏற்கனவே இருந்துகொண்டிருந்த தலைவரை மீண்டும் தோந்தெடுக்கலாமா என்ற கேள்வி திட்டக் குழுவில் விவாதிக்கப்பட்டபோது, கிட்டத்தட்ட எல்லாருமே ஆமோதித்து விட்டனர். ஆயினும் ஒரு சிலர் உள்ளூரத் தயங்குவதை அடிகளார் கவனித்துவிட்டார். முடிவெடுப்பது மறுகூட்டத்துக்குத் தள்ளிவைக்கப்பட்டது. ஊரின் முக்கிய மானவர்களிடம் பேசி, தயக்கத்தின் காரணத்தைக் கண்டறிந்தார் அடிகளார். ஊராட்சி மன்றத் தலைவர் தன் பதவிக்காலத்தில் சில தவறுகள் செய்திருக்கின்றார். சிறு தவறுகள்தான். ஆயினும் அடிகளார் ஊராட்சித் தலைவரை அழைத்து, அது பற்றிப் பேசினார். மறுகூட்டத்தில், ஊராட்சி மன்றத் தலைவர் தான் செய்த தவறுகளை ஒப்புக் கொண்டதோடு, இனி அவ்வாறு செய்ய மாட் டேன் என்றும் உறுதியளித்தார். அதன்பேரில் அவர் திரும்பவும் ஊராட்சி மன்றத் தலைவராகத் தேர்ந்தெடுக்கப் பட்டார். நிஜமான மக்கள் ஜனநாயகம் என்பது என்ன என்பதை நடை முறைப்படுத்திக் காட்டுகிறார். அடிகளார்.

இது மட்டுமல்ல. சட்டமன்ற, பாராளுமன்றத் தேர்தல்களிலும் தலையிடுகிறது திட்டக்குழு. ஊருக்குள் சொந்த முறையில் பணம் செலவழித்து அரசியல் கூட்டம் போட்டுப் பிரச்சாரம் செய்ய திட்டக் குழு யாரையும் அனுமதிப்பதில்லை. திட்டக் குழுவே ஒரு மேடை அமைக்கிறது. ஒலிபெருக்கி, விளக்கு, விளம்பரம் சம்மந்தமாக எல்லாப் பொறுப்புகளையும், அதுவே ஏற்றுக்கொள்ளுகிறது. அரசியல் கட்சிகளும், வேட்பாளர்களும் அதைப் பயன்படுத்திப் பிரச்சாரம் செய்து கொள்ள அனுமதிக்கப்படுகிறார்கள்.

1989-ல் மறுபடியும் முதல்வரான கருணாநிதி, மலிவு விலை மதுத் திட்டத்தை நாட்டில் அமுல்படுத்தினார். அதன்படி, குன்றக்குடியிலும் மலிவு விலை மதுக்கடை ஒன்று தொடங்கப்பட்டது. அடிகளார் இதைத் திட்டக் குழுவின் முன் வைத்தார். இது கூடாது என்று தீர்மானித்தது திட்டக் குழு. ஊராட்சி மன்றமும் அவ்வாறே தீர்மானம் போட்டது. அரசு இதை மீறி மதுக்கடையைத் திணித்தது. அடிகளார் ஊராட்சி மன்றத் தலைவர் என்ற நிலையில் உயர்நீதி மன்றத்தில் வழக்குத் தொடுத்து, தடை ஆணை பெற்று மலிவு மதுவைக் குன்றக்குடி ஊராட்சி எல்லைக்குள் நுழைய விடாமல் துரத்தியடித்தார்.

குன்றக்குடித் திட்டத்தின் வெற்றிக்கு மற்றொரு காரணம் சிக்ரி விஞ்ஞானிகள்.[109] தியாகத் திருஉருவங்கள் அவர்கள். சிக்ரியில் தங்கள் முழு நேரப் பணியையும் செய்தபின், தங்களுக்குள்ள ஓய்வு நேரத்தையே திட்டக்குழுப் பணிகளுக்குப் பயன்படுத்துகிறார்கள். உலகம் போற்றும் விஞ்ஞானிகள் அவர்கள். ஆனால், குன்றக்குடித் திட்டக்குழுப் பணிகளுக்காகப் பயணம் செய்யும்போது, சாதாரண பேருந்திலோ, ரயில் எனில் இரண்டாம் வகுப்பிலோதான் பயணம் செய்வது என தங்களுக்குத் தாங்களே சுய கட்டுப்பாடு விதித்துக் கொண்டிருக்கிறார்கள். விலை மதிக்க முடியாத தங்கள் விஞ்ஞானப் பணிக்கு அவர்கள் திட்டக் குழுவிடம் எந்த விலையும் வாங்கவில்லை. 1984-முதல் இவர்கள் தங்கள்

சேவையை மேலும் ஒழுங்குபடுத்துவதற்காகக் "கிராமிய விஞ்ஞானக் குழு" என்ற அமைப்பை ஏற்படுத்தியிருக்கிறார்கள். அதில் அவர்கள் தங்களை 7 உப குழுக்களாகப் பிரித்துக்கொண்டு, சமூகப் பிரச்சனைகள் எல்லாவற்றுக்கும் விஞ்ஞான-தொழில் நுட்ப வழிகாட்டுதல் தருகிறார்கள். குன்றக்குடி பொட்டாசியம் குளோரேட் தொழிற்சாலை, அமில பாட்டரி தொழிற்சாலை, அலுமினியப் பொருள் தொழிற்சாலை, பெயிண்டுத் தொழிற்சாலை, மின்னியல் தொழிற்சாலை போன்ற பல தொழிற்சாலைகள் இவர்களின் அருட்கொடைகளே. ஆம் விஞ்ஞானமும் மெய்ஞ்ஞானமும் ஒன்றுகலந்து வாழ்வை வளப்படுத்துகின்றன.

குன்றக்குடித் திட்டத்தின் வெற்றிக்குரிய இன்னொரு முக்கிய அம்சம் அரசு அலுவலர்களின் ஒத்துழைப்பு. வங்கிகள் அடிகளாரின் திட்டங்களுக்கு முழு ஒத்துழைப்புத் தருகின்றன. போட்ட முதல் பொது நன்மைக்குப் பயன்படுகிறது, பருவந்தவறாமல் திரும்பச் செலுத்தப்படுகிறது கடன் கொடுப்பதற்கு அவர்களுக்கென்ன கஷ்டம்? இதேபோல்தான் இதர மாநில மத்திய அரசு அலுவலர்களும். குன்றக்குடிக்கு வருவதற்கு முன்னால் எப்படி இருந்தார்களோ தெரியாது, ஆனால் குன்றக்குடிக்கு வந்த பிறகு அவர்கள் எந்தக் குறையுமின்றிப் பணியாற்றுகிறார்கள்.[110] குன்றக்குடித் திட்ட நாயகனின் ஆன்மிக ஆற்றலுக்கு இதைவிடச் சிறந்த எடுத்துக்காட்டு என்ன வேண்டும்?

அடிகளார் இந்த அளவோடு திருப்தியடையவில்லை. கிராமத் திட்டக் குழு போலவே மாவட்ட அளவிலான திட்டக்குழு ஏற்படுத்தி, மாவட்ட வளர்ச்சியை-மக்கள் சார்ந்த வளர்ச்சியை-ஜனநாயகபூர்வமான வளர்ச்சியை-பசும்பொன் முத்துராமலிங்கனார் மாவட்டத்திலும், **ராமநாதபுரம்** மாவட்டத்திலும் ஏற்படுத்த முயற்சித்துக் கொண்டிருக்கிறார். இது வெற்றி பெறுமானால், பாரதியும், பாரதிதாசனும், ஜீவாவும் கனவு கண்ட ஒப்பற்ற சமுதாயமாக நம் சமுதாயம் மாறும் என்பதில் சந்தேகமில்லை.

இந்த அற்புதத் திட்டத்தை—அடிப்படை ஜனநாயகத்தை வலிமைப்படுத்தி, எல்லாரும் வாழ வழிவகுக்கும் திட்டத்தை—ஆய்வு செய்த மத்திய அரசு, இந்திய கிராமப்புற வளர்ச்சிக்கு இதுவே சிறந்த வழி என்று முடிவு செய்து, தேசத்தின் பல பாகங்களுக்கும் இதை விரிவுபடுத்த முயற்சி செய்து கொண்டிருக்கின்றது. மத்திய திட்டக் குழுவே இதற்காக முழு முனைப்புடன் செயல்பட்டுக் கொண்டிருக்கிறது. "குன்றக்குடி மாதிரித் திட்டம்" என்றே இதற்குப் பெயரிட்டுப் பிரபலப்படுத்தி வருகின்றது.

இந்தப் பணிகளில் அடிகளாருக்கு மிகுந்த மன நிறைவு ஏற்பட்டுள்ளது. அவர் சொல்லுகிறார் "குன்றக்குடியைப் போல் நூற்றுக்கணக்கான கிராமங்களைத் தன்னிறைவுடைய கிராமங்களாக நாடு முழுவதும் காணவேண்டும். நாட்டை நலிவுறச் செய்யும் வறுமையை எதிர்த்துப் போராடுவதே இனி நமது வாழ்க்கைப் பணி. சாதி மதச் சண்டைகளால் சமூக உறவுகள் பாதிக்கப்பட்டு, கிராமங்கள் ஒளி இழந்து போகாமல் பாதுகாத்து வளர்ப்பதே நம் பணி. சமய அடிப்படையில், எல்லாருக்கும் எல்லாம் கிடைக்கும். ஒரு சமுதாயத்தை அமைத்து, சமயம் வாழ்க்கைக்குப் பயன்படும் என்பதை வரலாற்று ரீதியாக நிலைநாட்டுவதே இன்றுள்ள முதல் பணி. வெற்றுச் சடங்குகளில் மூழ்கிக்கிடக்கும் சமுதாயத்தை மீட்டு, அறிவில் தெளிவும், ஞானமும் பெறச் செய்யவேண்டும்."

"பகுத்துண்டு பல்லுயிர் ஓம்புதல் நூலோர் தொகுத்தவற்றுள் எல்லாம் தலை" என்றான் வள்ளுவப் பேராசான். கூட்டுறவின் மூலம் சமூக நலம் பேணலை அவன் இதன் மூலம் வற்புறுத்து கின்றான். அது தலையாய அறம் என்பதோடு அவன் நிற்கவில்லை. தன் காலம் வரை பேரறிஞர்களாகிய நூலோர் தொகுத்த அறங்களிலெல்லாம் தலையாய அறம் அதுதான் என்கிறான்.

இந்தச் செய்தியை எங்கே வைக்கிறான்? கொல்லாமை என்னும் அதிகாரத்தில்! அப்படியானால் கொல்லாமை—

186

உயிர்களிடம் அன்பு - என்பவைகளுக்கு வள்ளுவன் தரும் விளக்கம் என்ன? பகுத்துண்டு பல்லுயிர் ஓம்புதலே! இதுவே சிறந்த அறம், உயர்ந்த அறம், நூலோர் தொகுத்தவற்றுளெல்லாம் தலையாய அறம்!

இந்தப் பேரறத்தை, மனித அன்பின் வடிவமான மணிமேகலை தன் அட்சய பாத்திரத்தின் மூலமாகச் செய்வதாக விவரிக்கிறார் சீத்தலைச் சாத்தனார்.

வள்ளலார் வாழும் மனிதர். அட்சய பாத்திரம் அவரிடம் இல்லை. "பசியினால் வருந்துபவர்களைத் தேசம், சமயம், சாதி, செய்கை முதலானவைகளைப்போதித்து விசாரியாமல், எல்லாச் சீவர்களிடத்தும் கடவுள் விளக்கம் பொதுவாக விளங்குவதை அறிந்து, பொதுவாகப் புரிந்து, அவர்கள் பசியைப் போக்குவதே சீவகாருண்யம்" என்ற கொள்கையுடைய அவர் வடலூரில் சீவகாருண்ய இயக்கம் தொடங்குகிறார். அணையா அடுப்பொன்றை அங்கு மூட்டுகிறார். பசித்து வரும் ஏழைகளுக்கு எந்த நேரமும் சமைத்து உணவு ஊட்ட அந்த அடுப்பு அவரால் அங்கு மூட்டப்பட்டது. பசிக்குப் போட்டியாக - அதனை அவிக்க ராமலிங்கர் மூட்டிய அந்த அணையா விறகடுப்பின் தீயையே அவர் துவக்கிய "ஜோதி வழிபாடும்" குறித்தது என்றே நமக்குப்படுகிறது[111].

ஆக வள்ளலாரும் பசித்தவனுக்கு உணவளித்தலையே பரமன் தொண்டாகக் கண்டார்.

"உணவு! உணவு! இவ்வுலகத்தில் எனக்கு உணவளிக்காமல் விண்ணுலகில் நிலையான பேரின்பத்தையளிக்கும் கடவுளை நான் நம்பவில்லை. ஆஹா, இந்தியா உயர்வுற வேண்டும். ஏழைகளுக்கு உணவளிக்க வேண்டும், கல்வி பரப்பப்பட வேண்டும், புரோகிதர்களின் ஆதிக்கத் தீமை அகற்றப்பட வேண்டும். ஒவ்வொருவருக்கும் நிறைய உணவு..." என்று கொதித்துக் குமுறினான் துவராடையில் திரிந்த புரட்சிவேள் விவேகானந்தன்.

பசித்தவன் முன் ரொட்டி வடிவிலேயே இறைவன் காட்சியளிக்கிறான் என்றார் நம் தேசப்பிதா.

பாரத சமுதாயம் என்ற முத்தாய்ப்புப் பாடலில்,

இனியொரு விதி செய்வோம் –அதை
எந்த நாளும் காப்போம்
தனியொருவனுக் குணவிலையெனில்
ஜகத்தினை அழித்திடுவோம்.

என்று எட்டுத் திக்கும் அதிர முழங்கினான் பாரதி.

இவர்கள் கண்ட பசியற்ற - எல்லாரும் - எல்லாமும் பெறுகின்ற கனவை நடைமுறைப்படுத்தும் முயற்சியில் ஒரு பெருஞ்செயல் செய்பவராக ஒளிவீசுகிறார் அடிகளார்.

"குன்றக்குடியில் பல மடங்கள் உள்ளன. அவை குறிப்பிட்ட நாட்களில் வடித்துப்போடும் சோறு குன்றுபோல் குவிந்து கிடக்கும். அந்தச் சோற்றுக்காக ஒரு காலத்தில் ஜனங்கள் மொய்த்துப் பசித்துக் கிடப்பார்கள். கிடைக்கும் சோற்றையெல்லாம் கைகளிலிருக்கும் வட்டிலில் சேகரிப்பார்கள். மேலும் போடமாட்டார்களா என்று ஏங்குவார்கள்

ஆனால் இன்று நிலைமை மாறிவிட்டது. கூப்பிட்டால் விருந்தினராக மட்டுமே வருகிறார்கள். இந்த மாற்றங்களுக்குக் காரணம் என்ன? ""அடிகளாரின் பொருளாதாரத் தொண்டு"" என்ற மரு. பரமகுருவின் கூற்று எவ்வளவு ஆழ்ந்த பொருளுடையது!

மீன் கொடுப்பதைவிட மீன் பிடிக்கக் கற்றுக் கொடுப்பது சிறந்தது என்பது ஒரு சீனப் பழமொழி. அடிகளார் சோறு போடவில்லை. அதைக் தேடக் கற்றுக் கொடுக்கிறார். அந்தத் தேடுதலின் வழியே அவன் வாழ்வாங்கு வாழவும் கற்றுக் கொடுக்கிறார்.

குன்றக்குடியில் பொதுமை மலருமானால், இறைநெறியின் அடிப்படையிலேயே பொதுமைச் சமுதாயம் அமைக்க முடியும் என்ற நம்பிக்கையை நானிலம் பெறும். இஃது இந்தியச் சமுதாயத்தின் வரலாற்றில் ஒரு திருப்புமுனையாக அமையும். வேலோடு நின்றான் பொது வேலைகள் பல தந்து - மயில் மலையுடைய அண்ணல் மக்கட்பணிகள் பலவற்றைத் தந்து - செய்யச் செய்து, புதிய வரலாற்றை -பொதுமை தழுவிய வரலாற்றை - எழுதும் வாய்ப்பை வழங்க வேண்டும்[112], என 1979ல் இத்திட்டம் தொடங்கப்பட்ட காலத்தில் - எழுதினார் அடிகளார். அந்த வரலாற்றை எழுதும் வாய்ப்பு கிடைத்திருக்கிறது. அடிகளாருக்கு மட்டுமல்ல, இந்திய அரசுக்கும் கிடைத்திருக்கிறது!

முடிவுரை

அடிகளார் ஒரு சமயவாதி. ஆனால் அவர் ஒருபோதும் உலகையும், வாழ்வையும், வெறுத்தவர் அல்லர். பொய்யென்று பழித்தவருமல்லர். உலக வாழ்வை மதிப்பவர். நிஜமென்று அதையும் துதிப்பவர்.

இந்த வாழ்வைப் புறக்கணித்து, மேலுலகுக்கு அவர் வழி தேடியதுமில்லை - காட்டியதுமில்லை. அவர் உணர்வில் சுரந்து, அறிவில் நிரம்பி, செயலில் வழிந்தோடுவது, இந்த உலகை வாழ்வாங்கு வாழுமாறு ஒழுங்குபடுத்துதல் என்ற ஒற்றை லட்சியமே.

தெய்வ ஆற்றலை நம்பியவர். மனித ஆற்றல் ததும்பியவர். மனித ஆற்றலை நெறிப்படுத்தி, வாழ்வை வளப்படுத்தி, அதைத் தெய்வீகமாக்கும் திரு உழைப்பையே தவமாகக் கொண்டவர் - புதிய தவநெறி கண்டவர்.

சைவத்தில் ஈடுபாடு உள்ளவர். சிவமே முதற்பொருள் என்பவர். ஆனால் வண்ணத்தாலோ - வடிவத்தாலோ, வார்த்தையாலோ - ஓசையாலோ, சிவத்துக்கு வரம்பு கட்டாதவர். சிந்தனையைக் குறுக வெட்டாதவர்.

சிவமே எங்கும் - சிவமே யாவும் - என்ற பிரபஞ்சச் சிந்தனையாளர். சின்னங்கள் - சடங்குகளின் வேறுபாடுகள், சாரத்தைச் சார்வதில்லை என்று, சர்வ சமய சகோதரத்துவ நிலையில் வாழ்பவர் - அதன்வழி உயிர்களை ஆள்பவர்.

சமயங்களிலெல்லாம் ஊடுருவி நிற்கும் பரம்பொருளைத் தேடிடும் நற்றவர். அந்த பரம்பொருளே இப்புவி மக்கள் எனும் விசுவரூப தரிசனம் பெற்றவர். அந்தத் தரிசன வழியில் உலகை மாற்ற வழி கற்றவர் வெற்றி பெற்றவர்.

தீண்டாமையைத் தீண்டாதவர். சாதியை வேண்டாதவர். எல்லாரும் இந்நாட்டு மன்னர் எனும் அருள்நெறியைத் தாண்டாதவர்.

அடக்கி, ஒடுக்கி, நசுக்கப்பட்டோரைத் தூக்கிவிடுபவர்--துயர்போக்கி விடுபவர் -மனிதராக்கி விடுபவர்.

அருளாசி வழங்க வேண்டிய ஆத்திகச் செம்மல் அவர். ஆனால் அருளாசியோடு நிற்பதில்லை. ஆதிக்கத்தை-அடக்குமுறையை- எதிர்த்து ஆண்மையோடு போரிடும் அருள் மறவர்.

ஆசைகளைத் துறக்கக் கற்றுத் தரவில்லை அவர். ஆசைப்படக் கற்றுத் தருகிறார். ஆசைகள் அமுதமாகும்படி-அமர வாழ்வு புவியிலாகும்படி -வாழக் கற்றுத் தருகிறார்.

பெண்ணை மாயமென்றது பழைய சமயம். அடிகளாரோ பெண்ணை வாழ்வின் செம்பாதியாகக் காணுகின்றார். பெண்மையைப் பேணுகின்றார்.

சமயவாதி அவர். ஆனால் சமய வழிப்பட்ட அன்பைவிட, இனவழி அன்பையே போற்றுகின்றார். இன வளர்ச்சிகள் தேசிய வளர்ச்சியாகிட தேச வளர்ச்சிகள் உலக வளர்ச்சியாகிட- இந்த வளர்ச்சிப் போக்கில் சாதி, சமய வெறிகள் போயிட உலகம் நன்றாயிடும் என்கிறார்.

தாய்மொழி வழியேதான் தழைக்கும் வையகம் என்று, தமிழ் வழியே சொல்லுகின்றார். தம்மொழி தாக்கும் தாய்மொழிப் பகைவரை எதிர்த்துச் செல்லுகிறார்-போரில் வெல்லுகிறார்.

திணிப்பை எதிர்ப்பவர் அவர். "தாய்ப் பிறன் கைபடச் சகிப்பானாகி -நாயென வாழ்வோன் நமரில் இங்கு உளனோ?" என்று கேட்டானே பாரதி .- அது நாட்டுக்கு மட்டுமல்ல-பண்பாட்டுக்குந்தான் எனக் காட்டுகின்றார்-வீரம் ஊட்டுகின்றார்.

கடவுள் நம்பிக்கையாளர் அவர். அந்தக் கடவுள் நம்பிக்கை வழியிலேயே ஈரோட்டுத் தாடிக்கும், ஜெர்மன் தாடிக்கும் தோழரானார். இந்தத் தாடிகளின் கூட்டு, விண்ணை மண்ணில் விளையாட விடுகிறது. மண்ணே விண்ணாய் உருமாறி வருகிறது.

தமிழா,

ஜாதி கடந்து, சமய வேலி கடந்து, உனக்குப் புதிய பாதை துலங்கி வருகிறது. பொதுமை ஞானம் விளங்கி வருகிறது.

இனி,

வேறுபாடுகளை ஒதுக்கி, பொதுமைக் கூறுபாடுகளைப் புதுக்கி; கூட்டாகப் போராட உனக்குத் துணிச்சல் பொங்கும் - பகைமைக் குடைச்சல் மங்கும்.

உசத்தி நானா நீயா என்ற பகைமைச் சிந்தனை தளரும். வா, உன்னிடம் உள்ளதையும், என்னிடம் உள்ளதையும் சேர்த்து - உலகுக்கு என்ன கொடுக்கலாம் சொல்லு - என்ற கூட்டுச் சிந்தனை வளரும்.

இந்த ஜனநாயகப் பண்பு இருபதாம் நூற்றாண்டின் இணையற்ற அறம் செழித்து ஓங்கும்- பழைய முறம் இளித்து ஏங்கும்.

அடிகளாரின் பாதை எதுவும் முற்றுப் பெறவில்லைதான். முற்றுப் பெறும் பாதை எதுவும் அவர் திறந்து வைக்கவில்லையே!

ஆனால்,

முற்போக்குச் சிந்தனையுள்ள சமூகம் காலங்காலமாய்ச் செல்ல வேண்டிய பாதை இதுவே. மனித குல வளர்ச்சிக்கு என்றென்றும் தேவையான பாதை இதுவே. மனித குலத்தோடேயே என்றென்றும் வளர்ந்து போகும் பாதையும் இதுவே.

தமிழா

அச்சமில்லை

தெளிவான பாதை இது.

துன்பமில்லாத

ஏற்றத்தாழ்வில்லாத

ஆதிக்கமும் அடிமைத்தனமுமில்லாத சுதந்திரம் அதன் முழுப் பொருளில் துவங்குகின்ற ஒவ்வொருவனுக்கும் எல்லாமும் என்கின்ற பொன்னுலகம் மென்மேலும் துலங்கும்.

வா,

புதியதோர் உலகம் செய்வோம்-கெட்ட

போரிடும் உலகை வேரொடு சாய்ப்போம்.

வாழிய தமிழர்

வாழிய பாரதம்

வாழிய உலகெனும் ஒரு பெருங்குடும்பம்.

பின்னுரை

அடிகளாரைப்பற்றி நான் நூல் எழுதத் தொடங்கியதும், என்னிடம் கேட்கப்பட்ட முதல் கேள்வி: நீ ஒரு கம்யூனிஸ்ட்- மார்க்சிய சித்தாந்தத்தில் நம்பிக்கை உள்ளவன் -ஒரு நாத்திகன். அப்படி இருக்க ஆத்திகத்தில் நம்பிக்கையுள்ள - கருத்து முதல்வாதக் கண்ணோட்டமுள்ள - அடிகளாரைப் பற்றி எழுதலாமா? இது மார்க்சிய மூல ஆசிரியர்களின் கருத்துக்கு விரோதம் அல்லவா? மார்க்சு மத்தைப் பற்றி என்ன சொன்னார்" "மதம் ஒடுக்கப்பட்ட பலவீனர்களின் பெருமூச்சு. இதயமற்ற உலகின் இதயம். ஆன்மிகமற்ற சூழ்நிலைகளின் ஆன்மா. மக்களின் அபின், என்றல்லவா சொன்றார்[113]. மக்களின் அன்றாட வாழ்வைக் கட்டுப்படுத்துகின்ற புறவயமான சக்திகள், மக்கள் மனதில் உருவாக்குகின்ற வினோதமான பிரதி பிம்பங்களே மதம்?[114] என்றல்லவா ஏங்கல்ஸ் குறிப்பிடுகிறார்.

எந்த மதமாயினும் சரி - விண்ணுலகம், அவ்வுலகத்தைச் சார்ந்த சக்திகள் ஆகியவை பற்றிய நம்பிக்கைதானே மதத்தின் முதுகெலும்பு? இவ்வாறு மத உணர்வு இரு உலகை படைக்க வில்லையா? மதத்தின் கற்பனை உலகம் புற உலக எதார்த்தத்தின் மீது - அதற்கு மேலே பொய்யாகக் கட் டப்படவில்லையா? அந்தக் கற்பனை உலகத்தின் ஆற்றல்களுக்கு, மனிதன் ஆட்படுத் நிலை உருவாக்கப்படவில்லையா? இது எதார்த்தத்தின் மீது மனிதனுக்குள்ள நம்பிக்கையைச் சிதைத்து ,மனிதனின் சுய படைப்பாற்றலைப் பலவீனப்படுத்தாதா? என்றெல்லாம் கேட்கின்றனர். இவர்கள் கேட்பதென்ன? எனக் குள்ளேயே இந்தக் கேள்விகளெல்லாம் முளைத்தது, முட்டி, மோதிக் கூச்சலிடத்தான் செய்தன.

ஆத்திகமும் நாத்திகமும் ஒன்றையொன்று எதிர்த்து அழிப்பவையல்லவா? இவை இரண்டும் ஒன்று சேரலாமா? சமரசம் பண்ணலாமா? இந்தச் சமரசம் சாராம்சத்தில் நாத்திகத்தின் அழிவிலல்லவா முடியும்? மார்க்சிய மூலவர்கள்

நமக்கு என்ன கட்டளை இடுகிறார்கள்? ஆத்திகம் வெற்றி கொள்ளப்பட்டு, ஒழிக்கப்படவேண்டும்; ஆத்திகமும் நாத்திகமும் ஒன்றோடு ஒன்று சமரசம் பண்ணிக்கொள்ளக்கூடாது, என்றல்லவா அவர்கள் சொல்லுகிறார்கள். "மத எதிர்ப்புப் போராட்டம் வெறும் தத்துவார்த்தப் பிரச்சாரம் என்ற எல்லைக்குள் அடங்கி விடக்கூடாது, அல்லது அந்த அளவுக்குச் சுருங்கிவிடக்கூடாது... மத எதிர்ப்புப் போராட்டத்தின் இலட்சியம் மதத்தின் சமூக வேர்களை ஆணிவேர் பக்கவேர்-சல்லி வேரோடு - அகழ்ந்து எறிவதாக இருக்க வேண்டும்".[115] என்றல்லவோ லெனின் சொல்லுகின்றார். ஜீவாகூட இதைத்தானே வழிமொழிகின்றார்? அடிகளாரைப் பற்றி எழுதுவது இவர்கள் கூற்றை எதிர்த்து, ஆத்திகத்துக்கு ஆதரவு கொடுப்பது ஆகாதா? இதற்கு நீ உதவலாமா? என் கேள்விகளே என்னைத் தடுமாற வைத்தன.

ஆனால் எனக்குள்ளேயே இன்னொரு மனம். அது முதல் மனத்தை எதிர்த்து எதிர் கேள்விகளை அடுக்கிற்று.

விஞ்ஞானமும், தொழில் நுட்பமும் வளராதபோது, இயற்கையின் இயக்க விதிகளைக் கண்டுணராதபோது, அதன் பேராற்றல்களின் முன்னே மனிதன் சிற்றெறும்பாகச் சிறுத்துத் தோன்றியபோது, அவன் கையாலாகாதவனாகத் தத்தளித்தபோது, தன்னை வலிமைப்படுத்திக் கொள்ள, திருப்திப்படுத்திக்கொள்ள, வாழ்விலும், வருங்காலத்திலும் நம்பிக்கை வைத்துக்கொள்ள— மனிதன் உருவாக்கியதுதான் மதம்.

இயற்கையின் பகுதியாக மனிதன் வாழ்ந்த போது, அவன் தெய்வங்களும் இயற்கை சக்திகளாகவேயிருந்தன. தீயை வணங்கினான். நீரை வணங்கினான். மழையை வணங்கினான். இடியை வணங்கினான். கூட்டம் வளர்ந்து, சமூகம் ஒருவான போது, அதன் தலைவியான தாயை வணங்கினான். மனித குலத்தைப் பெற்றுத்தரும் புணர்ச்சியை வணங்கினான். பின்

அரசுகள் தோன்ற, அவற்றின் சாயலில் வானுலகையும், வல்லமையுள்ள தெய்வங்களையும் உருவாக்கினான். புதிய புதிய மனித மதிப்புகள் மனிதனை ஆட்சி செய்தபோது, அந்த மதிப்புகளையே உருவமாக்கி வழிபட்டான். மனிதனை ஒன்றுபடுத்திய பெருங்கருத்துக்கள் தத்துவங்களாயின. அவற்றை விளக்கக் கலைகளும் இலக்கியங்களும் தோன்றின. இவ்வாறு கால வளர்சிக்குத் தக்கவாறு மனித மதிப்புகள் என்னும் உள்ளகங்களும் - அல்லது மனித குல இணைப்புச் சிந்தனைகளும் அவற்றைப் போர்த்தும் மதப் போர்வைகளும் தோன்றின, வளர்த்தன. கால மாறுதலுக்குத் தக்கவாறு மாறின. மாறிக் கொண்டேயிருக்கின்றன.

இந்த மதம் பிற்போக்கா? வரலாறு என்ன சொல்லுகிறது? சிந்துநதி தீரங்களின் விவசாய வாழ்வோடு வேலைப் பிரிவினகைளும் சாதிப் பிரிவினைகளும் தோன்றின. இந்து மதத்தின் ஆதி முளை இது. அன்றைய ஆன்மிக வாழ்விலும் இது பிரதிபலித்தது. மத்திய ஆசியாவிலிருந்து மாடு மேய்த்தபடி, ஒற்றைக் குலமாக, "அதுவே நீயாகிறாய்" என்ற உயர்ந்த ஆன்மிக கோஷத்தோடு, கங்கைச் சமவெளியில் குடியேறிய ஆரியரைச் சிந்து சமவெளியின் இந்த வருணப் பிரிவினை பாதிக்கவில்லையா? இந்தப் பாதிப்பு அவர்களின் பிரம்மத்துக்கு நான்கு கருப்பைகளை உருவாக்க, இந்தக் கற்பனைக் கருப்பைகள், கடக்க முடியாத வருணப் பிரிவில் மக்களை அமுக்கவில்லையா? உடலால் உழைப்போருக்கு ஆன்மா இல்லை, மேலுலகமும் இல்லை என்ற கொடிய நிலைக்கு இப் பிரிவினைகள் இறுகிக் கெட்டித்தட்டிப் போனபோது, நான் முகனையே மறுதலித்து, நாத்திகம் பேசி, பிரிவினையை உடைத்து, பௌத்தம் புரட்சி செய்யவில்லையா? இதே பௌத்தம், ஆசைதான் பிறவிக்குக் காரணம், பிறவியைக் கடக்க ஆசையைத் துற என்று, தன்னையே காயடித்துக் கொண்டு, நடைமுறையில் அப்போது ஏகபோகமாக வளர்ந்திருந்த கடல்வாணிப வர்க்க சமுதாயத்தை ஆதரித்ததே, அப்போது தெய்வங்களே அம்மணமாகிப் போனதில்லையா? இந்த அம்மண

ஆதிக்கத்துக்கு எதிராக, சுரண்டப்பட்ட விவசாயிகள் கிளர்ந்தெழுந்தபோது, அவர்களை வழி நடத்திய வைதிகர்கள் திரும்பவும் ஆட்சியைக் கைப்பற்றவில்லையா? வைதீக மதத்திற்கு அன்னியமான துறவு வாழ்க்கையும், காய்கறி உணவும் வைதீக மதத்தினுள் புகுந்து, மாயத் தத்துவத்தைத் தோற்றுவிக்க வில்லையா? இந்த மாயத்தத்துவத்தின் ஆதிக்கத்தில் ஏழைக் குடியானவர்களும் கைவினைஞர்களும் நசுங்கி, ஊருக்கு ஒதுக்குப் புறத்தில் மிருகங்களோடு மிருகங்களாகச் சிதைத்தபோது, துருக்கியப் போர் வீரர்களோடு குதிரை ஏற வந்த அல்லா அவர்களுக்கும் அபயம் அளித்து, வாழ்வு தரவில்லையா? ஆன்மா இல்லாதவர்கள் - தீண்டத்தகாதவர்கள் - மதம் சேகரித்த ஞானத்தேன் குடங்கள் இவர்கள் பார்வை பட்டாலும் தீட்டு ஆகிவிடும் -என்று உழைப்பாளிகளை ஒதுக்கி வைத்து -இவர்கள் மார்பை மூடுவது கூட மதவிரோதமானது தங்கம் அணிந்து கொள்வது தருமத்தை நிந்திப்பது -என்றெல்லாம் கூறி, நிந்தித்த சனாதனச் சண்டாளர்கள் வெட்கித் தலைகுனியும்படியாக, நீங்களும் ஆண்டவன் குழந்தைகள், நாம் எல்லாரும் சமமானவர்கள், பூமியில் உள்ள சகலமும் நம் அனைவருக்கும் பொதுவானது, வருத்தப்பட்டுப் பாரம் சுமப்போரே வாருங்கள். உங்களுக்கு ஏசு இளைப்பாறுதல் தருவார், கோயில் தருவார், வேதமும் தருவார் என்று கைதூக்கி விடவில்லையா கிருஸ்தவம்? வாடிய பயிரைக் கண்டபோதெல்லாம் வெதும்பி வாடி, பசித்த வயிற்றுக்குச் சோறிட்டு, அவர்கள் சிரிப்பிலே இறைவனைக் கண்டு, சமயப் போர் தவிர்க்க சமரச ஞசன்மார்க்க சமயம் கண்ட வள்ளலாரின் வழி பிற்போக்கா?

'தாழ்க்கிடப்பாரைத் தற்காப்பதே தருமம்'

அதற்காகவே நான் அவதரித்தேன்!

"இனி சேத்திரம் ஒன்று - திருவிளக்கு ஒன்றாகும். சாத்திரவேத சமயம் ஒன்றாய் நின்றிலங்கும் .... ஆயும் கலைத்தமிழும் அறிவும் ஒன்றுபோல் பரவும்' என்று" அன்பு நெறிகண்டு தென்கோடித் தமிழர்களுக்கு விடுதலை அளித்தாரே

வைகுண்ட சுவாமி, அது பிற்போக்கா? 'ஒரு சாதி - ஒரு மதம்' என்ற கோஷத்தோடு, கேரளத்தில் புதிய சமத்துவநெறி உண்டாக்கினாரே மகான் நாராயண குரு - அது பிற்போக்கா?

'நவ பாரதமானது உழவன் குடிசையிலிருந்து ஏர் பிடித்து வெளிவரும் மீனவர், சக்கிலியர், தோட்டி - இவர்களின் குடிசைகளிலிருந்து நவபாரதம் வெளித் தோன்றும்' என்று கர்ஜித்தாரே வங்கத்துப் புரட்சிச் சிங்கம் சுவாமி விவேகானந்தர், அது பிற்போக்கா?

சொல்லலாம்: மதங்களெல்லாம் தொடங்கிய காலத்தில் மக்கள் பக்கமே நின்றன. மனித நேயத்தையே பரப்பின. ஆனால் அவை நிறுவனமாக உறுதிப்பட்ட பின், சுரண்டும் வர்க்கத்தையே சார்ந்தன. ஆகவே அவை பிற்போக்கு என்று இன்று மதத்துக்கு மட்டுந்தான் இது பொருந்துமா? இது பொது விதி என்பதைக் காலம் நிருபித்து விடவில்லையா? இயக்கமாக இருந்தவரை முற்போக்காக இருந்த சோசலிச இயக்கங்கள் கூட நிறுவனங்கள் ஆன பின் சார்புகளை மாற்றிக் கொண்டு சரிந்து விழ வில்லையா? மதம் மட்டுமா பிற்போக்கு ஆயிற்று?

இன்னும் ஒன்று. இந்தியாவில் தோன்றி வளர்ந்த ஆறு சமயங்களில் மூன்று நாத்திகமாயிற்றே! அவைகளை சேர்த்துத்தானே அறுசமயம் கணக்கிடபபட்டது. பாரம்பரிய இந்தியச் சிந்தனையில்கூட நாத்திகம் ஆத்திகம் இவற்றின் இயக்க இயல் ஒருமையாகத்தானே - ஆன்மிகம் காணப்பட்டது !

நடைமுறை வாழ்வின் துயரங்களுக்குள் நசுங்கி, வழி தெரியாமல் தடுமாறிப் போகும் மனிதன், நடைமுறைக்கும் தன் கற்பனைக்கும் இடையிலுள்ள இடைவெளியை நிரப்ப, சுய திருப்திக்காகப் படைத்துக் கொண்ட கற்பனையே சொர்க்கம் என்பதிலும், இந்தச் சொர்க்கத்தைத் தரும் கற்பனையே கடவுள் என்பதிலும் சந்தேகமே இல்லை. ஆனால் கற்பனைக்கும் நடைமுறைக்கும் இடையிலுள்ள இந்த இடைவெளி என்றாவது மறையுமா? மறைய முடியுமா? மனிதன் வளர வளர அவன்

சாதனைகள் பெருகப் பெருக - அவன் ஆசைகளும் அதற்கும் அதற்கும் அப்பால் வளர்ந்து கொண்டுதானே போகும்? ஆசைகள் என்றாவது முற்றுப் பெறுமா? வெகுதூரத்தில் படைக்கப்படும் ஆசைகளும், அவற்றைத் தேடி நடக்கும் முயற்சிகளும் தானே வாழ்க்கை. சாதனைகள் முன்னேற முன்னேற, ஆசைகளும் முன்னேறிக் கொண்டுதானே போகும்? ஆசைகளுக்கும் நிதர்சனங்களுக்கும் இடையேயுள்ள இடைவெளி என்றாவது மறையுமா? சுருங்கவாவது செய்யுமா? ஒரு நாளும் இல்லையே! பிரபஞ்சம் எவ்வளவு விசாலமானதோ அவ்வளவு விசாலமானது அல்லவா மனித மனம். ஆசைக்கும் வாய்ப்பிற்கும் இடையிலுள்ள இந்த நிரப்ப முடியாத -எப்போதும் நகர்ந்து கொண்டும், வளர்ந்து கொண்டும் இருக்கிற் இடைவெளியினை நிரப்பும் முயறசியில் தானே நாத்திகமும், ஆத்திகமும் தோன்றுகின்றன. இந்த இடைவெளியினை மூளையால் நிரப்ப முயற்சிப்பது நாத்திகம் என்றால், மனதால் நிரப்ப முயற்சிப்பது தானே ஆத்திகம். இந்த இரண்டுமே மனிதச் சிந்தனையின் இரு வேறு போக்குகள் அல்லவா? இரண்டுமே ஆன்மிகத்தின் இரு வேறு கூறுகள் அல்லவா? நாத்திகம் (விஞ்ஞானம்) எதார்த்தத்திலிருந்து எல்லையின்மையை நோக்கி வளர, ஆத்திகம் எல்லையின்மையிலிருந்து எதார்த்தத்தை நோக்கி இறங்கி வருகிறது அல்லவா? இரண்டுமே இடைவெளியைக் கற்பனையால்தானே இட்டு நிரப்புகின்றன. வருங்காலம் பற்றி மார்க்ஸ் என்ன சொன்னார்? "சுரண்டலற்ற -ஏற்றத்தாழ்வு அற்ற- அரசற்ற - பலாத்காரமற்ற - ஒரு கம்யூனிச சமுதாயம்" மலரப் போகிறது என்றாரே, என்று? சாதித்தது பழசாகிப் போவதும், அந்தச் சாதனைகளே புதிய சவால்களுக்கு விதைகளாகிப் போவதும்தானே வரலாறு ! இன்று -இந்த நிமிடம் நாம் வாழ்கிற வாழ்க்கை கிடைக்காதா என்று தானே நூறு ஆண்டுகளுக்குமுன் நாம் ஏங்கித் தவித்தோம். இன்று அதிருப்தியின் விளிம்பில் நின்று கொண்டு "சீ இதுவும் ஒரு வாழ்வா? உன்னத வாழ்வு இன்னும் வெகு தூரத்தில் இருக்கிறது," என்று ஏங்குகிறோமே அந்தத் தூரத்தை எட்டிப் பிடிக்கும் அன்று அதுவே சாதாரணமானதாகிப் போய்விடாதா? இன்றைய எதார்த்தம் சில

நூறு ஆண்டுகள் வரை நம் கற்பனைகள் வளர்வதற்கு இடம் தருகிறது. ஆனால் அங்கே போனாலுங்கூட, அந்த வாழ்வு அதற்கு அப்பால் புதிய கற்பனைகளைத் தோற்றுவிக்குமே? எனவே, இந்த இடைவெளியை இட்டு நிரப்புவதில் நாத்திகத்துக்கு எவ்வளவு பங்கு இருக்கிறதோ, அவ்வளவு பங்கு ஆத்திகத்துக்கும் இருக்கிறது அல்லவா? மனிதர்களுள், மூளையால் சிந்திப்பவரும் உண்டு, மனதால் சிந்திப்பவரும் உண்டு, அல்லவா!

மனித வாழ்வை ஒவ்வொரு கணத்திலும் திட்டமிட்டு, தெளிந்து, நகர்த்திக் கொண்டு போகும் வாய்ப்பு, மனித குலத்துக்கு என்றேனும் வருமா? தற்செயல் நிகழ்ச்சிகள், தவிர்க்க முடியாத நிகழ்ச்சிகள் ஆகிய இரண்டின் வளரும் சங்கிலிப் பின்னல்தானே வாழ்க்கை? இந்த இரண்டு கால்களால்தானே மனிதனும், குடும்பமும், ஊரும், தேசமும் நடக்கும். இதுதானே இயக்கத்தின் விதி. இதில் தற்செயலைத் தவிர்க்க விஞ்ஞானம் என்றாவது தெளிவாக வழி காட்டுமா? வழிகாட்ட முடியுமா? அப்படி முடியாதவரை மனிதனின் அதிர்ஷ்டம் பற்றிய நம்பிக்கையும், விதி பற்றிய நம்பிக்கையும், தனக்கு அப்பால் ஒரு தெய்வ சக்தி பற்றிய நம்பிக்கையும் ஒழியுமா? ஒழிக்க முடியுமா? கருணை பற்றிய நம்பிக்கையும், கடைக்கண் பற்றிய நம்பிக்கையும் ஒழியுமா? இவை ஒழியாத வரை, இவற்றின் தூய்மைப்படுத்தப்பட்ட விண்ணகத்துக்குத் தூக்கப்பட்ட - வடிவமாகிய மதத்தை அழிக்க முடியுமா?

எதிர்நிலைகளின் ஒற்றுமையும், போராட்டமும் தானே பிரபஞ்சத்தின் இயக்க விதி. ஆன்மிகத் துறையில் மட்டும் இதற்கு விதிவிலக்கா? ஆத்திகம் இன்றி நாத்திகம் தனித்து இயங்குமா? இயங்க முடியுமா? இரண்டின் ஒருமையிலும், எதிர் நிலையான போராட்டத்திலும் தானே ஆன்மிகச் சிந்தனை வளரும். நாத்திகம் என்பதே அறிவுக்குப் பொருந்தும் உயர் பண்புகளின் சாரம்தானே. ஆத்திகம் அதற்குப் பௌதீகக் குறிகளை - அடையாளங்களை - கற்பனையாக உருவாக்கியுள்ளது. இரண்டும் ஒன்றின் இரு கூறுகள் அல்லவா? எல்லையின்மையை எட்ட

200

ஆன்மிகம் இரண்டு வழிகளைக் கண்டுள்ளது. ஒன்றையொன்று அழிக்க எப்படி முடியும்? மாபெரும் விஞ்ஞானிகள் ஆத்திகர்களாக இருக்கிறார்கள். ஒன்றும் அறியாதவர்களும் நாத்திகர்களாக இருக்கிறார்கள். என்ன தெரிகிறது? இரண்டும் இரண்டு வகைச் சிந்தனைப் போக்குகளின் வெளிப்பாடுகள்- சிந்தனை முறையியல்கள் - அல்லவா? ஒன்றை வைத்துக் கொண்டு இன்னொன்றை அழிக்க முடியுமா?

பொருளா? ஆற்றலா? எது முதன்மை? பொருளே ஆற்றல், ஆற்றலே பொருள். ஆனாலும் இரண்டும் இரண்டு வடிவங்களல்லவா? சாரத்தில் தானே அவை ஒன்றாயுள்ளன. இதில் எதை முதன்மை என்பது?

முற்றிலும் உண்மை; மனிதனே கடவுளைப் படைத்தான். தன்னிலிருந்து படைத்தான். தன் பிம்பமாகப் படைத்தான். இல்லையென்றால் ஏசுநாதர் அங்கியோடும், முருகப் பெருமான் கோவணத்தோடும் படைக்கப்படுவாரா? ஆதி மனிதனின் அற்புதக் கண்டுபிடிப்புகள் தானே சிவ பெருமானின் திருவுருவம்! தோல் ஆடையும், காலத்தைக் கணிக்கும் பிறையும், ஆற்றை வெற்றி கண்டதன் அடையாளமான கங்கையும், அடக்கப்பட்ட நெருப்பின் குறியீடான தீச்சட்டியும், போக்குவரத்துக்குப் பழக்கப்பட்ட எருதும் தானே சிவபெருமானின் அடையாளங்கள். தமிழர்கள், ஐந்து நிலத்துக்கு ஐந்து தெய்வங்கள் கண்டார்கள் அல்லவா! ஆயிரத்து எட்டு மனைவிமார் உடைய கண்ணனும், "இப்பிறவியில் இனி ஒரு மாதரைச் சிந்தையாலும் தொடாத" இராமனும் வேறு என்ன? பூ மகள் கையில் மண்கொத்தியும், நாமகள் கையில் வீணையும், பிள்ளையார் கையில் எழுத்தாணியும், கருப்புசாமி கையில், கருக்கரிவாளும் ஏன் வந்தன? பஞ்சாமிர்தத்தை ஒரு சாமி விரும்ப, பச்சரிசிப் பாயசத்தை ஒரு சாமி விரும்ப, பன்றி ரத்தத்தை இன்னொரு சாமியும் -பட்டைச் சாராயத்தை இன்னும் ஒரு சாமியும் விரும்புகிறதே! அடிமைச் சிந்தனையால் படைக்கப்பட்ட சாமி சிலுவையிலேயே தொங்கிற்று இனக் குழுக் கலக்கங்களை ஒழிக்க அது உருவம் இல்லாத ஏகமாயிற்று.

அந்தணர்களின் சாமி மந்தகாசப் புன்னகை செய்ய, அடிமைச் சனங்களின் சாமி கொடூரமாக விழித்து நோக்குகிறது. மேலோர் சாமி அருள்பாலிக்க, கீழோர் சாமி பயங்காட்டி எச்சரிக்கிறது. அன்புக்கு ஒரு சாமி -அருளுக்கு ஒரு சாமீ! அறத்துக்கு ஒரு சாமி - மறத்துக்கு ஒரு சாமி! ஒரே சாமி கூட காலத்துக்குக் காலம் - சமூகத்துக்குச் சமூகம் -எந்த அளவு உருமாறிப் போகிறார் ஆக, என்ன தெரிகிறது? மனிதன் தனக்குத் தேவையான சாமியை - இறைவனை -பரம்பொருளை -தானே படைத்துக் கொள்கிறான் என்பது தானே!.

ஆனால் மனிதன் படைத்தவை வெறும் உருவங்கள் மட்டுமா? ஒவ்வொரு வடிவத்தினுள்ளும், அந்த அந்த மனிதனுக்குத் தேவையான மனிதப் பண்பு பிரதிஷ்டை செய்யப்படவில்லையா? மனிதன் தேடுகின்ற மதிப்புகளின் உன்னத வடிவங்களாகி விடவில்லையா அவை? அந்த உன்னதங்கள் இன்றி நிறைவுகாண இயலாதவர்கள் உலகில் எத்தனை கோடிப் பேர் இருக்கிறார்கள்? ஒவ்வொரு தெய்வமுமே - வினாயகனும் - வெங்கடாசலபதியும், அண்ணமார்சாமியும் - ஆத்தா மாரியும் அவரவர் மதிப்பின் பொதுக் குறியீடு அல்லவா? சூட்சுமக் கருத்தை மனதில் நிலை நிறுத்த முடியாதவர்களால் ஸ்தூல வடிவில் படைக்கப் பட்டவை தானே இவை.

அதனால்தானே கடவுள் இல்லாவிட்டால் ஒரு கடவுளை உருவாக்கிக் கொள்ள வேண்டும் என்றார் டாஸ்டாவ்ஸ்கி என்ற நாத்திகர். விஞ்ஞானச் சிந்தனையுள்ள நாம் இதனைப் புரிந்து கொள்ள வேண்டாமா?

தாங்கள் உருவாக்கிய தெய்வங்களின் மீது, மக்கள் காலங்காலமாக எவ்வளவு சிந்தனைகளை - உணர்ச்சிகளை - எப்படி எப்படியெல்லாம் சொரிந்து கொண்டிருக்கிறார்கள். காலங்காலமாக- வாழையடி வாழையாக - சொரியப்பட்ட இந்தச் சிந்தனைகளும் உணர்ச்சிகளும் தெய்வத்தைச் சுற்றி, சமூகத்தினுள்ளே பேராற்றலாய் பெருகிக் கிடக்கவில்லையா?

சமூகத்தினுள்ளே பேராற்றலாய் பெருகிக் கிடக்கவில்லையா? பெருகிக் கிடக்கும் இந்தப் பேராற்றலை -மனித குலத்தைப்பற்றிப் படர்ந்து, பௌதீக சக்தியாகச் காழ்ப்பேற்றித் தடித்து வளர்ந்து கிடக்கும் இந்தச் சக்தியை -நாம் எப்படிப் புறக்கணிக்க முடியும்?

இன்றைய மதம் என்பது என்ன? அது நாம் நினைப்பது போல வெறும் மந்திரச் சடங்குகள், மூட நம்பிக்கைகள் என்னும் ஒற்றைப் பரிமாணமுள்ளதுதானா? தன்னைச் சுற்றி ஒரு சமூகத்தை அமைத்துப் பேணுகிற இரண்டாம் பரிமாணமும்,சமூகத்தையும் இறைமையையும் இணைக்கின்ற - மனிதனையும் அவன் மதிப்புகளையும் இணைக்கின்ற- கலை இலக்கிய முயற்சிகள் என்னும் மூன்றாம் பரிமாணமும் கொண்டதல்லவா? இவை மூன்றையும் ஒழிக்க முடியுமா? காலங் காலமாக வந்தவை, புதிய காலத்துக்குப் பொருத்தமான புதிய வடிவம் எடுக்காதா?

மனிதன் தெய்வத்தின்முன் என்ன படைக்கிறான்? தன் ஏமாற்றத்தையும், ஏக்கத்தையுமா? அவன் நேசிக்கும் நறுமலர்கள், அவன் விரும்பும் உயரிய மணப்பொருள்கள், இனிய பழங்கள், வண்ணவண்ண ஆடைகள், விலைமிக்க அணிகள், இவற்றைத்தானே இறைவனுக்குப் படைக்கிறான். முளைப்பாரியைப் படைப்பதும், முட்டையைப் படைப்பதும் தெய்வத்தை மனிதனின் உறவினனாகக் காணும் நிலைதானே!

இந்த விவரங்களை அறிவு மூலம் புரிந்துகொண்டு, சமூக மதிப்புகளைத் தெளிந்து, அவற்றை அடையும் வழிகளையும் துணிந்து, தன்னை நெறிப்படுத்திக் கொள்ள முயலுகின்றான் நாத்திகன். ஆத்திகனுக்கு அவ்வாறு தன்னை நெறிப்படுத்திக் கொள்ள ஒரு குறி -ஒரு அடையாளம் - தேவைப்படுகின்றது. தேவைப்படுவதை மறுக்க முடியுமா? ஜனநாயக உலகில் இரண்டுக்கும் சம இடமல்லவா அளிக்கப்படவேண்டும்.

மூட நம்பிக்கை என்பது மத எல்லைக்கு அப்பால் இல்லவே

இல்லையா? ஆனானப்பட்ட வெள்ளைக்காரன் பதிமூன்றைக் கண்டு பயப்படுவதும், அதைப் பார்த்து இன்று நாகரிகம் பெற்ற நம்மில்கூட பலர் அஞ்சத் தொடங்கியிருப்பதும் மதத்துக்கு **வெளியேயுள்ள** மூடத்தனமல்லவா? எண் நம்பிக்கை மேற்கிலிருந்து கிழக்கே எவ்வளவு வேகமாக அலை வீசிப் பரவி வருகின்றது. பூனையும், எண்ணெய் வியாபாரியும், ஒற்றைப் பிராமணனும், விதவையும், தீய சகுனமாய்ப் போனதும், கழுதைச் சத்தமும், நரி **மூஞ்சியும்**, நல்லதாகப் போனதும், மத எல்லையைத் தாண்டிய குருட்டு நம்பிக்கை அல்லவா? குருட்டு நம்பிக்கைக்கு எதிரான போராட்டம் என்பது ஒரு பொதுப் போராட்டம்தானே? மதத்துக்குள்ளேயும், வெளியேயும் செய்யப்பட வேண்டியது தானே அது?

இது மனித மையச் சிந்தனை உலகமல்லவா! நம் **சிந்தனையும்** ஜனநாயகவயப்பட வேண்டாமா? தம்பி, நீ நாத்திகனாயிரு, அவன் ஆத்திகனாயிருக்கட்டும், குற்றமில்லை. உனக்கு உன் போலிருக்கவும் அவனுக்கு அவன் போலிருக்கவும் இங்கே சம உரிமையுண்டு. நீ உன் கருத்தை வலியுறுத்தவும், பிரச்சாரம் செய்யவும் உரிமையுள்ளது போலவே, தன் கருத்தை **வலியுறுத்தவும், பிரச்சாரம்** செய்யவும் **அவனுக்கும்** உரிமையுண்டு. ஆத்திகனாயிருப்பதும், நாத்திகனாயிருப்பதும் அவரவர் அனுபவத்தை, அறிவை, வாழ்க்கைக் கண்ணோட்டத்தை மனப்போக்குகளைப் பொறுத்தது. என்ன பிரச்சாரம் செய்தாலும், தெளிவடைந்த நாத்திகன் ஒருநாளும் ஆத்திகனாக மாட்டான். ஆத்திகனும் நாத்திகனாக மாட்டான். இருவேறு போக்குகள் இவை. அவ்வளவுதான். உயர்ந்தவன் நீ என்று நீ கருதுவதோ, நானே உயர்ந்தவன் என்று அவன் கருதுவதோ அறிவீனம். சமதர்மம் இதைத்தான் சொல்லுகிறது. சுத்தமான நாத்திகன் நான். ஆனால் உயர்ந்தது எது - ஆத்திகமா, நாத்திகமா என்று என்னைக் கேட்டால் நான் என்ன சொல்லுவேன்?

இரண்டுமே நல்லதுதான் மக்களுக்கு நன்மை தரும் வரையில் என்பேன்.

மனிதகுல சகோதரத்துவத்தைப் பேணும் வரையில்-மனித குலம் உருவாக்கி வளர்த்துள்ள மனித மதிப்புகளைப் பேணும் வரையில்- வாழ்வை வளப்படுத்தும் வரையில நம்பிக்கைகளுக்கும், முயற்சிகளுக்கும் ஊன்றுகோலாய் இருக்கும் வரையில் - ஆத்திகமோ, நாத்திகமோ இரண்டும் நல்லதே.

ஆனால், பொய்மையைப் பரப்பி, உண்மைகளை மாசுபடுத்தி வாழ்வை இருட்டாக்கி மனிதனைப் பிளவு படுத்தும் போது ஆத்திகம் தீது. மனித மதிப்புகளைப் புறக்கணித்து, உணர்ச்சிகளை நசுக்கி, வாழ்வை வறட்சியாககி, மனிதனை உலர வைத்துவிடும்போது நாத்திகமும் தீதே.

தம்பீ, ஆத்திகனோ நாத்திகனோ, மனிதனாயிரு. அதுதான் உனக்கும், எனக்கும், ஊருக்கும், உலகுக்கும் என்றென்றும் வேண்டியது.

அடிக் குறிப்புகள்

1. பேட்டி : திரு.தி.இராமலிங்கம் அவர்கள் (வயது 75) நடுத்திட்டு

2. பேட்டி : திரு.ந.சி.பாண்டுரங்கன் அவர்கள், நடுத்திட்டு

3. தஞ்சைத் தரணியில் கம்யூனிஸ்டுக் கட்சி, ஏ.வி.ராமசாமி, 1975. பக்கம் 10. (ரயில்வே போராட்டத்தில் சிவந்துபோன தஞ்சைத் தரணியின் இன்னுமொரு கடற்கரை ஊரான வேதாரண்யத்தைத் தான் 1930—ல் தனிநபர் உப்புச் சத்தியாக்கிரகம் நடத்தத் தேர்ந்தெடுத்தார் காந்தியடிகள்.

4. அந்தக் காலத்தில் பள்ளியில் படிக்க எல்லாரும் கட்டணம் செலுத்த வேண்டும். உதாரணமாக 9-ம் வகுப்பில் படிக்க மாதக் கட்டணம் ரூ.6. அதாவது கிட்டத்தட்ட மாதம் அரைப் பவுன் கட்டணம். ஆம், அப்போது ஒரு பவுன் விலை ரூ.13. அப்படிப்பட்ட காலத்தில், இதுகட்டணம் வாங்காத—இலவசப் புத்தகம், உணவு, உடை வழங்குகிற—இலவசப் பள்ளி. காமராசர் காலத்தில்தான் எல்லாப் பள்ளிகளும் இலவசப் பள்ளிகளாயின.

5. பேட்டி : பள்ளிக் குழுத் தலைவர் திரு.மு.சொக்கலிங்கம் அவர்கள், கடியாப்பட்டி. (தொண்டு அடிப்படையில்—கட்டணம் எதுவும் இல்லாமல்—இப்பள்ளியில், பாம்புக் கடிக்குச் சிகிச்சை இன்றும் அளிக்கப்பட்டு வருகின்றது. அதற்காக ஒரு இலவச விடுதியே பள்ளி வளாகத்தில் இயங்குகிறது. (பொறுப்பாளர் ஆசிரியர் திரு.அருணாசலம் அவர்களுடன் பேட்டி)

6. பேட்டி : திரு.எஸ்.பி.சேதுராமன் அவர்கள், ஓய்வு பெற்ற மின்சாரத்துறைப் பணியாளர்.

7. மயிலாடுதுறைக்கும் நடுத்திட்டுக்கும் பக்கத்து ஊர் தருமபுரம். ஏராளமான நிலபுலன்கள் உள்ள மடம், தருமபுரம் மடம். திருமுறை முழுவதும் குறிப்புரையுடன் வெளியிட்ட மடம் இது. மஹா விதவான் மீனாட்சி சுந்தரம்பிள்ளை இந்த ஆதீனத்தின் புலவர். தமிழ்த் தாத்தா உ.வே.சா. அவருடைய மாணவர்.

குருஞான சம்பந்தர் இம்மடத்தின் ஆதி முதல்வர். அனுபூதி நிலையில் அவர் பாடியதே சிவபோக சாரம். அதில் ஒரு பாடல்,

பரபரக்கவேண்டாம்–பலகாலும் சொன்னேன்
வரவரக்கண்டாராய் மனமே–ஒருவருக்கும்
தீங்கு நினையாதே செய்நன்றி கொல்லாதே
ஏங்கி இளையாதிரு

8. பஞ்ச கௌமியம் : மாட்டுச் சாணம், மூத்திரம், பால், மோர், நெய் ஆகிய ஐந்தும் சேர்ந்த கலவை.

9. கட்டளைத் தம்பிரான் : சமயத்துறை நிர்வாகி

10. "குன்றக்குடி குன்று தழுவிய அழகிய ஊர். வரலாற்றுச் சிறப்புமிக்கது. கி.மு.1–ஆம் நூற்றாண்டைச் சார்ந்த சமணப் பள்ளி இங்குள்ளது. குன்றில் ஏராளமான கல்வெட்டுகள் உள்ளன. குன்றக்குடிக் குன்று மயில் வடித்தில் உள்ளது. இதனால் இதற்கு மயூரகிரி என்றும் பெயர். கி.பி.12–ஆம் நூற்றாண்டில், இங்கு குமரன் கோயில் தோன்றியிருக்க வேண்டும். இக்குமரனின் சிறப்புப் பெயர் சண்முகநாதன், செட்டி முருகன் என்ற பட்டப் பெயரும் உண்டு. (கல்வெட்டில் குன்றக்குடி, பேராசிரியர் சி.கோவிந்தராசன் நன்னீராட்டு நறுமலர் குன்றக்குடி.1979.)

11. திருவண்ணாமலை மடத்தின் ஆதி முனிவர் தெய்வ சிகாமணி அடிகள். மருது சகோதரர்களின் ஆட்சிக்

காலத்தில், 29ஆம் முனிவர் முதலாம் ஆறுமுக தேசிக குருமூர்த்தி குன்றக்குடி வந்தார். அது முதல் குன்றக்குடி திருவண்ணாமலை ஆதீனமாயிற்று. (குன்றில் மலை புலவர் சுவர்ண காளீச்சுரன் நன்னீராட்டு நறுமலர், குன்றக்குடி 1979)

12.' அதிபத்த நாயனார்–திருக்குளங்களில் மீன் வளர்ப்புத் திட்டம், அப்பூதி அடிகள்–குடிநீர் வசதி, இசை ஞானியார்–மாதர் நலம், இயற்பகை நாயனார்–திருமடப் பணியாளர்களின் திருமணத்துக்கு உதவுதல், கண்ணப்ப நாயனார்–கண்ணொளித் திட்டம் போன்றவை. (நாயன்மார் அடிச்சுவட்டில்–குன்றக்குடி, வெளியீடு, 1972)

13. அருள்நெறித் திருக்கூட்ட அமைப்பு விதிகள். 1961. பக்கம் 3,4

14. இதற்காக தேசபக்தர் பொட்டி ஸ்ரீராமுலு நாயுடு உண்ணாவிரதமிருந்து மரணமடைந்தார்.

15. தந்தை பெரியார் கவிஞர் கருணானந்தம் - பக்கம் 240.

16. புரட்சியாளர் பெரியார் -நெ.து சுந்தரவடிவேலு, எஸ்.சந்த் அன் கோ லிட்.,1980 பக்கம் 160.

17. ஆனால் கவிஞர் கருணானந்தம் அவர்களோ "கணபதி உருவந்தானே, உடைப்பதில் தவறில்லை" என்று அடிகளார் சொன்னதாகக் குறிப்பிடுகிறார். (தந்தை பெரியார் -பக்கம் 241)

18. நடந்ததும் நடக்க வேண்டியதும், - தவத்திரு குன்றக்குடி அடிகளார் 1985 பக்கம் 7,8..

19. 1952லும், 1968லும் இலங்கைக்குப் பயணம் செய்தார் அடிகளார். 1971 ஜீன் 19 முதல் 21 நாள் சோவியத்து யூனியனில் பயணம் செய்தார். 25.6.82 முதல் 20.8.82

வரை மலேயா, கொரியா, ஜப்பான், சீனா முதலிய நாடுகளில் சுற்றுப் பயணம் மேற்கொண்டார். 1991ல் அமெரிக்கா மற்றும் அரபு நாடுகளுக்கும் பயணம் மேற்கொண்டார்.

20.
1. 1964 ல் புயல் நிவாரண நிதிக்குத் தாம் அணிந்திருந்த உத்திராச்ச மணியையே திருவொற்றியூர் கூட்டத்தில் ஏலம் விட்டுப் பெற்ற ரூ.4000த்தை அளித்தார்.

2. மயிலாப்பூர் கிளைமடத்தில் கண்பரிசோதனை செய்து, கண்ணாடி வழங்கும் திட்டம் நிறைவேற்றப்பட்டது.

3. மதுரைத் திருவள்ளுவர் கழகத்தில், திருவள்ளுவர் பெயரால் மண்டபம் எழுப்ப ரூ. 1001 நன்கொடை வழங்கப்பட்டது.

4. தொழிலாளர் நிவாரண நிதி முதலிய பல நிதிகளுக்கு நன்கொடை வழங்கப்பட்டது.

5. மயிலாப்பூர் பல்லக்கு மானிய இடம் குறைந்த விலைக்குக் குடிசை மாற்றுவாரியத்துக்கு வழங்கப்பட்டது. இன்னும் ஏராளம் சொல்லலாம்.

21. அரிஜன அய்யங்கார் - மானாமதுரை சம்பந்தம், கணேசர் பதிப்பகம், சென்னை - 29-1983 பக் 14 -17

22. ஜீவா சட்டமன்றத்தில் பேசியது. சட்டமன்ற உரைத் தொகுப்பு(ஆங்கிலம்) 1953 நூல் 9. பக்கம் 1099.

23. நாத்திகரான இவர் 1- 9 - 55ல் கல்வி இயக்குநராகப் பொறுப் பேற்று, காமராசரின் கல்விக் கனவுகளுக்குச் செயல் வடிவம் கொடுத்து, கல்வியில் தமிழகம் தன்னிறைவு கொள்ள வைத்தார். வேகமாக வளர்ந்து கொண்டிருந்த கல்வி நிலையங்களின் தேவைகளைப் பூர்த்தி செய்ய, இவர் கொண்டு, வந்த புதுமைத் திட்டம்தான் 'பள்ளிச் சீரமைப்புத் திட்டம்.' பள்ளிகளையும்,

பொது மக்களையும் இணைத்து, கல்வி மேம்பாட்டுக்கு வழிகண்ட இத்திட்டம் ஒரு புரட்சிகரத் திட்டம். சென்னைப் பல்கலைக்கழகத்தின் துணை வேந்தராகவும், மத்திய அரசின் கல்வி ஆலோசக ராகவும் பதவி வகித்த இவர், நீண்ட காலமாக இந்திய சோவியத்துக் கலாச்சாரக் கழகத்தின் தமிழ் மாநிலத் தலைவராகப் பொறுப்பு வகித்துச் செயலாற்றி வந்தார்.

24. தந்தை பெரியார் - பக்கம் 257

25. சேர்த்துக் கொள்ளப்பட வேண்டும் என்று கலைஞர் மு.கருணாநிதி ஆட்சி அச்சட்டத்தைத் திருத்தியது.

26. தங்கள் சந்திப்புப் பற்றி, பின்னால் அரிமழத்தில் (புதுகை மாவட்டம்) நடந்த பொதுக்கூட்டத்தில் பெரியார் இப்படிக் கூறினாராம்; தமிழர்களைப் பிடித்துள்ள வியாதி என்னவென்று தெரிந்து கொண்டோம். மருந்தைத்தான் இருவரும் தேடுகிறோம். (பேட்டி: கடியாப்பட்டி எஸ்.பி.சேதுராமன் அவர்கள்.)

27. பேட்டி: தேவக்கோட்டை கே.எம்.சுப்பையா அவர்கள். இவர் அடிகளாரின் பொன்மலைப் பேச்சை முழுமையாக அச்சிட்டு அப்போது வெளியிட்டிருக்கிறார்.

28. தந்தை பெரியார் - பக்கம் 290

29. பேட்டி : தேவக்கோட்டை தினமணி நிருபர் திரு.வி.கிருஷ்ணமூர்த்தி அவர்கள்.

30. 5-9-58 லும் பெரியார் குன்றக்குடி மடத்துக்கு வந்தார். அங்கே சாதிக் கொடுமை பற்றி இளஞ்சிறார்கள் நடத்திய நாடகத்தைக் கண்டு உணர்ச்சிவசப் பட்டார். (தந்தை பெரியார்- பக்கம் 321) தொடர்ந்து பலமுறை பெரியார் குன்றக்குடிக்கு வருகை தந்தார்.

31. தந்தை பெரியார் -பக்கம் 284

32. இவர்கள் பஞ்சமர்கள்.

33. சாதி வெறியும் போலிச் சைவர்களும், - மறைமலை அடிகளார், சைவசித்தாந்த நூற்பதிப்புக் கழகம் 1959 பக்கம் 123.

34. சைவ சித்தாந்தமும் சமுதாய மேம்பாடும் -பக்.97.

35. விரும்பியவர்களுக்குத் தமிழிலும் அர்ச்சனை செய்யப்படும் என்ற அறிவிப்புப் பலகை கோயிலில் வைக்கப்பட்டது.

36. தெய்வத்தின் குரல், -வானதி பதிப்பகம், தி.நகர், சென்னை -17. பக்கம் 216,217.

37. ஆலயங்கள் -சமுதாய மையங்கள்,குன்றக்குடி அடிகளார், வானதி பதிப்பகம் 1977 பக்கம் 88,89.

38. Right of Temple entry - P. Chidambaram Pillai, Alexandria Press, Nagercoil 1933 Page 75.

39. புரட்சியாளர் பெரியார்,-நெ.து.சுந்தரவடிவேலு, பக்கம் 47.

40. எல்லாரும் வழிபடலாம், -தவத்திரு குன்றக்குடி அடிகளர்ர் 1975 பக்கம்3.

41. சைவ சித்தாந்தமும் சமுதாய மேம்பாடும், பக்கம் 114,115.

42. தந்தை பெரியார்,பக்கம் 616,617.

43. விடுதலை 19-10-69.

44. கோயில் பகிஷ்காரம் ஏன்?- பெரியார் சுயமரியாதைப் பிரசுர நிறுவன வெளியீடு, திருச்சி 17,1972 பக்கம் 13,22.

45. அதே- பக்கம் 24,

46' Right of temple entry, Page 63, 64.

47. மனம் ஒரு மாளிகை, பக்கம் 32.

48. பேட்டி: தோழர் ஆர்.நல்லகண்ணு அவர்கள்.

49. பேட்டி: தோழர் ஐ.மாயாண்டிபாரதி அவர்கள்.

50. பேட்டி: தோழர் ஆர்.நல்லகண்ணு அவர்கள்

51. குன்றக்குடி ஆதீனத்தின் தமிழ்த்தொண்டு குறிப்பிடத் தக்கது. ஆதீனத்தின் 28வது முனிவர் ஞானப்பிரகாச தேசிகர் சித்தியாருக்கு பக்க உரை தந்தார். ஆறுமுகத் தம்பிரான் பெரியபுராணத்துக்குப் பதவுரை எழுதினார். சிலப்பதிகாரம் பிழையற்ற பதிப்ப வருவதற்கு உ.வே.சாமிநாதய்யருக்கு ஏடு கொடுத்து உதவியது இம்மடம் (குன்றில் மலை புலவர் சு.சுவர்ணகாளீசுரன், நன்னீராட்டு நறுமலர்,குன்றக்குடி 1979)

52. மனம் ஒரு மாளிகை, கலைவாணி பதிப்பகம் சென்னை -17, 1984 பக்.60.

53. ஏன் திருக்குறள் பேரவை? பக்கம் 1,2.

54. பாரதி ஒரு யுகசந்தி, பக்கம் 1,2.

55. பேட்டி: குன்றக்குடித் திருமடத்து ஓதுவார் திரு. எம். சம்பந்தமூர்த்தி அவர்கள்.

56. பாரதிதாசன் உலகம், தவத்திரு குன்றக்குடி அடிகளார், பூம்புகார் பதிப்பகம், சென்னை23. பக்கம் 64.

57. பட்டுக்கோட்டை கல்யாணசுந்தரம் பாடல்கள், 'தொகுப் பாசிரியர் பி.இ. பாலகிருஷ்ணன், நியூசெஞ்சுரி புத்தக நிறுவனம், முன்னுரை.

58. புனிதநெறி- அடிகளார்;கலைவாணி புத்தகாலயம், சென்னை-17,1968

59. தாமரை, ஜீவா மலர்,1963- குன்றக்குடி அடிகளார்,பக்கம் 10.

60. ஆலயங்கள் சமுதாய மையங்கள்,- தவத்திரு குன்றக்குடி அடிகளார், வானதி பதிப்பகம்,1990.பக்.5

61. அதே- பக்கம் 8.

62. சைவசித்தாந்தமும் சமுதாய மேம்பாடும், -கலைவாணி புத்தகாலயம், 1990, பக்கம் 46.

63. மனம் ஒரு மாளிகை, -பக்கம் -104.

64. சைவ சித்தாந்தமும் சமுதாய மேம்பாடும், -பக்கம் 116.

65. அதே -பக்கம் 116.

66. சாதி வேற்றுமையும் போலிச் சைவரும், - மறைமலையடிகள், பக்கம் 124,125.

67. வேணுகோபால் கமிஷன் அறிக்கை,1986,பக்கம் 6,142,143.

68. The Hindu Ideal, Page 230.

69. ராமநாதபுரம் கலவரம் : சமுக விடுதலைக்காக ஆதி திராவிட மக்கள் ஒன்றுபட்டு எழுவதும், இதைப் பொறுத்துக் கொள்ள இயலாத மேல் சாதித் திராவிடர்கள் இதைப் பலாத்காரமாக அடக்க முயற்சிப்பதுமே பெரும்பாலான சாதிக் கலவரங்களின் காரணம். 1955ல் அப்படிப்பட்ட ஒரு கலவரம் நடந்தது.

ராமநாதபுரம் பக்கம் உள்ள ஒரு சிறிய கிராமம். சுதந்திரம் கிடைத்து 8 ஆண்டுகள் ஆனபின்னும், ஆதிதிராவிட மக்களுக்கோ, தன் ஊர் மேல்சாதித் திராவிடர்களின் தெருக் களில் செருப்பணிந்து போகச் சுதந்திரம் வர வில்லை.பொது ஊற்றில் தண்ணீர் அள்ளிக் கொள்ளச் சுதந்திரம் வரவில்லை.

இந்தச் சமுதாயக் கொடுமையை நீக்க வேண்டும் என்று ஆதிதிராவிடக் காங்கிரஸ் தலைவர் ஒருவர் விரும்பினார். பேச்சுவார்த்தைகள் பலனற்றுப் போகவே,""அறப்போர்" நடத்தப்போவதாக அறிவித்தார்.

மேல் சாதித் திராவிடர்களால் இதைத் தாங்கிக் கொள்ள இயலவில்லை. அறப்போர்ப் பிரகடனத்தைத் இவர்கள் "அரைப்போர்ப்" பிரகடனமாகப் புரிந்து கொண்டார்கள். "அரைப் போரென்னடா அரைப்போர் - முழுப் போரே நடத்திவிடுவது" என்று மக்களை அறைகூவி அழைத் தார்கள்.

பாழாய்க்கிடந்த ஒரு கண்மாயின் ஒரு பக்கம் சுமார் 5000 திராவிடர்கள் கம்பு, கத்தி, அரிவாள் போன்ற பயங்கர ஆயுதங்களுடன் திரண்டனர். எதிர்பக்கம் சுமார் 2000 ஆதிதிராவிடர்கள். அவர்கள் கைகளிலும் ஆயுதங்கள் பயங்கரக் கலவரம் மூழும் நிலை.

ராமநாதபுரம் கம்யூனிஸ்டுத் தலைவர்களில் ஒருவரான தோழர் மங்களசாமி துடிப்பாகவும் துணிச்சலாகவும் செயல்பட்டார். உதவி போலீஸ் கண்காணிப்பாளர், வருவாய்க் கோட்ட அலுவலர் போன்ற உயர் அதிகாரிகளை அணுகி, நிலைமையை விளக்கி, தீர்வுக்கும் வழி சொன்னார். உதவிப் போலீஸ் கண்காணிப்பாளர் வி.ஆர். லட்சுமி நாராயணன், கேரள முதல் கம்யூனிஸ்டு அமைச் சரவையின் சட்ட அமைச்சரும், பின்னாளில் உச்சநீதி மன்ற நீதிபதியும், இன்றைய சமாதான இயக்கத் தூண்களில் ஒருவருமான வி.ஆர்.கிருஷ்ணய்யரின் சகோதரர். அவருடைய நேர்மையான உடனடி நடவடிக்கை கலவரத்தைத் தடுத்தது. (பேட்டி தோழர் மங்களசாமி அவர்கள், இந்தியக் கம்யூனிஸ்ட்டுக் கட்சி, ராமநாதபுரம்).

இரண்டாவது, முதுகுளத்தூர் கலவரம் எல்லாருக்கும் தெரிந்த செய்தியே.

70. இந்தப் படுபயங்கரமான சாதிக்கொடுமைத் தீயிலும், துவளாத - கருகாத - பின்வாங்காத- மனிதாபிமானிகளும் நகரத்தில் இருக்கத்தான் செய்தார்கள். நகரத்தினுள்ளே வேலைபார்த்த ஆதிதிராவிட அரசு அலுவலர்களையும், இதரர்களையும் காப்பாற்றுவதில் அவர்கள் காட்டிய துணிச்சலும், வீரமும், செய்த தியாகங்களும் மகத்தானவை.

சித்திரவேலு என்பார் தொலைபேசித் துறையில் பணியாற்றிய ஆதிராவிடர் குடும்பத்துடன் நகரத்தினுள்ளேயே தங்கி இருந்தார். கொலை வெறிக் கும்பல் ஒன்று அவர் வீட்டை நோக்கி ஓடியது. இதை அறிந்தார் தோழர் சிதம்பரநாதன். இளம்பிள்ளைவாதத்தில் இரண்டு கால்களையும் இழந்த தோழர் அவர். வாழ்வார்வமும், வீரமும் மிக்க அவர் துணிச்சலோடு செயலாற்றினார். சித்திரவேலுவைத் தன் வீட்டுக்குக் கடத்தி வந்து, வீட்டுக் கூரைக்கும், சீலிங்குக்கும் இடையிலுள்ள சந்தில் மறைத்து வைத்துக் காப்பாற்றினார். அவருடைய உறவினர் தோழர் ராமச்சந்திரன் சித்திரவேலுவின் துணைவியாரைத் தன் வீட்டுக்கு அழைத்து வந்து, தன் உறவுப் பெண் என்று பொய் சொல்லி, அடுக்களையில் அவரைச் சமையல் வேலை செய்யச் சொல்லி, கொலை வெறியர்களை ஏமாற்றினார். சந்தேகம் கொண்ட வெறியர்கள் மேலும் மேலும் வந்து வீட்டைச் சூழவே, சிதம்பரநாதனின் துணைவியார் தோழியர் தனம் (தொலைபேசித் துறையில் பணிபுரிகின்றவர்) புதுமைப் பெண்ணுக்கே உரிய துணிச்சலோடு, அலுவலகத்திலிருந்து வேனைக் கொண்டுவந்து, அதில் அவர்கள் இருவரையும் ஏற்றிப் பாதுகாப்பாக நகருக்கு வெளியே கொண்டு போனார். வேட்டையை இழந்துவிட்ட வெறிக்கும்பல் அவர்களுடைய வீட்டை நொறுக்கி நாசஞ் செய்தது.

அரசுப்பணி செய்யும் தோழர் கதிரேசன் அரிவாளுடன் தெருவுக்கு வந்து, அந்த அராஜகக் கும்பலைத் தன்னந்தனியாகத் துரத்தியடித்தார்.

காங்கிரஸ் தொழிற்சங்க அலுவலகத்துக்குள் மாட்டிக் கொண்டு தவித்த தொழிற்சங்க தலைவர் பாண்டியையும், அவர் நண்பர் கருப்பையாவையும், தோழர் மங்களசாமி துணிந்து அழைத்துக் கொண்டு வந்து, தன் அறையில் வைத்துக் காப்பாற்றினார். துணிச்சல் மிக்க நேர்மையின் முன் அராஜகக் கீழ்மை எப்படித் தலை நிமிர்ந்து நிற்க முடியும்!

சிவஞானபுரம் வருவாய் அலுவலர் எஸ். துரைராஜ் சுமார் 25 ஆதிதிராவிடக் குடும்பங்களைத் தன் வீட்டில் பாதுகாத்து, அவர்களுக்காக வீரத்தோடு போரிட்டார். 67எ, அச்சிட்டு வினியோகிக்கப்பட்ட அடிகளாரின் வேண்டு கோள். நாள் 23-6-81.

71. அச்சிட்டு வினியோகிக்கப்பட்ட அடிகளாரின் வேண்டுகோள். நாள் 23-6-81.

72. ஆட்டு மந்தைகளைப்போல மனிதர்களை மதித்து, ஆசை காட்டி, மதமாற்றம் செய்வதை அடிகளார் வெறுக்கிறார். ஆனால் மத சுதந்திரத்துக்கு எதிரியல்ல அவர். நிஜமாகவே ஒருவருக்கு மதம் மாற வேண்டும் என்று ஆன்மதாகம் ஏற்பட்டால் என்ன செய்வது? பலாத்காரமாய்த் தடுப்பதா? அடிகளார் சொல்லுகிறார்: "இந்திய நாட்டின் சூழலில் மத மாற்றங்களும் மதவெறிச் செயல்களைத் தூண்டும் பேச்சும், எழுத்தும், கட்டாயமாகத் தடைசெய்யப்பட வேண்டும். வயது வந்தோர் தமது மத மாற்றத்துக்குரிய அவசியத்தை, அல்லது விளக்கத்தை முறையாகத் தெரிவித்து தக்க காரணங்கள் இருப்பின், இசைவு பெற்ற பிறகு மதம் மாறலாம் என்ற ஒழுங்கு நடைமுறையைச் செயல்படுத்த வேண்டும்.

மதமாற்றப் பிரச்சனையைத் தீர்க்க இது ஒரு வழி. ஆனால் அடிப்படையில் மதம் மாறும் மனோபாவத்தைத் தடுக்க மதத்துக்குள் சமத்துவத்தையும், சகோதரத்துவத்தையும்,

முழுமையாக ஏற்படுத்துவதே வழி. அடிகளாரின் சமய-சமுதாயக் கருத்துக்கள் செயல் வடிவம் பெற வேண்டும்.

73. திருவருட்பேரவை விதி முறைகள் - பக்கம்-1.

74. அருள் நந்தி சிவாச்சாரியாரின் சிவஞான சித்தியார், சிவஞான முனிவரின் சிவஞானபாடியம், தத்துவராயரின் பெருந்திரட்டு போன்ற சைவ நூல்களிலும், வேதாந்த தேசிகரின் ஸ்ரீ தேசிகப் பிரபந்தம், சில்லரை ரகசியம், பழகிய பெருமாள்ஜீயரின் வார்த்தாமாலை போன்ற நூல்களிலும் பரபக்க நிலையில் உலகாயதக் கருத்துக்கள் உள்ளன.

75. இவற்றுடன் ஆகாயத்தையும் சேர்த்துப் பஞ்சபூதமாக்கி., இந்த ஐந்தும் மூலப்பிரகிருதி என்ற முன்னிலைப் பொருளிலிருந்து தோன்றியவை என்கிறது சாங்கியம். மூலப்பிரகிருதி உள்ளது என்றும், அதிலிருந்து பஞ்சபூதங்கள் தோன்றின என்றும், உலகாயதம் சொல்லவில்லை. (டாக்டர் கி..முப்பால்மணி, தமிழகத்தில் உலகாயதம், தாமரை 30ம் ஆண்டு மலர்).

76. இந்திய அகவயத் தத்துவங்கள் கிட்டத்தட்ட இந்தக் கருத்தை எதிர்ப்பனவே. எதிர்த்துத்தான் "ஊழ்" தத்துவத்தை முன் வைக்கின்றன.

77. இந்தக் கருத்தை வைத்துக் கொண்டுதான், சிவஞான சித்தியார், உலகாயதம் காம இன்பத்தை மேன்மைப் படுத்தியதாக உரைத்தார். ஆனால் வைணவ நூல்களில் அவ்வாறு உரைக்கப்படவில்லை. "இம்மையில் மங்கைப் பருவத்து மகளிரை மணந்து, உண்டு, உடுத்து வாழ்வதே துறக்க இன்பம் என்கிறது உலகாயதம்" என்கிறது மாபாடியம். சுதந்திரக் காதலை - வரையறையற்ற புணர்ச்சியை -உலகாயதம் பேசியதாகச் சான்று இல்லை. (டாக்டர் கி. முப்பால்மணி, தாமரை 30ம் ஆண்டு மலர்.)

78. இவ்விதழ் பின்னர் "தத்துவ விவேசினி" எனப் பெயர் மாற்றம் பெற்றது.

79. சைவ சித்தாந்தமும்,சமுதாய மேம்பாடும், பக்கம் 53,54.

80. டாக்டர் கி.முப்பால்மணி, தாமரை 30ம் ஆண்டு மலர்.

81. சைவ சித்தாந்தமும் சமுதாய மேம்பாடும், பக்.54.

82. அதே -பக்கம் 113

83. ஆலயங்கள் சமுதாய மையங்கள், பக்கம் 58.

84. அதே- பக்கம் 69.

85. சிவஞான முனிவர், சிவஞானபோத மாபாடியத்தில், அவர்கால வளர்ச்சிகளை உள்வாங்கிக் கொண்டு, சைவத்தை வளர்த்தார். காலம், இடம், பொருள், சம்பந்தமான புதிய விளக்கங்களை அவர் அளித்தார். அவற்றைப் புதிய முறையில் வளர்த்தார். (மாபாடியம் சூ.8. அத்தியாயம் 2, வெண் 3.)

86. நேர்க்காட்சி வாதம் (ஆங்கில பாசிடிவிசம்) நேரடிப் பொருள்கள் தரும் புலன் உணர்ச்சியே உண்மை எனக்கொண்ட தத்துவம்.

87. ஈச்சுர நிச்சயம்.159,203,213,215, பிரபஞ்ச விசாரம் 44.

88. சைவ சித்தாந்தமும் சமுதாய மேம்பாடும், பக்.49,50

89. ஆலயங்கள் சமுதாய மையங்கள், பக்கம் 111.

90. சைவமே தமிழர் சமயம் என்பது அடிகளாரின் நம்பிக்கை.

91. ஆலயங்கள் சமுதாய மையங்கள்,பக்கம் 6.

92. சிந்தனை மலர்கள், பூரம் பதிப்பகம், பக்கம் 70.

93. ஆலயங்கள் சமுதாய மையங்கள், பக்கம் 109.

94. நேர்க்காட்சி வாதம் தொடர்பான நாத்திக வாதம் வேறு, உலகாயதம் வேறு என்பதைத் தெளிவாக உணர்ந்து, சந்தர்ப்பம் கிடைக்கும் போதெல்லாம் வலியுறுத்துகிறார் அடிகளார்.

95. ஆலயங்கள் சமுதாய மையங்கள், பக்கம் 110.

96. அதே - பக்கம் 131,132.

97. சைவ சித்தாந்தமும் சமுதாய மேம்பாடும், பக்கம் 53.

98. ஆலயங்கள் சமுதாய மையங்கள், பக்கம் 116.

99. பேட்டி : தேவக்கோட்டை தோழர் கே.எம்.சுப்பையா அவர்கள்.

100. சிந்தனை மலர்கள், பக்கம் 56.

101. நமது நிலையில் சமயமும் சமுதாயமும், தவத்திரு குன்றக்குடி அடிகளார், சென்னைப் பல்கலைக்கழக வெளியீடு,1975. பக்.15,16.

102. தாமரை 30வது ஆண்டு மலர்.

103. பேட்டி : தேவக்கோட்டைத் தமிழ்ச் சங்கச் செயலாளர் திரு. பூவநாதன் அவர்கள்.

104. சைவ சித்தாந்தமும் சமுதாய மேம்பாடும், பக்.48.

105. Towards improved local level planning for rural develpment Planning Commission Govt. of India, New Delhi, 1986.

106. 1985 - 90 ஐந்தாண்டு காலத்தின் சிறந்த விஞ்ஞானப் பிரச்சாரப் பணிக்காக அளிக்கப்பட்ட ஒரு லட்ச ரூபாய் விருது இது. இவ்விருதை மத்திய அரசு அடிகளாருக்கும்

"பஸ்லிம் பங்க விஞ்ஞான மஞ்ச்" என்னும் கல்கத்தா அமைப்புக்கும் பகிர்ந்தளித்தது. தேசிய விஞ்ஞான நாளான பிப்ரவரி 28ல், டில்லியில் வழங்கப்பட்டது.

107. அதன் புரவலர் தவத்திரு அடிகளார், தலைவர் சிக்ரி உதவி இயக்குநர் திரு. பி. ஏ. ஷெனாய், துணைத்தலைவர் இந்திய மாநில வங்கி திருப்பத்தூர்க் கிளை மேலாளர் திரு. என். சீனிவாசன், செயலாளர் குன்றக்குடி ஊர் நல அலுவலர் திரு.பி. எஸ். குமரேசன். (குடி தழீஇய கோயில் பி.எஸ்.முருகேசன் நன்னீராட்டு நறுமலர், குன்றக்குடி 1979.)

108. Towards improved local level planning for rural development.

109. பேரா.கை.இ. வாசு, எஸ்.கே.ரங்கராஜன், டாக்டர் பால கிருஷ்ணன் போன்றவர்களின் பணிகள் மகத்தானவை.

110' Towards improved local level planning etc. p. 46.

111. வள்ளலாரின் உலக நோக்கு, டாக்டர் ந.முத்து மோகன், தாமரை 30ம் ஆண்டு மலர்.

112. பொது நெறி மலர்க, தவத்திரு குன்றக்குடி அடிகளார், நன்னீராட்டு நறுமலர் குன்றக்குடி, 1979.

113. On Religion, Marx and Engels, Progress Publishers, Moscow, 1975, p. 39.

114 . Fundamentals of Marxist Leninist Philosophy, Progress Publishers, Moscow 1985. P. 408, 409.

115. ஜீவா என்றொரு மானுடன் -என்.சி.பி.எச்., சென்னை98, பக்கம் 175.

★★★